உயிர் வளர்க்கும் திருமந்திரம்

தி இந்து குழுமம்
தமிழ் திசை

உயிர் வளர்க்கும் திருமந்திரம்

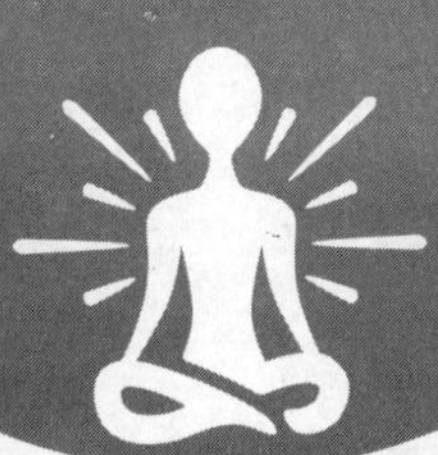

கரு.ஆறுமுகத்தமிழன்

தமிழ் திசை

Title
UYIR VALARKUM THIRUMANTHIRAM
©Karu.Arumuga tamilan

ISBN-978-81-940154-8-2

நூல் தலைப்பு
உயிர் வளர்க்கும் திருமந்திரம்

நூல் ஆசிரியர்
©கரு.ஆறுமுகத்தமிழன்

முதற்பதிப்பு
செப்டம்பர் - 2019

ஐந்தாம் பதிப்பு
பிப்ரவரி - 2024

விலை: ₹180

ஆசிரியர்
கே. அசோகன்

நூல் பொறுப்பாசிரியர்
ஷங்கர்ராமசுப்ரமணியன்

முதன்மை வடிவமைப்பாளர்
என். கணேசன்

தலைமை வடிவமைப்பாளர்
மு. ராம்குமார்

வடிவமைப்பாளர்
தே. ஆறுமுகம்

KSL Media Limited, Regd. Office: **KASTURI BUILDING** No.859 & 860 Anna Salai, Chennai - 600 002.

https://www.facebook.com/Tamilthisaipublications https://twitter.com/Tamilthisaipublications

Printed by Amutha Rajesh, Oliver Graphics, No.26, Muthu Street, Royapettah,Chennai - 600 014, for KSL Media Limited., Chennai - 600 002.

இக்காலத்தையும் ஏற்ற மெய்யியல்

இந்த உலகில் பிறந்து உயிர்க்கும் ஒவ்வொரு மனிதனுக்கும் தன் வாழ்வின் ஒரு தருணத்திலாவது சில கேள்விகள் எழும். தான் யார்? தனது இருப்பின் பொருள் என்ன? இந்த உலகில் தன் இடம் என்ன? தான்படும் அல்லல்களின் மூலம் என்ன? அதன் தளைகளை அறுத்து விடுதலை பெறுவதற்கான வழி என்ன? போன்ற கேள்விகள் தான் அவை. இருப்பின், ஆதாரங்களான உடல், மனம் சார்ந்த பல்வேறு புதிர்களைத் திறந்து மெய்நெறியை வழங்குவது திருமூலர் எழுதிய திருமந்திரம் ஆகும். சமயப் படைப்பு என்ற வரையறையைத் தகர்த்து தனித்துவமான மெய்யியல் நூலாகத் திகழும் திருமந்திரத்தைத் தழுவி, இக்காலத்தவருக்கும் இக்காலம் நம் முன்னர் விடுக்கும் கேள்விகளுக்கும் பதிலாகவும் தீர்வுகளாகவும் திரு. ஆறுமுகத் தமிழன் எழுதிய தொடர்தான் 'உயிர் வளர்க்கும் திருமந்திரம்'.

தமிழ் மொழியிலும் தமிழ் மரபிலக்கியங்களிலும் குறிப்பாக சமய இலக்கியங்களிலும் தேர்ச்சியும் ருசியும் தெரியும் மொழியில் இவர் எழுதிவரும் இத்தொடரில் தற்கால அரசியல், சினிமா, சமூக நிகழ்வுகளின் குறிப்புகளும் காலப்பொருத்தத்தோடு இருக்கும். சர்வ சமயத்தினரும், ஆத்திகர்களும் கடவுள் மறுப்பாளர்களும் படித்துத் தெளிவதற்கான தகவல்கள் உண்டு. தத்துவத்தில் முனைவர் பட்டம் பெற்ற ஆறுமுகத் தமிழன், ஒருவகையில் இத்தொடரின் வழியாக தமிழ் மெய்யியலின் வரலாற்றை எளிதாக எழுதிச் செல்கிறார். சைவ, வைணவப் புராணிகங்களை நம்பிக்கைகளின் புனிதப் பனுவல்களாகவே அணுகாமல் அதன் அர்த்த சாத்தியங்கள் எத்தனை யென்பதைத் திறந்து காட்டுகிறார். சமயம், நம்பிக்கை, வழிபாட்டுப் பிரிவுகளின் சார்பின்றி இந்திய சமய, தத்துவ வரலாறுகளைச் சொல்லிச் செல்கிறார்.

'ஆனந்த ஜோதி' ஆன்மிக இணைப்பில் தொடராக நூறு அத்தியாயங்களை 'உயிர் வளர்க்கும் திருமந்திரம்' நெருங்க உள்ளது. சாமானியர்கள், அறிஞர்கள் இருதரப்பினரின் ஆதரவுடன் ஒரு ஆன்மிக இணைப்பிதழின் எல்லைகளையும் சாத்தியத்தையும் விஸ்தரித்த தொடரான 'உயிர் வளர்க்கும் திருமந்திரம்' முதல் பாகம் இது.

யோக முறைகள் துவங்கி துமிகளின் இயற்பியல் (particle physics) வரை எளிமையும் கவித்துவமும் கொண்ட நடையோடு ஆராயும் இந்நூல், பொருள்சார் வாழ்க்கைக்கு அப்பால் கேள்விகளையும் தேடலையும் தொடங்கும் எந்தச் சமயத்தவருக்கும், உண்மையை நோக்கிப் பயணப்பட ஆசைப்படும் எவருக்கும் கைவிளக்காகும்.

- அன்புடன்,

கே.அசோகன்,

ஆசிரியர்,

'இந்து தமிழ் திசை'

முன்னுரை

முக்கியமான நிகழ்வுகளெல்லாம் எப்படியோ எக்குத்தப்பாக நடந்துவிடு கின்றன. உயர்கல்விக்குள் நுழைந்தபோது மெய்யியல் படிப்பதென்று எனக்குத் திட்டமில்லை. பொறியியல் அல்லது பூதியல் எனப்படும் இயல்பியலையே குறி வைத்திருந்தேன். பொறியியல் கிடைக்கவில்லை; இயல்பியல் கிடைத்தும் படிக்கவில்லை. மெய்யியல் படித்தேன். பின்னும் முதுகலை படிப்பதோ, முனைவர் பட்டத்துக்கு முனைவதோ நோக்கமில்லை. முனைந்தேன். முனைவர் பட்டத்துக்குச் சேர்க்கப் பெற்றபோது, அறிஞர் குணாவின் 'தமிழர் மெய்யியல்' என்னும் நூல் தந்த தாக்கத்தால் தமிழர் மெய்யியலையே ஆய்வு செய்ய ஆசை கொண்டேன். சைவசித்தாந்தமும் சித்தர் மெய்யியலும் என்னைத் தம்மில் ஈடுபடுத்தின. நூல் ஒன்று பற்றி நுனி ஏற நினைத்தவன், தடுக்கிவிழுந்து திருமந்திரத்துக்குள் நுழைந்துவிட்டேன். சித்தாந்த மெய்யியல், சித்தர் மெய்யுணர்வு என்னும் இரண்டு முரண்பட்ட களங்களுக்கும் இடம் தந்து அறிவு வளர்த்தது அது.

திருமந்திரம் ஒரு வில்லங்கமான நூல். அதன் வகுப்பு முறையிலேயே வில்லங்கம் தொடங்கிவிடுகிறது. சைவநூல்கள் தோத்திரங்கள், சாத்திரங்கள் என்று வகுக்கப்பட்டிருக்கின்றன. தோத்திரங்கள் திருமுறைகளாகிய பன்னிரண்டு; சாத்திரங்கள் மெய்கண்ட நூல்களாகிய பதினான்கு. தோத்திரங்கள் இறைமையைப் போற்றிப் பாடுபவை; சாத்திரங்கள் இறைமைக்குக் கட்டம் கட்டி இலக்கணம் சொல்பவை. தோத்திரங்கள் வழிபாட்டு நூல்கள்; சாத்திரங்கள் மெய்யியல் நூல்கள். திருமந்திரம் இரண்டும். உள்ளீட்டால் சாத்திரம் என்று சொல்லத்தக்கது என்றாலும் வகுப்புமுறையால் பத்தாம் திருமுறையாகிய தோத்திரம். இது திருமந்திரத்துக்குப் புறத்தே நிகழ்ந்த வில்லங்கம் என்றால் அகத்தே நிகழும் வில்லங்கங்களும் சில உண்டு.

திருமந்திரம் ஒரு பக்கம் பணிவு பேசும்; மறுபக்கம் துணிவு பேசும். ஒரு பக்கம் உயிர் நிலைமையும் உடல் நிலையாமையும் பேசும்; மறுபக்கம் உடலின் துணை இன்றி உயிர் நிலையாமை பேசும். ஒரு பக்கம் 'வான்' என்னும்; மறுபக்கம் 'தான்' என்னும். சித்தாந்தம் பேசும்; சித்தர் நெறி பேசும்; வேதாந்தமும் பேசுவதாக மாயையினால் மயக்கும். ஒரு பக்கம் தமிழ் முழக்கம் செய்யும்; மறுபக்கம் வடமொழி முகம் சிணுங்காமல் பார்த்துக்கொள்ளும்.

ஆகமத்தைப் போற்றும்; வேதத்தையும் ஏற்கும். ஓகத்தை முன்வைக்கும்; ஆயினும் அறிவே இறுதி என்னும். அறிவைத் தேடித் தொடங்குகையில் அன்புணர்ச்சி இல்லாமல், அருள் கனிந்து நில்லாமல், அறிவிருந்து என்ன பயன் என்று குறள் கருத்தைப் பரப்ப வரும். திருமந்திரத்தில் முறைப்பாடும் உண்டு; முரண்பாடும் உண்டு.

எல்லாவற்றையும் வகுத்துக்கொண்டும் வரையறுத்துக் கொண்டும் எழுதப்படும் ஒரு மெய்யியல் நூல் முரண்களுக்கு இடம் கொடுக்குமா? என்றால், விடை சொல்வதைக் காட்டிலும் விடுதலை சொல்வதே திருமந்திர நோக்கம். விடுதலை சொல்லியே 'உயிர் வளர்க்கும் திருமந்திரம்'. அதைக் கருதுவனவே இத்தொகுப்பின் கட்டுரைகள்.

'இந்து தமிழ் திசை' நாளேட்டின் வியாழன் இணைப்பான 'ஆனந்த ஜோதி'யில் இவை இதே தலைப்பில் தொடராக வெளிவந்தன. எழுதப்பட்டவற்றில் முதல் ஐம்பது கட்டுரைகள் மட்டும் தொகுக்கப்பட்டு இதன்வழி நூலாகின்றன. இத்தொடரை எழுத என்னை இழுத்துவிட்டவர் நண்பர் செல்வ.புவியரசன். எழுத வைத்து அழுத்திக்கொண்டவர் இணைப்பின் பொறுப்பாளர் ஷங்கர்ராமசுப்ரமணியன். 'தலைப்படும் மறைப்பொருள்' என்று நான் வைத்திருந்த கரட்டுத் தலைப்பை மாற்றி, 'உயிர் வளர்க்கும் திருமந்திரம்' என்னும் ஆற்றொழுக்குத் தலைப்பிட்டவரும் அவர். இருவரையும் நினைத்துக்கொள்கிறேன்.

ஐய மாக்கடல் ஆழ்ந்த உயிர்க்குஎலாம்
கையில் ஆமல கம்எனக் காட்டுவான்
மையல் தீர்திரு மந்திரம் செப்பிய
செய்ய பொன்திரு மூலனைச் சிந்திப்பாம்.

(பதிபசுபாச விளக்கம்)

ஐயம்கொண்டு தவிக்கிற உயிர்களுக்கு எல்லாம் உள்ளங்கை நெல்லிக்கனிபோல உண்மையைக் காட்டி மயக்கம் தீர்க்கவே திருமந்திரம் செய்தான் திருமூலன். அவன் தாள் வாழ்க.

- கரு.ஆறுமுகத்தமிழன்

உள்ளே...

1. யாக்கையில் தொடங்கிக் காக்கைவரை... 11
2. தலைப்படும் மறைபொருள் 14
3. மயக்கம் தீர்க்கும் திருமூலன் 18
4. அறிவு ஒன்று அநாதியே 22
5. பற்றது பற்றில் பரமனைப் பற்றுமின் 27
6. ஆசை விடவிட ஆனந்தம் 31
7. சோதியே சுடரே சூழ்ஒளி விளக்கே 35
8. ஆசற்ற சற்குரு யார்? 38
9. அறத்தின் வாசனை உலவும் பொன்னுலகம் 42
10. எத்துணை கொள்கின்றீர் பித்து உலகீரே? 46
11. கல்லாத அரசனும் காலனும் ஒன்றே 50
12. ஓதி உணர்ந்தவர் ஓங்கி நின்றாரே 53
13. தன்னை அறிந்து இன்பமுற வெண்ணிலாவே 57
14. அற்புதக் கூத்தனை யார் அறிவாரோ? 61
15. குருவாய் வருவாய் அருள்வாய் 66
16. அன்பே சிவமாய் அமர்ந்து இருந்தாரே 71

17.	அகத்துள் திரும்புதல்தான் தவம்	75
18.	தள்ளுவன தள்ளி பின் அமைக	79
19.	எதிர்நிலை எடுத்த திருமூலர்	83
20.	நம் செயலென எதுவும் உண்டா?	87
21.	ஊழின் கைப்பிள்ளைகளா நாம்?	91
22.	அவை நல்ல நல்ல அடியார் அவர்க்கு மிகவே	95
23.	திரள்வினைக்குத் தெய்வம் பொறுப்பு	99
24.	எவ்வினையை இறைவன் ஒழிப்பான்	103
25.	ஊழ் வலியது ஆனாலும் முயல்க	107
26.	கடலுக்கும் வானுக்கும் நடுவிலேயே பற	111
27.	மதமும் மதுவும் ஒன்று	115
28.	ஒன்று அது பேரூர்	119
29.	சுத்த சிவன் எங்கும் தோய்வுற்று நிற்கிறான்	123
30.	தித்திப்பு என்கிறார் திருமூலர்	126
31.	எல்லோர்க்கும் ஒரே குரல்	130
32.	மலை, மரம், உடம்பு	134

உள்ளே...

33.	ஊர் புகுவோர் ஊர் புகுக	138
34.	கடவுள் கோப்பையாகவே இருக்கிறார்	141
35.	ஏல நினைப்பவருக்கு இன்பம் செய்தானே	145
36.	உள்ளமும் உயிரும் ஒன்றானால்	149
37.	காண்பது சக்தி இந்தக் காட்சி நித்தியம்	153
38.	மண்ணில் நல்ல வண்ணம் வாழலாம்	157
39.	மங்கையோடு இருந்தே யோகம் செய்வானை	161
40.	அடியேன் நடுவில் இருவரும்	165
41.	அவளைத் துணை கொள்ளுங்கள்	169
42.	மனத்தில் எழுந்தது மாயக் கண்ணாடி	173
43.	உழவை மறந்தான் உலகத்தில் விழுந்தான்	177
44.	ஞான விளக்கைத் தேடிப்போவோம்	181
45.	உடம்புள்ளே உத்தமன் கோயில் கொண்டான்	185
46.	திருமூலர் காட்டும் கடவுள்	189
47.	தெளிந்தார்க்குச் சீவன் சிவலிங்கம்	193
48.	உள்ளம்தான் அறத்தின் நிகழ்களம்	197
49.	மன்மனத்து உள்ளே மனோலயம்	201
50.	விண்ணரசு அவர்களுக்கு	205

1

யாக்கையில் தொடங்கிக் காக்கைவரை...

உயிர் என்னும் சொல் 'உய்' என்னும் வேரிலிருந்து தோன்றியதாகக் கணக்கு. உய்தல் என்றால் வாழ்தல் என்று பொருள். 'உய், உய்' என்னும் சீழ்க்கை ஒலியோடு மூச்சிழுப்பு நிகழ்கிறது. மூச்சிழுத்தல்தான் ஒருவர் வாழ்ந்திருப்பதற்கான அடையாளம். மூச்சிழுக்கும் செயலுக்கு உயிர்த்தல் என்று பெயர். பெருமூச்சு விடுவதை நெட்டுயிர்த்தல் (நீளமாக உயிர்த்தல்) என்று சொல்வது இப்போது அற்றுப் போய்விட்ட வழக்கு. பிராண வாயு என்று வடமொழி குறிப்பது தமிழில் உயிர் வளி என்று வழங்கப்படும். இந்த அடிப்படையில் பார்க்கும்போது மூச்சிழுத்து வாழ்ந்திருப்பது எதுவோ அது உயிர்.

உய்தல் என்ற சொல்லுக்குக் கடைத்தேறுதல் என்றும் பொருள். கடைத்தேறுதல் என்றால் விடுதலை பெறுதல். இந்த அடிப்படையில் பார்க்கும்போது உய்வடையத்தக்கது எதுவோ, அதாவது விடுதலை பெறத்தக்கது எதுவோ அது உயிர். மூச்சிழுத்து வாழ்தல் என்ற நடைமுறை பற்றி வந்த பெயராக இருந்தாலும் சரி, விடுதலை பெறுதல் என்ற இலக்கு பற்றி வந்த பெயராக இருந்தாலும் சரி, உயிர் என்ற பெயர் உயிருக்குப் பொருத்தமாகவே இருக்கிறது. நல்லது.

இப்போது ஒரு கேள்வி எழும்: உயிர் ஏன் விடுதலை பெற வேண்டும்? ஏனென்றால் அது கட்டி வைக்கப்பட்டிருக்கிறது. எதனால் கட்டி வைக்கப்பட்டிருக்கிறது? உடம்பால் கட்டி வைக்கப்பட்டிருக்கிறது. கட்டுவதால் உடம்புக்கு யாக்கை என்று பெயர்.

'யாக்கை நிலையாமை' திருமந்திரத்தின் ஓர் அதிகாரத் தலைப்பு. அதில் இடம்பெறும் பாடல் இது:

சீக்கை விளைந்தது; செய்வினை மூட்டுஇற்ற;
ஆக்கை பிரிந்தது; அலகு பழுத்தது;
மூக்கினில் கைவைத்து மூடிட்டுக் கொண்டுபோய்க்
காக்கைக் குப்பலி காட்டிய வாறே (திருமந்திரம் 147)

நெஞ்சில் சளி கட்டிக்கொண்டது; உய் உய்யென்ற ஒலியோடு மூக்கின் வழியாகச் சென்று வந்துகொண்டிருந்த சீழ்க்கை ஒலி மூச்சடைப்பின் காரணமாக இப்போது ஆவென்று திறந்து கிடக்கும் வாய் வழியாகச் செல்லத் தொடங்கிவிட்டது. உடம்பு செயல்படுவதற்கு வாட்டமாக இதுவரையிலும்

மடங்கியும் நிமிர்ந்தும் எழுப்பி நிறுத்திய மூட்டுகள் இற்றுப்போய்த் தங்கள் இசிவை இழந்து விறைத்துக்கொண்டன. எலும்புகளோ, சுக்குபோலச் சுருங்கிப்போன வயதான உடம்பின் எளிய சுமையையும் தாங்க முடியாமல் வலுவிழந்து இளகிப் போயின. உயிரை அதுவரையிலும் இறுக்கமாகக் கட்டி வைத்திருந்த உடம்பின் கட்டுமானம், தளர்ந்து கட்டுவிட்டுப் போயிற்று. அதுவரையிலும் விளைந்து கொண்டிருந்த சீழ்க்கை ஒலி இப்போது விளையாமல் போனதைப்பற்றிச் சுற்றி நின்றவர்கள் ஐயம் கொண்டார்கள்; கிடப்பில் கிடந்தவரின் மூக்கில் கைவைத்துப் பார்த்தார்கள்; ஐயம் தெளிந்தார்கள்; முடிந்தது கதை என்று முட்டாக்குப் போட்டு மூடினார்கள். காட்டுக்குக் கொண்டுபோய்ச் சுட்டார்கள் அல்லது இட்டார்கள். நீத்தார் கடன் என்று காக்கைக்குப் பிண்டம் வைத்துக் கணக்கை முடித்தார்கள். காக்கைக்கே (காப்பதற்கே) வந்தேன் என்றானாம் ஒருவன். ஆமாம், நீ காக்கைக்கே (காக்கைக்குப் பிண்டம் செலுத்தும்பொருட்டும் காக்கையால் கொத்தித் தின்னப்படும் பொருட்டுமே) வந்தாய் என்றானாம் மற்றொருவன். யாக்கையில் தொடங்கிக் காக்கையில் முடிகிறது எல்லாம்.

அஞ்சாமல் கூடுவிட்டு வா

உயிரைத் தனக்குள் யாத்துக்கொள்வதால் உடம்புக்குப் பெயர் யாக்கை என்றால், உயிரைத் தனக்குள் குடி இருத்திக் கொள்வதனால் உடம்புக்குக் கூடு என்றும் குடம்பை என்றும் பெயர்.

குடம்பை தனித்துஒழியப் புள்பறந் தற்றே
உடம்போடு உயிரிடை நட்பு (குறள் 338)

- என்பது வள்ளுவம். உடம்புக்கும் உயிருக்கும் இடையில் இருக்கிற தொடர்பு முட்டை ஓட்டுக்கும் அதன் உள்ளிருக்கும் பறவைக் குஞ்சுக்கும் இடையிலான தொடர்பைப் போன்றது. ஓடு பறவையை அடைத்து வைத்திருக்கிறது. பக்குவம் பெற்ற நாளில் ஓட்டுக் கூட்டை உடைத்துக்கொண்டு பறவைக் குஞ்சு வெளியேறுகிறது.

“ஓட்டோடு கொண்டிருக்கும் பழக்கக் கதகதப்பு காரணமாக ஓட்டை உடைத்துப் போக மனமில்லாமல் ஒருவேளை என் ஆவி மறுகினாலும் மறுகும். அப்போது என் ஆத்தாள் அபிராமி! என் முன் வந்து, ‘உனக்கு நான் புகல்! அஞ்சாமல் கூடு விட்டு வா!’ என்று உன் வளைக்கை அமைத்து எனக்கு அருளி, என்னை விடுவி!” என்று அபிராமியை வேண்டுகிறார் அபிராமி பட்டர். அடைத்துக் கட்டுவதற்குப் பயன்படுவதால் உடம்பைப் பை என்று சொல்வது சித்தர் வழக்கம்.

காயப்பை ஒன்று; சரக்குப் பலஉள;
மாயப்பை ஒன்றுஉண்டு; மற்றுமோர் பைஉண்டு;
காயப்பைக்கு உள்நின்ற கள்வன் புறப்பட்டால்
மாயப்பை மண்ணா மயங்கிய வாறே (திருமந்திரம் 2122)

பலசரக்குக் கடையில் பலசரக்கு வாங்கிப் பையில் இட்டுக்கொண்டு வருகிறோம். வீட்டுக்கு வந்ததும் பையை அவிழ்த்துச் சரக்கைப் பிரிக்கிறோம்; பயன் கொள்கிறோம். ஆனால் நம்மில் ஒவ்வொருவரிடமும் காயப்பை என்று ஒரு பை இருக்கிறது. அதனுள் பலசரக்கும் இருக்கிறது. அந்தப் பையை நாம் பிரித்ததும் இல்லை; உள்ளிருக்கும் பலசரக்கைப் பயன்கொண்டதும் இல்லை. காயப்பை நம்மைப் பொறுத்தவரை உள்ளீடு ஒன்றுமில்லாத மாயப் பை. காயப் பைக்குள் இருப்பதையே அறியாதவர்களே! காயப் பை என்கிற மாயப் பைக்குள் மற்றுமொரு பை இருப்பதை அறிவீர்களா? அதனுள் ஒளிந்திருப்பது என்ன என்று ஏதேனும் குறிப்பு உண்டா உங்களுக்கு? ஐயன்மீர்! ஒருவேளை நீங்கள் இவ்வளவு காலம் தேடித் திரிந்தது அதுவாகவும் இருக்கலாம். பையிருப்பு என்ன என்பது பையைப் பிரித்துப் பார்த்தால்தானே தெரியும்? பிரித்துப் பார்ப்பதற்குள் காயப்பைக்குள் நின்ற கள்வன் போகும் காலம் வந்தது என்று புறப்பட்டுவிட்டால் என் செய்வீர்கள்? மாயப் பை என்று நினைத்தது பயன்கொள்ளப்படாமலே மண்ணாகிப் போகும். அறியும் வழி தெரியாமல் மயங்கி இருந்ததுதான் மிச்சம் என்றாகும்.

இது யார் வேலை?

மானுட வாழ்வு என்ன வாழ்வு என்றால், கட்டுமானத்துக்குள் சிக்குவதற்கும் கட்டவிழ்ந்து வெளியேறுவதற்கும் இடைப்பட்ட வாழ்வே மானுட வாழ்வு என்க. எனில் ஓர் உயிரைக் கட்டுமானத்துக்குள் பற்றுவிப்பதும் கட்டவிழ்த்து அதை முற்றுவிப்பதும் யார் வேலை?

உடல் என்னும் கட்டுமானத்துக்குள் உயிரைச் சிக்க வைக்கிறவன் இறைவன். கட்டுமானத்துக்குள் சிக்கிச் சீரழிந்து, தடுமாறி, இறுதியில் அறிவன அறிந்து, தன் சீர் உணர்ந்து, பக்குவம் பெற்று வரும்போது, உயிரின் கட்டவிழ்த்து அதை முற்றுவிக்கிறவனும் இறைவன். உய்வு தேடி அலையும் உயிருக்கு உணர்த்த வேண்டியவற்றை உணர்த்தி அதை உய்யக் கொண்டான் இறைவன். 'வடசொல் மட்டுமே அவனை உணர்த்தும் என்பார் அறிக:

தமிழ்ச் சொல்லும் அவனை உணர்த்தும்; உணர்க என்கிறார் திருமூலர். உணர்த்தவே திருமந்திரம் செய்தார்.

என்னை நன்றாக இறைவன் படைத்தனன்

தன்னை நன்றாக தமிழ் சேய்யுமாறே!

என்று பட்டயமும் கட்டிக்கொண்டார். திருமூலரின் தமிழ்ச் செய்கை தொடர்ந்து காண்போம்!

2

தலைப்படும் மறைபொருள்

அதென்ன தலைப்படும் மறைபொருள்? புலனாகும் பொருள், புலனாகாப் பொருள் என்று பொருள் (substance) இரண்டு தன்மை உடையது. மெய், வாய், கண், மூக்கு, செவி என்னும் ஐம்புலன்களில் ஏதோ ஒன்றின் வரம்பில் சிக்கிக் காட்சிப்படும் பருப்பொருள் புலனாகும் பொருள். ஐம்புலன் வரம்புக்கு அப்பாற்பட்டு, காட்சிக்கு அப்பால் மறைந்து நிற்கும் அருப்பொருள் புலனாகாப் பொருள். இந்தப் புலனாகாப் பொருள்தான் மறைபொருள் என்று வழங்கப்படுகிறது.

பார்த்த பொருளை இன்னதென்று வரையறை செய்துவிடலாம். ஆனால் பார்க்காத பொருளை, புலன்களுக்கும் புலன்கள்வழி வந்த அறிவுக்கும் அப்பால் நிற்கிற பொருளை, இன்னதென்று எப்படிச் சொல்வது? பெயரும் இல்லை, உருவமும் இல்லை என்று மொட்டையாக நிற்கிற ஒன்றுக்கு என்ன பெயர் வேண்டுமானாலும் சொல்லிக்கொள்ளலாம்; எத்தகைய உருவம் வேண்டுமானாலும் கற்பித்துக் கொள்ளலாந்தானே?

ஒருநாமம் ஓர்உருவம் ஒன்றும்இல்லாற்கு ஆயிரம்
திருநாமம் பாடிநாம் தெள்ளேணம் கொட்டாமோ

(திருவாசகம், திருத்தெள்ளேணம், 1)

- என்று அவ்வாறு கற்பித்துக் கொள்வதற்கு உரிமமும் வழங்கிவிடுகிறார் மாணிக்கவாசகர். அது, தான் ஆகலாம்; தனது ஆகலாம்; தான்-நான் என்று வேறுபாடு காட்டாத அந்தரம் ஆகலாம். அது அப்பால். அதற்கும் அப்பால். அப்பாலுக்கும் அப்பால். அதைத் தேவே என்று சொன்னாலுந்தான் என்ன பிழை? சொல்கிறார் வள்ளலார்.

...தானாகித் தனதாகித் தான்-நான் காட்டா
அந்தரமாய், அப்பாலாய், அதற்குஅப் பாலாய்,
அப்பாலுக்கு அப்பாலாய் அமர்ந்த தேவே.

(திருவருட்பா, முதல் திருமுறை, மகாதேவமாலை, 21)

சிலர் கடவுள் என்றும் இறைவன் என்றும்கூட அதனைச் சொல்கிறார்கள். இன்னதென்று அறிந்திராத ஒன்றை என்ன பெயரிட்டு அழைப்பது என்கிற மயக்கம் ஒரு பக்கம் இருக்கட்டும். பெயரில் என்ன இருக்கிறது? ஆனால் அதைப் பற்றிக்கொண்டால் பிழைக்கலாம், கடைத்தேறலாம் என்றெல்லாம் வேறு சொல்கிறார்களே? எனில், அது இருக்கிறதா இல்லையா? இருக்கிறதென்றால் என்ன தன்மையில் இருக்கிறது? என்ன செய்துகொண்டிருக்கிறது? அதன் இருப்புக்கு என்ன நோக்கம்? யார் கண்டார்கள்? இந்தக் கேள்விகளுக்கெல்லாம் என்ன பதில் சொல்வது? கண்டவர் விண்டிலர்; விண்டவர் கண்டிலர்!

...இன்றே என்னின் இன்றே ஆம்;

உளதுஎன்று உரைக்கின் உளதே ஆம்;

நன்றே நம்பி குடி வாழ்க்கை!

நமக்கிங்கு என்னோ பிழைப்பம்மா!

(கம்ப இராமாயணம், யுத்தகாண்டம், கடவுள் வாழ்த்து)

- என்கிறான் கம்பன். இல்லை என்றால் இல்லை; இருக்கிறது என்றால் இருக்கிறது. நாம் நம்புகிற ஒன்றின் நிலைமை இதுதான் என்றால், அதைப் பற்றிக்கொண்டு எவ்வாறு நாம் உய்வடைந்து பிழைக்க?

பார்க்கத் தவறிவிட்ட நுண்மை

இதுவரையிலும் அறிந்திராத மறைபொருள் என்றாலும் தேட்டத்தை நாம் விட்டுவிடுவதில்லை. தெரியாதவற்றைத் தேடுவதுதான் அறிவு. இன்னதென்று தெரியாத மறைபொருளை என்னவென்று தெரிந்துகொள்வது? தெரிந்து கொள்வதற்குப் புலன்கள் பயன்படாதென்றால் வேறு எதன் வழியாகத் தெளிந்துகொள்வது? தேடிக்கொண்டே இருக்கிறோம். மறைபொருளைத் தலைப்படுதல் என்பது இதுதான்.

பார்க்காத பொருள் மட்டுந்தான் மறைபொருள் என்றில்லை; நாளும் நாள் பார்த்துப் பழகிய பொருள்களிலும்கூட நாம் இதுவரை பார்க்கத் தவறிவிட்ட நுண்மை இருக்கிறது. வெளிப்படப் புலனாகும் பகுதி மட்டுமே ஒன்றைப் பொருள் ஆக்காது; அந்த ஒன்றுக்குள் வெளிப்படாமல் மறைந்திருக்கும் பக்கமும் சேர்ந்துதான் அதனைப் பொருள் ஆக்கும். மாமல்லபுரத்திலிருக்கும் வெண்ணெய் உருண்டைப் பாறை என்பது பாறையின் வெளிப்பட்டுத் தெரியும் உருண்டைப் பகுதி மட்டுமல்ல; வெளிப்படாமல், இன்னும் யாராலும் புரட்டிப் பார்க்கப்படாமல் இருக்கும் அதன் அடிப்பகுதியும்தான்; குடைந்து பார்க்கப்படாமல் இருக்கும் அதன் உட்பகுதியும்தான். எந்த ஒன்றையும் உள்ளும் புறமுமாக முற்றாகப் பார்க்காமல் 'பார்த்துவிட்டேன், நான் அறிவேன்' என்று குதிப்பது அறியாமை.

உண்மை என்பது உளதாகும் தன்மை. உள்ளவற்றை உள்ளவாறு அறிதலே உண்மையை அறிதல். பார்த்தவை மட்டுமே உண்மை; பார்க்காதவை எல்லாம் பொய் என்று போதிய விசாரணையின்றி மட்டையடியாகச் சொல்லிவிட முடியாது; பார்த்தவற்றில் சில பொய்யாகவும் இருக்கலாம்; பார்க்காதவற்றில் சில உண்மையாகவும் இருக்கலாம். திருமூலர் திருமந்திரம் இவ்வாறான உண்மைகளை விளக்கி அறிக்கை இட முயல்கிறது.

ஞேயத்தை ஞானத்தை ஞாதுரு வத்தினை
மாயத்தை மாமாயை தன்னில் வரும்பரை
ஆயத்தை அச்சிவன் தன்னை அகோசர
வீயத்தை முற்றும் விளக்கிஇட் டேனே. (திருமந்திரம் 90)

ஓர் அறிதல் செயல்பாட்டில் மூன்று கூறுகள் தொடர்புடையன: அறியப்படும் பொருள், அறிதல் என்னும் செயலின் விளைவாக வருகிற அறிவு, அறிகிறவன் ஆகியன. வடமொழியில் இவை மூன்றையும் முறையே ஞேயம், ஞானம், ஞாதுரு என்பார்கள். அறியப்படும் பொருளாக அமைவன எவை என்று பார்த்தால், மூலச் சடப்பொருளாகிய மாயை, அந்த மூலச் சடப்பொருளிலிருந்து பல்வேறு சில்லுண்டிப் பொருள்களாக

விரிந்து உருவாகி இருக்கிற இந்த உலகம், இந்தப் பொருட்கூட்டத்தை இயக்கும் சக்திக்கூட்டம், இவற்றுக்கெல்லாம் மேலாகப் பரம்பொருளாக, அப்பாலைப் பொருளாக நிற்கிற செம்பொருட் சிவம் ஆகியவை. இவை எல்லாவற்றையும் முற்றாக விளக்கி இடவே முயன்றேன் என்று திருமூலர் வாக்குமூலம் அளிக்கிறார்.

தன்னுள்ளே நின்று தான்

இவற்றில் மூலச் சடப்பொருளை, அதிலிருந்து முளைத்தெழுந்த பல்வேறு சில்லுண்டிப் பொருள்களை, நுண்மையாய் நின்று இவற்றையெல்லாம் இயக்கும் சத்திக் கூட்டத்தையும்கூட அறிந்து கொண்டுவிடலாம். ஆனால் அப்பாலைப் பொருளாய், மறைபொருளாய், செம்பொருளாய் நிற்கிற ஒன்றை அறிவது எப்படி என்ற திகைப்பு உருவாகுந்தான்.

தன்னுள்ளே உலகங்கள் எவையும் தந்துஅவை
தன்னுளே நின்று தான் அவற்றுளே தங்குவான்;
பின் இலன்; முன் இலன்; ஒருவன்; பேர்கிலன்;
தொல் நிலை ஒருவரால் துணியற் பாலதோ?

(கம்ப இராமாயணம், இரணியன் வதை; 59)

உலகங்கள் எல்லாவற்றையும் தந்தவன் அவன்; உலகங்கள் அவனுக்குள் தங்கியிருக்கின்றன; அவன் அவ்வுலகங்களுக்குள் தங்கியிருக்கிறான். அவனுக்கு முன்னும் பின்னும் யாருமில்லை. அவன் ஒருவன். எப்போதும் நிலை பெயராதவன். அவனுடைய தொன்மை நம்மால் அறியத்தக்கதா? என்று அந்த அப்பாலைப் பொருளை அறிகிற முயற்சியையே கைவிட்டு நம்பத் தலைப்பட்டுவிடுகிற பக்தி நெறியைப்போல அல்லாமல், அறிதல் முயற்சியை ஊக்குவிக்கிறார் திருமூலர்.

செல்லும் அளவும் செலுத்துமின் சிந்தையை;
வல்ல பரிசால் உரைமின்கள் வாய்மையை;
இல்லை எனினும் பெரிதுஉளன் எம்இறை;
நல்ல அரன்நெறி நாடுமின் நீரே. (திருமந்திரம் 2103)

அறியுங்கள். எவ்வளவு தொலைவுக்கு உங்கள் அறிவு செல்லுமோ செலுத்துங்கள். எட்டிய தொலைவு என்ன, உங்களுக்குக் கிட்டிய பொருள் என்ன என்பதை மெய்யாகவே விளக்குங்கள். மறைபொருள் என்று ஒன்று இல்லை என்னும் முடிவுக்கு நீங்கள் வந்தாலும், மறைபொருள் பெரிதும் உண்டு. அதை அறியமுடியாமல் போவதற்குக் காரணம், அதனுடைய இன்மை அன்று; அறியும் முயற்சியின் போதாமை. அறியும் முயற்சியைப் போதுமானதாக ஆக்கிக் கொள்வதற்குப் பொருத்தமான நெறியை நாடுங்கள் என்று முன்னுரைத்துக்கொண்டு நெறி சொல்கிறார் திருமூலர்.

3

மயக்கம் தீர்க்கும் திருமூலன்

பலருக்கும் தேவாரம், திருவாசகம் தெரிந்திருக்கும் அளவிற்குத் திருமந்திரம் தெரிந்திருக்கும் என்பதற்கில்லை. சைவ வட்டாரம் அறிந்திருக்கலாமே ஒழிய, பொதுநிலையில் திருமந்திரம் பரவலாக அறியப்பட்ட நூல் என்று சொல்ல முடியாது. சைவ மரபுமேகூடத் தேவாரம், திருவாசகம், பெரிய புராணத்தைப் போற்றிய அளவிற்குத் திருமந்திரத்தைப் போற்றிற்று என்று சொல்லத் தயக்கமாகவே உள்ளது. நல்லது. என்ன வகையான நூல் இந்தத் திருமந்திரம்?

சைவத் திருமுறை நூல்கள் பன்னிரண்டில், முதல் ஏழு திருமுறைகள் மூவர் தேவாரங்களாக, எட்டாம் திருமுறை மாணிக்கவாசகர் திருவாசகமும் திருக்கோவையாருமாக, ஒன்பதாம் திருமுறை ஒன்பதுபேர் பாடிய திருவிசைப்பாவும் திருப்பல்லாண்டுமாக, பத்தாம் திருமுறையாக வருகிறது திருமூலர் எழுதிய திருமந்திரம். பதினோராம் திருமுறை பன்னிரண்டு பேர் தனித்தனியாகப் பாடிய, திருமுருகாற்றுப்படையை உள்ளிட்ட சிற்றிலக்கிய வகை நூல்களின் தொகுப்பாக, பன்னிரண்டாம் திருமுறை திருத்தொண்டர் புராணம் என்னும் பெரிய புராணமாகப் பன்னிரு திருமுறை வைப்பு நிறைகிறது.

பத்தாம் திருமுறையாகிய திருமூலர் திருமந்திரம் மூவாயிரம் பாடல்களைக் கொண்டது. திருமந்திரத்தை அறியாதவர்களும்கூடத் திருமந்திரப் பாடல் வரிகள் சிலவற்றை அறிந்திருப்பார்கள். அவற்றில் சில:

‘ஒன்றே குலமும் ஒருவனே தேவன்,’ ‘அன்பே சிவம்,’ ‘நான் பெற்ற இன்பம் பெறுக இவ்வையகம்,’ ‘என்னை நன்றாக இறைவன் படைத்தனன் தன்னை நன்றாகத் தமிழ் செய்யுமாறே,’ ‘உள்ளம் பெருங்கோயில் ஊன் உடம்பு ஆலயம்,’ ‘உடம்பார் அழியில் உயிரார் அழிவர்,’ ‘உடம்பை வளர்த்தேன் உயிர் வளர்த்தேனே’.

கலக உள்ளடக்கம்

இந்த வரிகளில் ஒரு கலக முழக்கம் உள்ளொடுங்கியிருப்பதைக் காண்க. குலங்களும் கடவுளரும் தர வரிசைப்படுத்தப்பட்ட நிலையில் அவற்றை ஒன்றாக்கியதும், இறைவனுக்கு வடிவங்கள் வழங்கிப் பூசித்து வரும் நிலையில் பூசிக்க வகையற்ற அன்பு என்னும் உள்ளத்துணர்வைக் கடவுளாக்கியதும், வரிசை முறை பார்த்தும் வாங்குகிறவர்களின் கை பார்த்துமே வழங்கி வந்த நிலையில் வரிசைமுறை பாராமல் வையத்தில் உள்ளோர் எல்லாம் வந்து வாங்கிக் கொள்க என்று கடை திறந்ததும், என்னை நன்றாகப் படைத்த இறைவன் தன்னை நன்றாகப் படைப்பதற்குத் தமிழையே தேர்ந்துகொண்டான் என்று தமிழை நிறுத்தியதும், உடம்பும் பொய், உடம்பு வாழும் உலகமும் பொய் என்று வழங்கப்பட்ட நிலையில் உடம்பை உண்மை என்றதும், உடம்பு உயிரை வளர்க்கும் கருவி என்றதும் நிறுவப்பட்ட மரபுக்கு மாற்றுச் சொல்லும் முயற்சி அல்லவா?

திருமூலர் என்கிற ஆன்மிக அடியாரின் இந்த வரிகளை மக்கள் நாவில் புழங்கும் வரிகளாகப் பரப்பியவர்கள், மரபை மறுதலித்த சுயமரியாதை இயக்கத்தினரும் அவர்களைப் போன்ற பிறரும் என்பது இந்த வரிகளில் இருக்கும் கலக உள்ளடக்கத்துக்குச் சாட்சி அல்லவா? மரபார்ந்த சைவம் திருமந்திரத்தை ஒரு திருமுறையாக அங்கீகரித்தாலும் பெரிதாகக் கொண்டாடாமல் விட்டதற்கும், திருமந்திரத்தை மெல்லவும் முடியாமல்

விழுங்கவும் முடியாமல் தவித்ததற்கும் இவை போதுமான ஆதாரங்கள் அல்லவா?

அப்படியென்றால் திருமந்திரம் எதைப் பேசுகிறது? திருமூலர் வழங்கும் நெறி என்ன? குறிப்பிட்ட நெறி ஒன்றுக்கு உடன்பட்டு அதன் வழியாக உயிரை ஒழுங்குபடுத்திச் செலுத்துவதா? அல்லது நிறுவப்பட்டுவிட்டவற்றுக்கு எதிராகக் கலகத்தைத் தூண்டுவதா? எது திருமூலரின் மையக் கருதுகோள்?

பக்தி நூல் அல்ல

இறைவனுக்குப் போற்றி பாடுகிற பக்திப் பனுவல்களோடு சேர்த்து வகைப்படுத்தப்பட்டிருந்தாலும் திருமந்திரம் பக்திப் பனுவல் அல்ல. அது மெய்யியல் நூல். உண்மையை அறிவதும் அடைவதும் எப்படி என்பதுதான் திருமந்திரம் கருதும் கேள்வி. உண்மையைக் குறிப்பிட்ட நெறி ஒன்றின் வழியாக அறியலாம், அடையலாம் என்றால், மெத்தச் சரி. திருமூலருக்கு மறுப்பேதும் இல்லை.

பாதை இருக்கிறது; பாதைக்குப் பக்கவாட்டிலோ சில்லென்று பூத்த சிறுநெருஞ்சில் காடு இருக்கிறது. பாதை பிறழாமல் நடப்பீர்கள் என்றால் பாதங்களில், நெருஞ்சில் முள் பாயாது. பாதை பிறழ்ந்தால் பாயும். எனவே பாதை பிறழாது நடவுங்கள்.

நெறியைப் படைத்தான்; நெருஞ்சில் படைத்தான்!
நெறியில் வழுவின் நெருஞ்சில் முள்பாயும்!
நெறியில் வழுவாது இயங்கவல் லார்க்கு
நெறியில் நெருஞ்சில்முள் பாயகி லாவே! (திருமந்திரம் 1617)

'இதுதான் பாதை, இதுதான் பயணம்' என்று கொள்கை வகுத்துக்கொண்ட பின்னால் பாதை மாறக் கூடாது. மாறினால் நம்பிக்கை இல்லாத் தீர்மானம் பாயுந்தானே?

சரி. இதுவரையில் பாதைக்குத் தொந்தரவில்லாமல் பக்கவாட்டில் பூத்துக் கிடந்த நெருஞ்சில் முள் இப்போது பாதையிலேயே படரத் தொடங்கிவிட்டது என்றாலோ, பாதையைப் பயன்படுத்தவே முடியாதபடி முற்றாக விழுங்கிவிட்டது என்றாலோ, ஒன்று முள்ளை வெட்டிப் போட்டுப் பாதையைப் பண்படுத்த வேண்டும்; அல்லது இதுவரை பயணித்து வந்த பாதை பண்படாப் பாதை, இனிப் பயன்படாப் பாதை என்று பாதையைக் கைவிட்டுவிட வேண்டும். புத்தியுள்ளவர்கள் செய்யக்கூடியன இவைதாமே?

அவற்றையே செய்கிறார் திருமூலர். அப்படியான முன்னெடுப்போடு சொல்லப்பட்டவைதாம் முன்னர் சொன்ன கலக வரிகள். திருமூலர் தன்னியல்பில் உடன்பாட்டாளர்; உடன்பட வாய்ப்பில்லை என்றால் கொஞ்சமும் தயங்காத மறுதலிப்பாளர்.

திருமூலரின் உடன்பாட்டைக் கவனியுங்கள்:

ஒன்றுஅவன் தானே; இரண்டுஅவன் இன்னருள்;
நின்றனன் மூன்றினுள்; நான்கு உணர்ந் தான்; ஐந்து
வென்றனன்; ஆறு விரிந்தனன்; ஏழுஉம்பர்ச்சென்றனன்;
தான்இருந் தான் உணர்ந்து எட்டே. (திருமந்திரம் 1)

அவன் ஒன்று. அவனோடு பிரிப்பற நிற்கும் சத்தியாகிய அவனது அருள் தனிக் கணக்கென்றால் இரண்டு. படைத்தல், காத்தல், அழித்தல் என்று அவன் நிற்கும் நிலை மூன்று; அறம், பொருள், இன்பம், வீடு என்று அவன் உணர்த்துவன நான்கு; புலன்கள் ஐந்தையும் வென்றவன்; மந்திரமாக, பதமாக, வன்னமாக, புவனமாக, தத்துவமாக, கலையாக என்று ஆறாகவும் விரிந்து நின்றவன்; பிரமவுலகம், விட்டுணுவுலகம், உருத்திரவுலகம், மகேசுரவுலகம், சதாசிவவுலகம், சத்தியுலகம், சிவவுலகம் என்று ஏழு உலகங்களையும் தாண்டி அப்பாலே சென்றவன்; அவனை உணர்ந்து எட்டு(க) என்று திருமூலர் இறைவனை 'எண்ணிப்' பாடுகிறார்.

'திருவிளையாடல்' திரைப்படத்தின் 'ஒன்றானவன், உருவில் இரண்டானவன், உருவான செந்தமிழில் மூன்றானவன், நன்றான வேதத்தில் நான்கானவன், நமச்சிவாய என ஐந்தானவன், இன்பச் சுவைகளுக்குள் ஆறானவன், இன்னிசைச் சுரங்களில் ஏழானவன், சித்திக்கும் பொருள்களில் எட்டானவன்' என்னும் கண்ணதாசன் பாடலை திருமந்திரத்தின் இந்த முதற் பாடலுடன் ஒப்பிட்டுக்கொள்வார் ஒப்பிட்டுக் கொள்க.

எனவே, திருமூலர் முற்றாக மரபை மறுத்தவர் அல்லர். கலகத்தையே நெறியாகக் கொண்டவரும் அல்லர். மரபார்ந்த நெறிகளையே முன்வைக்க விரும்புகிறவர் அவர். அவற்றில் செல்ல முடிந்தவர்கள் செல்க. அதுவே நல்லது. ஏனெனில் மரபார்ந்த நெறிகள் ராசபாட்டைகள். நீங்கள் அடைய விரும்புகிற பதவிகளுக்கு அவை உங்களை இட்டுச் செல்லும். என்றாலும் நெறிகள் உங்களை அடிமைப்படுத்தும் பொறிகள் ஆகுமானால், நெறிகளை விட்டு நீங்குக. உங்கள் உள்ளத்தின்வழிச் செல்க என்று ஆபத்துக் கால ஒற்றையடிப் பாதை ஒன்றையும் காட்டி வைக்கிறார்.

ஐய மாக்கடல் ஆழ்ந்த உயிர்க்கெலாம்
கையில் ஆமல கம்எனக் காட்டுவான்
மையல் தீர்திரு மந்திரம் செப்பிய
செய்ய பொற்றிரு மூலனைச் சிந்திப்பாம்

- என்கிறது 'பதி பசு பாச' விளக்கம் என்னும் நூல். சந்தேகக் கடலில் ஆழ்ந்த உயிர்களுக்கு எல்லாம் உள்ளங்கை நெல்லிக்கனிபோல உள்ளது விளக்குவான் — மயக்கத்தைத் தீர்க்கின்ற திருமந்திரத்தைச் செய்த திருமூலன்.

4

அறிவு ஒன்று அநாதியே

'நம்பிரான் திருமூலன் அடியார்க்கும் அடியேன்' என்று திருத்தொண்டத்தொகையில் திருமூலரைச் சிறப்பிக்கிறார் சுந்தரமூர்த்தி நாயனார். யார் இந்தத் திருமூலர்?

தமிழ்ச் சைவப் பக்தி மரபு கருதுகிற அறுபத்துமூன்று நாயன்மார்களுள் ஒருவர். 'பார்க்கும் இடம் எங்கும் நீக்கமற நிறைகின்ற பரிபூரண ஆனந்தமாகிய' இறைவனின் இருப்பிடம் திருக்கயிலை. அங்கே இறைவனின் அருகிருந்து அருள் பெற்று வாழ்ந்திருந்த யோகியார் அவர். கூடுவிட்டுக் கூடு பாய்தல் முதலிய சித்திகள் கைவரப் பெற்றவர். திருக்கயிலாயத்தைவிட்டு நீங்கித் தமிழ் வளர்க்கப் பொதிய மலை சேர்ந்த அகத்தியரின் நண்பர். அகத்தியரைக் காண வேண்டும் என்ற ஆர்வத்தில் வட கயிலை நீங்கித் தென் பொதியை நோக்கிப் பயணம் மேற்கொள்கிறார். இடைப்பட்ட பல்வேறு சிவத்தலங்களில் வழிபட்டவாறே செல்கிறார்.

தில்லைச் சிற்றம்பலத்தில் கூத்தனைக் கண்டு மகிழ்ந்து, திருவாவடுதுறைக்குப் போய் ஆவடு தண் துறை அரனை வணங்கிப் புறப்படும்போது காவிரிக் கரையோரக் காட்டுப்புறத்தில் ஒரு காட்சியைக் காண்கிறார்: மாடு மேய்த்துக்கொண்டிருந்த மூலன் என்னும் இடையன் செத்துக் கிடக்கிறான். அவன் மேய்த்து வந்த மாடுகள் அவன் உடலைச் சுற்றி அழுதுகொண்டு நிற்கின்றன. அழுதுகொண்டிருக்கும் மாடுகளின் துயரைத் தீர்க்க நினைக்கிறார் கயிலை யோகியார். கூடுவிட்டுக் கூடு பாயும் வித்தை அறிந்தவர். தன் உடலை விட்டு செத்துக் கிடக்கும் மூலன் உடலுக்குள் பாய்ந்து திருமூலராக எழுகிறார். மாடுகள் மகிழ்கின்றன. அவற்றை மேய்த்து ஊருக்குள் செலுத்துகிறார்.

மேய்க்கப் போன கணவன் இன்னும் வீடு திரும்பவில்லையே என்று தேடி வருகிறாள் மூலனின் மனைவி. திருமூலர் இருக்குமிடம் தேடி வந்து, 'வீட்டுக்கு வராமல் ஏன் இங்கே இருக்கிறீர்கள்?' என்று அவரைத் தொட்டாள். 'உனக்கும் எனக்கும் தொடர்பில்லை' என்று அவர் விலகினார். அங்கிருந்த பொதுமடம் ஒன்றில் யோகத்தில் அமர்ந்தார். மனைவி ஊர் ஆட்களைத் திரட்டிக்கொண்டு வந்தாள். திருமூலரின் நிலை பார்த்த அவர்கள் 'இவர் முற்றும் உணர்ந்து பற்றறுத்து விட்டவர்' என்று அவளை அழைத்துக்கொண்டு அகன்றனர்.

இடையன் மூலனின் உடலில்

காட்டுப்புறத்தில் தான் விட்டுவந்த கயிலை யோகியின் உடலைத் தேடிப் போனார் திருமூலர். உடலைக் காணவில்லை.

தண்ணிலவார் சடையார், தாம் தந்தஆ கமப் பொருளை
மண்ணின்மிசைத் திருமூலர் வாக்கினால் தமிழ் வகுப்பக்
கண்ணியஅத் திருவருளால் அவ்வுடலைக் கரப்பிக்க,
எண்ணிறைந்த உணர்வுஉடையார், ஈசர்அருள் எனஉணர்ந்தார்.

(பெரிய புராணம், திருமூலதேவ நாயனார் புராணம், 23)

சடை புனைந்து அதில் நிலவணிந்த இறைவன், மெய்ப்பொருளை ஆகமமாக வழங்கியிருந்தான். அதுவரையில் விண்ணுக்கும் விண்மொழிக்கும் மட்டும் உரியதாக இருந்து வந்த ஆகமப் பொருளை, மண்ணுக்கும் மண்மொழியான தமிழுக்கும் திருமூலரைக்கொண்டு எட்டச் செய்ய வேண்டும் என்று திருவுளம் கொண்டான். திருமூலர் தன்னுடைய பழைய உடலுக்குள் பாய்ந்துவிட்டால் அகத்தியரைக் கண்டு குலாவிவிட்டுத் திருக்கயிலை திரும்பிவிடுவார். அப்படித் திரும்பிவிட்டால் ஆகமப் பொருள் மண்ணில் வழங்காமல் போய்விடும். ஆகவே, இறைவன் கயிலை யோகியாரின் உடலை மறைத்துவிட்டான். இது இறைவனின் திருவுளம் என்று தெளிந்த திருமூலர் இடையன் மூலனின் உடலில் திருமூலராகவே தொடர்ந்தார்.

திருவாவடுதுறைக்குச் சென்றார். அங்கே ஓர் அரச மரத்தின் கீழ் சிவயோகத்தில் அமர்ந்தார். 'ஒன்று அவன்தானே' என்று தொடங்கி ஆண்டுக்கு ஒன்றாக மூவாயிரம் பாடல்கள் எழுதித் திருமந்திரமாலை ஆக்கி இறைவனுக்குப் புனைந்தார்; பின் இறைவன் திருவடி அணைந்தார் என்று திருமூலதேவ நாயனார் புராணம் சொல்கிறது.

திருமூலர் குறித்த இன்னொரு கதை

இது இருக்க, அகத்தியர் வைத்திய ரத்தினச் சுருக்கம் 360 என்னும் நூலில் திருமூலரைப் பற்றி வேறொரு கதை வழங்கப்படுகிறது. திருமூலர் ஆகாயவெளியில் வந்துகொண்டிருக்கும்போது ஓர் இளவரசி மணமான மறுநாளே தன் கணவனைப் பறிகொடுத்து,

தச்சன் அடித்த தளம் பெரிய கட்டிலிலே

ஒக்க நெருங்கி ஒரு நாளும் இருக்கலையே;

விதி வந்தால் என்ன கொஞ்சம் விலகி வரலாகாதா?

சாவு வந்தால் என்ன கொஞ்சம் தள்ளி வரலாகாதா?

- என்று கையறு நிலையில் புலம்பிக்கொண்டிருந்தாள். அவளது துயரத்தைக் கண்டு வருந்திய திருமூலர் அவளது துயரத்தைத் தீர்க்க எண்ணித் தன் உடலை ஒளித்துவைத்துவிட்டு இறந்துகிடந்த அவளது கணவனின் உடலில் புகுந்து எழ, அனைவரும் மகிழ, கணவனும் மனைவியுமாக இன்புற்று இருந்தனர். ஒரு நாள் மோக வேகத்தில் கணவன் உண்மையைச் சொல்லிவிட, விட்டால் இவன் பழைய உடம்புக்குத் திரும்பி நம்மைவிட்டு நீங்கிப் போய்விடுவானே என்ற பதற்றத்தில் இளவரசி ஆட்களை விட்டுத் திருமூலரின் மூலப் பூத உடலைக் கண்டுபிடித்து அழித்துவிடுகிறாள். மூலப் பூத உடலைத் தேடி வந்த திருமூலர் அதைக் காணாத நிலையில், வேறு வழியில்லாமல், தான் அப்போது தங்கியிருந்த உடலிலேயே தங்கித் தவத்தைத் தொடர்ந்தார்.

ஒளி உடம்பை அடைவதே உயர்நிலை

இரண்டு கதைகளுக்கும் பொதுக்கூறு கூடுவிட்டுக் கூடு பாய்தல் என்னும் சித்தி. அதைக் குறித்துத் திருமூலர் ஏதேனும் கூறியிருக்கிறாரா என்று பார்த்தால் ஒன்றுமில்லை. திருமந்திரத்தில் 'அட்டமாசித்தி' என்னும் தலைப்பின்கீழ் வரும் பாடல்கள் சிலவற்றில் பரகாயம் மேவுதல் என்று குறிக்கிறார் திருமூலர்.

காயாதி பூதம் கலைகால மாயையில்
ஆயாது அகல அறிவுஒன்று அனாதியே
ஓயாப் பதிஅதன் உண்மையைக் கூடினால்
வீயாப் பரகாயம் மேவலும் ஆமே (திருமந்திரம் 643)

'மாயை' என்பது ஆகாயம் முதலிய பூதங்களையும் கலை, காலம் முதலியவற்றையும் உள்ளடக்கிய சடப்பொருள். உலகமோ சடப்பொருளாகிய இந்த மாயையின் விளைபொருள். ஆகவே தோன்றி, நின்று, அழிவது; நிலையில்லாதது. நிலையில்லாத இந்த உலகத்தின் தன்மையை ஆராயாமல், அதையே நிலை என்று நம்பி, அதிலேயே அறிவு ஒன்றித் தோய்ந்து கிடக்கிறது அனாதியாகிய உயிர். சார்ந்து நிற்கத்தக்க பொருள் நிலையற்றதாகிய இந்த உலகம் அன்று; உயிரின் ஈடேற்றத்துக்காக இடைய்றாது இயங்கிக்கொண்டிருக்கிற இறைவன்தான்.

பொருள் அல்லவற்றைப் பொருள் என்று உணரும்
மருளானாம் மாணாப் பிறப்பு. (குறள் 351)

நிலையில்லாதவற்றை நிலையானவை என்று நம்புகிற அறியாமைதான் எல்லாச் சிடுக்குகளுக்கும் காரணமென்று வள்ளுவரும் சொல்கிறார் இல்லையா? எனவே, நிலையில்லாத பொய்ப்பொருளைவிட்டு நிலையான மெய்ப்பொருளில் தோயும்போது அழியாத ஒளியுடம்பை அடையலாம் என்பது திருமூலர் கருத்து. வள்ளலார் இந்தக் கருதுகோளை எடுத்துக்கொண்டு,

கற்றேன் சிற்றம்பலக் கல்வியைக் கற்றுக் கருணைநெறி
உற்றேன்; எக்காலமும் சாகாமல் ஓங்கும் ஒளிவடிவம்
பெற்றேன்; உயர்நிலை பெற்றேன்; உலகில் பிறநிலையைப்
பற்றேன்; சிவானந்தப் பற்றேஎன் பற்றெனப் பற்றினேனே

(திருவருட்பா, ஆறாம் திருமுறை, 4745)

- என்று மகிழ்கிறார். வள்ளலார் பேசுகிற கல்வி இன்றைய கல்விபோல அவை நடுவே 'நீட்'டோலை வாசிக்கும் கல்வி அல்ல; 'தேர்வானவன் வா! தேராதவன் சா!' என்கிற சாகத் தூண்டுகிற தம்பட்டக் கல்வி அல்ல; எல்லா உயிரும் தன் உயிர் எனவே நினைந்து இரங்கும் கருணை நெறியான சாகாக் கல்வி. அதைக் கற்றார் உயர்நிலை பெற்றார்; ஒளி உடம்பு உற்றார்.

ஒளி உடம்பை அடைவதுதான் பரகாயப் பிரவேசம்—கூடுவிட்டுக் கூடு பாய்தல். இதை அடிப்படையாக வைத்துக் கயிலை யோகியார், இடையன் மூலன் உடம்புக்குள் கூடுவிட்டுக் கூடு பாய்ந்தார் என்று கதை செய்துவிட்டார்கள். மேய்ப்பனின் சாவுக்காக வருந்திய ஐந்தறிவு மாடுகளின் துயரைத் தீர்ப்பதற்காகக் கூடுவிட்டுக் கூடு பாயலாம் என்றால், கணவனின் சாவுக்காக வருந்திய ஆறறிவு இளவரசியின் துயரைத் தீர்ப்பதற்காக ஏன் கூடுவிட்டுக் கூடு பாயக் கூடாது என்று யாரோ கருதியதன் விளைவுதான் அதே பாணியிலான மற்றொரு கதை.

மேலும், அகத்தியரைச் சந்திக்கவே தான் கயிலையிலிருந்து தமிழகம் வந்ததாகவோ, வரும் வழியில் இறந்து கிடந்த மூலனின் உடம்பில் புகுந்ததாகவோ, திருமந்திரத்தின் எந்தப் பகுதியிலும் திருமூலர் குறிப்பிடவில்லை.

மாடு மேய்க்கிற இடையர்கள் ஞானம் பெற்று இடைக்காட்டுச் சித்தர்கள் ஆகமாட்டார்களா? திருமந்திரம் போன்ற மூவாயிரம் பாடல்கொண்ட நெடிய நீட் டோலை வாசிக்க மாட்டார்களா? ஞானத்தின் அளவுகோல் எப்போதும் வடக்கையே சார்ந்ததா? ஞானிகள் எப்போதும் வடவர்களா? வடக்கிருந்து வரும் ஞானிகள் இறைவனை நன்றாகத் தமிழ் செய்வார்களா என்று வெட்டியாக விசாரிப்பதை விட்டுவிட்டு, 'யாவர்க்குமாம், யாவர்க்குமாம்' என்று தென்னன் பெருந்துறையானாகிய திருமூலன் சமூகத்தில் உள்ள யாவர்க்கும் செலுத்திய அன்பை விசாரிப்போம்.

5

பற்றது பற்றில் பரமனைப் பற்றுமின்

மனிதப் பற்று வரவுகள் எல்லாம் வங்கிகளில் வைப்புத் தொகைகளாக இருக்கின்றன; பங்கு முதலீடுகளாக இருக்கின்றன; நகர்களுக்கு மிக அருகில், உலகத்தரம் வாய்ந்த பள்ளிகளுக்குப் பக்கத்தில், அதிசயிக்கத்தக்க விலையில் கால் துண்டம், காலரைக்கால் துண்டமென்று வாங்கிச் சேகரித்த மனைத் துண்டங்களாக இருக்கின்றன. வாழ்க்கை முழுவதும் பற்றுக்கோடுகளைத் தேடியே களைத்துப் போகிறோமே என்று வருந்த வேண்டாம். அதனால் ஒன்றும் குற்றமில்லை. களைத்துப் போனவர்களைப் புத்தாக்கம் செய்து பந்தயக் குதிரைகளாக ஆக்கி மீண்டும் களத்தில் இறக்கிவிடக் கைதேர்ந்த சாமியார்கள் இருக்கிறார்கள். கட்டணம் பெற்றுக்கொண்டு வாழ்க்கையைக் கற்பிப்பார்கள். முக்கால் துட்டு கூடுதலாய்க் கொடுத்தாலோ முக்தியே கொடுப்பார்கள்.

நல்லது. நாம் பற்றி வைத்துக்கொண்டிருப்பவை நமக்குப் போதுமான பாதுகாப்பு அளிக்கக்கூடியவையா? கதை முடிய இன்னும் காலம் இருக்கிறது; வாழும் நாளுக்கு வழிகோலிக் கொள்வோம் என்று கவனமில்லாமல் இருக்கும்போது ஒரு காலையில் சடக்கென்று வந்து சொல்லிக்கொள்ளாமல் கணக்கை முடித்துவிடுகிறது சாவு.

அடப்பண்ணி வைத்தார்; அடிசிலை உண்டார்;
மடக்கொடி யாரோடு மந்தணம் கொண்டார்;
இடப்பக்க மேஇறை நொந்தது என்றார்;
கிடக்கப் படுத்தார்; கிடந்து ஒழிந்தாரே! (திருமந்திரம் 148)

அருமையாய்ச் சமைத்து வைத்துவிட்டுச் சாப்பிடக் கூப்பிட்டாள் மனைவி. வந்தவர் உண்டார். மனைவியைக் கமுக்கமாகக் கொஞ்சினார். ‘இடப் பக்கம் லேசாக வலிக்கிறது’ என்றார். ‘வாய்வுப் பிடிப்பாக இருக்கும்; சற்றுப் படுத்துக்கொள்ளுங்கள்’ என்றாள் மனைவி. படுத்தார். போய்விட்டார். எவ்வளவு பெரிய ஆளாக இருந்தாலும் இதுதான் கதி.

நாட்டுக்கு நாயகன்; நம்ஊர்த் தலைமகன்;
காட்டுச் சிவிகைஒன்று ஏறிக் கடைமுறை
நாட்டார்கள் பின்செல்ல முன்னே பறைகொட்ட
நாட்டுக்கு நம்பி நடக்கின்ற வாறே. (திருமந்திரம் 153)

இந்த நாட்டுக்கே நாயகன்; நம் ஊரின் தலைமகன்; காலால் நடந்து அறியாதவன். ஏறினால் பல்லக்கு; இறங்கினால் அரசுக் கட்டில். புடை சூழ வருவதற்குப் படை உண்டு. வருகை அறிவிக்க முன்னே முரசொலிக்கும். போகும் வழியெல்லாம் பூச்சொரிந்து வரவேற்பார்கள். முன்னறிவிப்பில்லாமல் எங்கேயும் போகாத அவனுக்கு எந்த அறிவிப்பும் இல்லாமல் சாவு வந்தது. கிளம்பினான். நடவடிக்கையில் பெரிய மாற்றங்கள் ஒன்றுமில்லை: இப்போதும் புடைசூழ ஆட்கள் வந்தார்கள்; போகும் வழியெல்லாம் பூச்சொரிந்தார்கள். மாற்றம் சிலவற்றில்தான்: பல்லக்கு, பாடை ஆகிவிட்டது; முரசு, பறை ஆகிவிட்டது. அவ்வளவே.

வியப்புக்குரியது எது?

'உலகத்தில் மிகவும் வியப்புக்கு உரியது எது?' என்ற கேட்கப்பட்டபோது தருமபுத்திரன் சொன்னான்: 'ஒவ்வொரு நாளும் சாவைப் பார்க்கிறோம்; ஆனால், அந்தச் சாவு நமக்கும் நிகழும் என்ற நினைப்பே இல்லாமல் திரிகிறோமே, அது!'

அடையாளம் சேகரிப்பதற்காக நம்மைத் தொலைக்கிறோம்; நம்மைத் தொலைத்துச் சேகரித்த அடையாளத்தையும் பின்னர் இழக்கிறோம். இந்த நிலையாமைக் கருத்தியலைத் திருமூலர் சித்திரித்துக் காட்டுகிறார்:

ஊர்எலாம் கூடி ஒலிக்க அழுதிட்டு,
பேரினை நீக்கிப் பிணம் என்று பேர்இட்டு,
சூரையங் காட்டிடைக் கொண்டுபோய்ச் சுட்டிட்டு,
நீரினில் மூழ்கி நினைப்பு ஒழிந்தார்களே. (திருமந்திரம் 145)

ஒரு பிள்ளை பிறந்தது. தங்கள் வாழ்வின் கனியாக வந்த பிள்ளைக்கு மேனி வலிக்காமல் மெத்தென்ற பஞ்சணையில் பூ இட்டுப் பூமேல் பிள்ளையை இட்டார்கள் பெற்றவர்கள். உலகுக்குப் புதிதாய் வந்திருக்கும் பிள்ளையைப் பார்க்கவும், 'என் குலம்' என்று அந்தப் பிள்ளையைத் தன்னுடன் ஒட்டவும் ஊரே ஒன்றுகூடியது. மந்தையில் வாழப்போகிற மாட்டுக்குத் தோலில் சூட்டுக்கோல் அடையாளமோ கொம்புகளில் வண்ணப்பூச்சு அடையாளமோ வைப்பதில்லையா? அதைப் போல மனிதப் பெருமந்தைக்குள் வாழப்போகும் அந்தப் பிள்ளைக்கு அடையாளம் கற்பித்து ஊர் ஒரு பெயர் இட்டது. ஊர் தந்த அடையாளத்தைப் பேணிக்கொண்டே அந்தப் பிள்ளை வளர்ந்தது; அடையாளத்தை நிலைநிறுத்தலே வாழ்வின் நோக்கம் என்று வாழ்ந்தது; கடைசியில் ஒரு நாள் ஊர் தந்த அடையாளத்தைத் தக்க வைத்துக்கொள்ள

முடியாமல் கைவிட்டு மாண்டது. பிறந்த அன்று ஒன்றுகூடி அடையாளம் தந்த ஊர் இறந்த அன்றும் ஒன்றுகூடியது. தன் குலக் கொழுந்து ஒன்றை இழந்ததற்காக 'ஓ'வென்று அழுதது. தான் தந்த தனி அடையாளப் பெயரைத் தானே நீக்கிப் பிணம் என்று பொதுப் பெயர் இட்டது. பிணத்தைச் சூரைப் புதர் மண்டிக் கிடக்கிற முள்ளுக் காட்டுக்குக் கொண்டுபோய்ச் சுட்டது. பின்னர், நீரினில் முழுகிக் காலஞ்சென்ற குலக்கொழுந்தின் நினைவை விட்டது. அவ்வளவுதான். புடவை கிழிந்தது, போயிற்று வாழ்க்கை. ஒட்டி இருந்தவர்களுக்கு மட்டும் கூடுதலாய்க் கொஞ்ச நாள் வலிக்கும். அழுது தீர்த்துக்கொள்வார்கள்.

அழுவது பயன் தருமா?

அழுதால் சரியாகப் போயிற்றா? உலகத்து இயற்கை என்னவென்று அறியாமல் அழுவது பயன் தருமா? உலக இயற்கை சொல்கிறது குண்டலகேசிப் பாடல் ஒன்று:

பாளையாம் தன்மை செத்தும் பாலனாம் தன்மை செத்தும்
காளையாம் தன்மை செத்தும் காமுறும் இளமை செத்தும்
மீளும்இவ் வியல்பும் இன்னே மேல்வரும் மூப்பும் ஆகி
நாளும் நாள் சாகின்றோமால் நமக்குநாம் அழாதது என்னோ?

பச்சிளம் குழந்தையராக இருந்தோம். அந்தக் குழந்தைமை செத்துவிட்டது. குழந்தைமையைக் கொன்றுதான் பிள்ளையரானோம். அந்தப் பிள்ளைமை செத்துவிட்டது. பிள்ளைமையைக் கொன்றுதான் காளையரானோம். காளைத் தன்மை செத்துவிட்டது; காமவேகம் ஊட்டுகிற இளமையும் செத்துவிட்டது. இளமையைக் கொன்று மூத்தோம்; காமத்தைக் கொன்று கனிந்தோம்.

இதுதான் இயல்பு. பழையது சாகும். பழையதன் சாவில் புதியது பிறக்கும். புதியதும் சாகும் குருத்தையும் குலையையும் ஈன்று வாழை தான் சாவதைப் போல. குருத்திலிருந்து வாழை, மீண்டும் வாழையிலிருந்து குருத்து என்று இது ஒரு சுழற்சி. சாவதற்காக அழுவதென்றால் அழுவது மட்டுமே வாழ்வாக இருக்கும்; ஏனென்றால், ஒவ்வொரு நாளும் செத்துக்கொண்டிருக்கிறோம்.

இந்த நிலையாமையை நாம் உணர்ந்திருக்கிறோமா? இழப்பு நேரும்போது மட்டும் உணர்கிறோம். பின்னர், மீண்டும் பற்றுக் காட்டுக்குள் தொலைந்துபோகிறோம். என்றால் நிலையாமையை விட்டுத் தொலையாமைக்குப் போகவே முடியாதா? பற்றிலும் பதற்றத்திலும் நம் வாழ்வு தொலைந்துகொண்டே இருக்க வேண்டியதுதானா? பற்றுதான் கேடா? பற்றை விட்டுவிட்டால் எல்லாம் சரியாகிவிடுமா?

பற்றுதல் நம் இயல்பு. விட்டுவிட முடியாது. என்றால் என்ன செய்வது? பற்றும் பொருளை மாற்றிக்கொண்டுவிட வேண்டியதுதான். எதைவிட்டு எதைப் பற்றுவது?

பற்றது பற்றில் பரமனைப் பற்றுமின்;

முற்றுஅது எல்லாம் முதல்வன் அருள்பெறில்;

கிற்ற விரகில் கிளர்ஒளி வானவர்

கற்றவர் பேரின்பம் உற்றுநின் றாரே. (திருமந்திரம் 298)

எதையேனும் பற்ற வேண்டும் என்றால் பரமனைப் பற்றுங்கள். முதல்வன் அருள்பெற்றால் எல்லாமே முற்றும். இதைக் கற்றவர்கள் தொலையாத பேரின்பம் பெற்றார்கள்.

இந்தப் பற்று நெறிதான் சமயங்கள் சொல்லித் தருகிற பக்திநெறி. வசப்படாமல் இருந்ததெல்லாம்கூடப் பற்றப் பற்ற வசப்படும்.

6

ஆசை விடவிட ஆனந்தம்

பற்றுதல் ‘பற்றி’ ஆகாமல் ‘பத்தி’ ஆனது எப்படி என்றால், குற்றம் குத்தம் ஆவதில்லையா? கற்றாழை கத்தாழை ஆவதில்லையா? பற்றுப் பாத்திரம் பத்துப் பாத்திரம் ஆவதில்லையா? அப்படித்தான் பற்று ‘பத்தி’ ஆகிறது.

...பத்துஉடையீர்! ஈசன் பழஅடியீர்! பாங்கு உடையீர்!

புத்தடியோம் புன்மைதீர்த்து ஆட்கொண்டால் பொல்லாதோ?...

(திருவாசகம், திருவெம்பாவை, 3)

பற்றுடையவர்களே! பழைய பரமசிவனின் பழம்பெரும் தொண்டர்களே! பாங்கானவர்களே! சிவக் கழகத்தில் புதிதாக உறுப்பினர் அட்டை பெற்றுச் சேர்ந்திருக்கும் புதிய தொண்டர்கள் நாங்கள்! புரியாமல் செய்பவற்றைப் பொறுத்துக்கொண்டால் ஆகாதோ?

...பைங்கண்ஆனைக் கொம்புகொண்டு பத்திமையால் அடிக்கீழ்ச்

செங்கண்ஆளி இட்டுஇறைஞ்சும் சிங்கவேள் குன்றமே!

(திவ்வியப் பிரபந்தம், பெரிய திருமொழி, ஏழாம் பத்து, 1)

சிவந்த கண்களை உடைய சிங்கங்கள், குளிர்ந்த கண்களை உடைய யானைகளைக் கொன்று அவற்றின் தந்தங்களைக் கொண்டுவந்து படையலாக இட்டுப் பத்திமையோடு இறைஞ்சுகின்ற இடம் சிங்கவேள் குன்றம் என்கிற அகோபிலம்!

மணிவாசகரும் திருமங்கையாழ்வாரும் பத்திபற்றிப் பாடுவதைப் பற்றிக்கொள்க.

பற்றுவது பத்தி என்றால், பற்றவைக்கிறவர் பத்தர். பொற்கொல்லருக்குப் பத்தர் என்று ஒரு பெயர். பொன்னைப் பற்றவைப்பதால் பத்தர். பொன்னைப் பொன்னில் பற்றவைக்கிறவர்கள் பொற்பத்தர்கள் என்றால், உயிர்ப் பொருளை இறைப் பொருளில் பற்றவைக்கிறவர்கள் இறைப் பத்தர்கள். வேறுபாடு ஒன்றுதான்: பொற்பத்தர்கள் பொன்னைப் பற்றவைக்கும்போது ‘ஆசு’ கொடுத்துப் பற்றவைப்பார்கள் (soldering). இறைப் பத்தர்கள் உயிரைப் பற்றவைக்கும்போது ‘ஆசு’ அறுத்துப் பற்றவைப்பார்கள்.

'ஆசு' என்பது உலோகங்களைப் பொருத்துவதற்காக இடையில் இடும் பொடி. பற்றவைக்கிற ஆசு என்பதால் பற்றாசு (solder). 'ஆசு' என்றால் குற்றம் என்றும் பொருள். பொன்னைப் பொன்னில் இணைப்பதற்குப் பொன்னையே வைக்காமல், பொன்னுக்குப் புறம்பாய், வெள்ளியும் தாமிரமும் துத்தநாகமும் கலந்த பொடியை இடுவது பொன்னின் மாற்றுக்குக் குற்றம்தானே? பாரதமே சுவச்ச பாரதமாக இருக்க வேண்டும் என்று கருதுகிறபோது பொன் சுவச்சப் பொன்னாக இருக்க வேண்டும் என்பதில் என்ன பிழை? என்றாலும் பொடி இடாமல் பொன் உறுதியோடு இணையாது என்பதால் ஆசுக் குற்றம் பொன்னுக்குப் பாசச் சுற்றம் ஆகிவிடுகிறது.

உயிருக்கு அழுக்கு ஆணவம்

பொன்னுக்கு ஆசும் பாசமும் இருப்பது சரி. ஆனால், உயிருக்கு ஆசும் பாசமும் இருப்பது சரியா? அறிவுப் பொருளான உயிரைப் பேரறிவுப் பொருளான இறையோடு இணைப்பதற்கு, அறிவுக்குப் புறம்பாய் உள்ள அழுக்கை இடையிடலாமா?

பொன்னுக்கு அழுக்கு வெள்ளி-தாமிர-துத்தநாகக் கலவை என்றால் உயிருக்கு அழுக்கு ஆணவம். ஆணவத்தை முன்னிட்டுக்கொண்டு தலைவனோடு ஒட்டிக்கொள்ள நினைத்தால் ஒட்டிக்கொள்ள முடியுமா? தலைமையோடு தங்களை ஒட்ட வைத்துக்கொண்டு, அதன் விளைவாகச் செல்வாக்கையும் தலைவன் தருகிற பதவியையும் பெற நினைக்கிறவர்கள் அனைவரும் முதலில் துறக்க வேண்டியது ஆணவத்தையே அல்லவா? தலைவனின் முன்னிலையில் ஆணவத்தைத் துறந்து, வளைந்து வளைந்து வட்டமாகவே ஆகிவிட்டவர்களுக்குத்தானே பதவி? ஆகையினால் சிவ பதவி அடைய வேண்டி இறைப் பொருளைப் பற்றிக்கொள்ள நினைக்கிற உயிர்ப் பொருள் தன்னுடைய ஆணவத்தை, அதாவது அழுக்கை, அதாவது ஆசையை அறுக்க வேண்டும்.

ஆசை அறுமின்கள்; ஆசை அறுமின்கள்!
ஈசனோடு ஆயினும் ஆசை அறுமின்கள்!
ஆசைப் படப்பட ஆய்வரும் துன்பங்கள்!
ஆசை விடவிட ஆனந்தம் ஆமே! (திருமந்திரம் 2615)

அழுக்கை அறுங்கள்; அழுக்கை அறுங்கள். பதவிக்காக அல்ல, ஈசனோடு சும்மா ஒட்டிக்கொள்வதற்காகத்தான் என்றாலும்கூட ஆசையை விட்டுவிடுங்கள். ஆசைப்பட்டீர்கள் என்றால், ஆசைப்பட்டதை அடையவும் அடைந்த இடத்தைப் பாதுகாத்துத் தக்கவைத்துக்கொள்ளவும் படாத பாடுபட வேண்டியிருக்கும். அது மாபெரும் துன்பம். ஆசையை விட்டீர்கள் என்றால், ஏதோ ஒன்றை அடைய வேண்டுமே என்கிற துடிப்பும் அடைந்ததைப் பாதுகாத்துக்கொள்ள வேண்டுமே என்கிற பொறுப்பும் இல்லாமல் விட்டு விடுதலையாகிவிட்ட பெரும் பேரின்பம்.

அத்தனைக்கும் ஆசைப்படச் சொல்வது உங்களை நீங்களே காணாமல் தொலைத்துவிடுகிற உலகியல் என்றால், ஆசையிலிருந்து நீங்கி, ஈசனுக்கும்கூட ஆசைப்படாமல் ஒதுங்கி, தானாய், தனியாய் நிற்பது உங்களை நீங்களே கண்டுபிடித்துக்கொள்கிற உயிரியல்.

உயிருக்குப் பற்றாசு தேவையில்லை

உயிர்ப் பொருள் இறைப் பொருளோடு ஒட்டிக்கொள்வது இயல்பானது. நீர் நீரோடு சேர்வதற்கு நீர்மை போதும். அறிவு அறிவோடு சேர்வதற்கு அறிவுடைமை போதும். உயிர் உயிரோடு சேர்வதற்கு உயிர்மை போதும். நீரையும் நீரையும் பற்றவைக்க, அறிவையும் அறிவையும் பற்றவைக்க, உயிரையும் உயிரையும் பற்றவைக்க, இடைப்பட்டு ஒரு பற்றாசு தேவையில்லை.

உயிருக்குத் தன்னைத் தெரியாததால், தன் வடிவம் தெரியாததால் வரும் குழப்பம் இது. உலகியல் சார்ந்தவற்றோடு தன்னை அடையாளப்படுத்திக்கொண்டு அத்தனைக்கும் ஆசைப்பட்டுத் தடுமாறுகிற உயிர், தன்னை அறிவு வடிவம் என்று கண்டுகொள்ளும்போது தடுமாற்றம் நீங்கி நிலைகுத்திக் கொள்கிறது.

அறிவு வடிவுஎன்று அறியாத என்னை,
அறிவு வடிவுஎன்று அருள்செய்தான் நந்தி;
அறிவு வடிவுஎன்று அருளால் அறிந்தே,
அறிவு வடிவுஎன்று அறிந்துஇருந் தேனே. (திருமந்திரம் 2357)

என் வடிவம் என் உடம்பு என்று எண்ணியிருந்தேன். 'அட அறிவே! உடம்பா உன் வடிவம்? அறிவுதான் உன் வடிவம்!' என்று எனக்கு அறிவித்து

என்னை அறியச் செய்தான் ஆசிரியன். நான் அறிவு, அறிவைத் தவிர வேறொன்றும் இல்லை என்று அறிந்துகொண்டு அறிவாக இருந்தேன்.

இறைவன் அறிவை அறிவிக்கும் ஆசிரியன். ஆசு இரியன். குற்றத்தைக் கெடுத்து நம்மைத் தன்னோடு பற்றவைத்துக்கொள்பவன். அவனை நந்தி என்று அழைப்பது திருமூலர் வழக்கம். நந்துதல் என்றால் பெருகுதல். நந்தி என்றால் பெருகிய நிலை. அறிவு பெருகிப் பேரறிவான நிலை. உயிர் பெருகிப் பேருயிரான நிலை.

நல்லது. பத்தியைப் பார்த்தாகிவிட்டது. இனி, முத்தி என்றால் என்ன? முற்றுவது முத்தி. முற்றுதல் என்பது முழுமை பெறுதல். மூங்கில் முற்றுவதைப் போல, தேங்காய் முற்றுவதைப் போல, கடைக்கு வருவதற்காகக் கத்தரிக்காய் முற்றுவதைப் போல, உகரம் முற்றி முற்றியலுகரமாக ஆவதைப் போல, தன்னை அறிவதும் தன்னளவில் தான் முற்றி முழுமை பெறுவதும்தான் முத்தி.

மாடத்து உளான்அலன்; மண்டபத்தான் அலன்;
கூடத்து உளான்அலன்; கோயில்உள் ளான்அலன்;
வேடத்து உளான்அலன்; வேட்கைவிட் டார்நெஞ்சில்
மூடத்து உளேநின்று முத்திதந் தானே. (திருமந்திரம் 2614)

முத்தி தருகிறவன் முத்திநாதன் என்று அவனை எங்கும் தேடித் திரிகிறவர்களே! முத்திநாதன் நீங்கள் தேடுகின்ற மாடத்தில் இல்லை; நீங்கள் விழுந்து தொழுகிற பீடத்தில் இல்லை; ஊர்வலம் வந்த சாமியை இறக்கிவைத்து இளைப்பாற்றி மண்டகப்படி செய்கிற மண்டபத்தில் இல்லை; கூடத்தில் இல்லை; கோயிலில் இல்லை; அவனைக் காண்பதற்காகவும் பெறுவதற்காகவும் நீங்கள் போடுகிற வேடத்தில் இல்லை. வேறு எங்கே இருக்கிறான்? முற்றிலுமாக ஆசை விட்டவர்களின் நெஞ்சில் இருக்கிறான். அப்படியென்றால் அத்தனைக்கும் ஆசைப்படுகிறவர்களின் நெஞ்சில் இல்லையா? அங்கும் இருக்கிறான். ஆனால், அங்கே அவனை ஆசை என்னும் மூடத்தனம் ஒரு போர்வையைப்போல் போர்த்தி மூடிவைத்திருக்கிறது. ஆசைப் போர்வையை உருவிவிட்டால் வெளிப்படத் துலங்கி, உங்களை முற்றச் செய்து முத்தன் ஆக்குவான்.

முத்தியை ஞானத்தை முத்தமிழ் ஓசையை
எத்தனை காலமும் ஏத்துவர் ஈசனை
நெய்த்தலைப் பால்போல் நிமலனும் அங்குஉளன்
அத்தகு சோதி அதுவிரும் பாரே? (திருமந்திரம் 2115)

ஈசனை வழங்குகிற முத்தியை, முத்தியை வழங்குகிற அறிவை, அறிவை வழங்குகிற முத்தமிழ் ஓசையை எப்போதும் போற்றுக. பாலில் நெய் கலந்திருப்பதைப் போல அறிவினில் அறிவாக ஈசன் கலந்து நிற்கிறான். அறிவை விரும்பாதவர்கள் யாரேனும் உண்டா?

7

சோதியே சுடரே சூழ்ஒளி விளக்கே

'எது நடந்ததோ அது நன்றாகவே நடந்தது' என்று தொடங்குகிற கீதா சாரத்தின் சொற்றொடர்களைப் பலரும் மனப்பாடமாக அறிவார்கள். அதில் ஒரு வரி, 'எதை நீ கொண்டு வந்தாய், அதை நீ இழப்பதற்கு' என்பது. படித்து அறிந்த அந்த வரியைப் பகுத்து அறியவில்லை என்பதன் விளைவுதான் இன்னும் தொடர்கிற இழப்பு அச்சம் என்பது ஒருபுறம் இருக்கட்டும்.

எது எதற்குத் துணை பெறுவது என்ற கேள்வியையே ஒதுக்கிவிடுவோம். 'மைத்துனன் துணை உண்டானால் மலை ஏறிக்கூடப் பிழைக்கலாம்' என்று ஒரு சொலவடை உண்டல்லவா? அறிந்த களமோ அறியாத களமோ யாரேனும் ஒருவரைத் துணையாகப் பெறுவது நல்லது; பாதுகாப்பானது. ஆகவே, துணை பெற வேண்டும். சரி. யாரைத் துணையாகப் பெறுவது? நாம் இறங்கப்போகும் களத்தில் நம்மைவிடத் தெளிவான அறிவும் தேர்ச்சியும் பெற்ற ஒருவரைத்தானே துணையாகப் பெற வேண்டும்? அதுதானே பயன்தரும்?

நமக்குப் பார்வையில்லை என்று வைத்துக்கொள்ளுங்கள். நாமோ ஓரிடத்திலிருந்து புதிதாக மற்றோர் இடத்துக்குப் போகவேண்டியிருக்கிறது. என்ன செய்யலாம்? யாரேனும் ஒருவரைத் துணையாகக் கொண்டு, அவருடைய வழிகாட்டுதலில் போகலாம். ஆனால், வழிகாட்டுவதற்காகத் துணை வருகிறவர் பார்வை உடையவராகவும் வழி தெரிந்தவராகவும் இருக்க வேண்டும் என்பது கட்டாயம்.

ஒளி தரும் குரு

வழிகாட்டுவதற்காக நாம் தேர்வு செய்துகொண்டவரும் நம்மைப் போலவே பார்வையற்றவராக, வழி தெரியாதவராக இருந்தார் என்றால், நாம் போக வேண்டிய புதிய இடத்துக்குப் போய்ச்சேர முடியுமா? போகிற வழியில் ஏதேனும் ஒரு குழியில் தடுமாறித் தலைகுப்புற உருள வேண்டியதுதான். எனவே, சரியான வழிகாட்டியைத் தேர்வு செய்வதென்பது மிகவும் இன்றியமையாதது—உலகியல் பாதையில் வழிகாட்டுவதற்கு மட்டுமன்று, உயிரியல் பாதையில் வழிகாட்டுவதற்கும். திருமூலர் சொல்கிறார்:

குருட்டினை நீக்கும் குருவினைக் கொள்ளார்;
குருட்டினை நீக்காக் குருவினைக் கொள்வர்;
குருடும் குருடும் குருட்டுஆட்டம் ஆடிக்
குருடும் குருடும் குழிவீழு மாறே (திருமந்திரம் 1680)

குரு என்பது தொல்காப்பியர் காலந்தொட்டு வழக்கில் இருந்துவரும் நற்றமிழ்ச் சொல். குரு என்றால் ஒளி; செம்மை; முளைப்பு. வெள்ளை வெளேரென்ற நிறமுடைய பறவையாகிய நாரையைக் 'குருகு' என்று சொல்வது அதன் ஒளிர் வெண்மையை வைத்துத்தான். இரத்தத்தைக் 'குருதி' என்று சொல்வது அதன் செம்மையை வைத்துத்தான். வாழையின் அடியில் கிளைத்துவரும் இளங்கன்றைக் 'குருத்து' என்று சொல்வது அதன் முளைப்பை வைத்துத்தான். எது ஒளியுடையதோ எது செம்மையுடையதோ எது முளைத்துப் பெருகக்கூடியதோ அது குரு. அந்த அடிப்படையில் ஒளியையும் செம்மையையும் முளைப்பையும் எந்த எதிர்பார்ப்பும் இல்லாமல், 'யான் பெற்ற இன்பம் பெறுக இவ்வையகம்' என்று தன்னிலிருந்து பிறருக்குக் கடத்துகிற ஆசிரியர் 'குரு' ஆகிறார்.

ஒள்ளிய மலர்களுடன் செழிப்பாக வளர்ந்திருக்கும் மரம் குருந்த மரம். அதன் கீழ் இருந்து தனக்கு அறிவு விளக்கம் செய்த குருவைப் பாடுகிறார் மாணிக்கவாசகர்:

சோதியே, சுடரே, சூழ்ஒளி விளக்கே...
நீதியே, செல்வத் திருப்பெருந்துறையில்
நிறைமலர்க் குருந்தம் மேவியசீர்
ஆதியே... (திருவாசகம், அருட்பத்து, 1)

நல்லது. குரு என்பவர் ஒளி ஊட்டுகிறவர், செம்மைப்படுத்துகிறவர், முளைக்கச் செய்கிறவர். குருடு என்பவரோ ஒளி வேண்டுகிறவர்; செம்மை வேண்டுகிறவர்; முளைத்துப் பெருக வேண்டுகிறவர். இந்த வேண்டுதல்கள் நிறைவேறச் சரியான குருவைத் தேர்ந்துகொள்ள வேண்டும் என்பது கட்டாயமில்லையா?

உண்மை ஞானி யார்?

காசு கொடு, கடவுளைக் காட்டுகிறேன் என்று பேசுகிற குரு, ஒளி உடைய உண்மைக் குருவா? ஆசிரமத்துக்கு வா, அமைதி பெறுவாய் என்று திருவாய்மொழிகிற குரு செம்மைக் குருவா? கடவுளைத் தேடிக் கண்டடைந்தவர் நம்மிடம் காசு கேட்பாரா? நோகாமல் நோன்பிருக்க ஆசிரமம் அமைப்பாரா? இத்தகைய குருக்கள் பின்னால் போனால் நாம் ஒளி பெறுவோமா அன்றித் திருமூலர் சொன்னதுபோலக் குழி பெறுவோமா?

உயிர் இருந்தது எவ்விடம் உடம்பு எடுப்பதின்முனம்?
உயிர் அதாவது ஏதடா? உடம்பு அதாவது ஏதடா?

உயிரையும் உடம்பையும் ஒன்றுவிப்பது ஏதடா?
உயிரினால் உடம்பு எடுத்த உண்மைஞானி சொல்லடா!
(சித்தர் பாடல்கள், சிவவாக்கியர், 215)

உடம்புக்குள் வருவதற்கு முன்னால் உயிர் எங்கே இருந்தது? உயிர் என்றால் என்ன? உடம்பு என்றால் என்ன? உயிர் ஏன் உடம்புக்குள் வந்தது? உயிரை உடம்புக்குள் இட்டது எது? என்று சிவவாக்கியர் கேட்கிற கேள்விகள் நமக்கும் இருக்கின்றன. ஆசிரமத்துக்கு வா, நன்கொடை அளி, விடை தருகிறேன் என்று கணக்கிட்டுப் பேசாமல் நேரடியாக விடை சொல்லி வழிநடத்துகிறவர்தான் உண்மைஞானி.

அழகாக இருக்கிறவரையும் அலங்காரமாகப் பேசுகிறவரையும் அமைதியான சூழலில் ஆசிரமம் வைத்திருப்பவரையும் குருவாகக் கொண்டுவிட முடியாது. ஏனென்றால், குருவிடம் நாம் எதிர்பார்ப்பது அழகையும் அலங்காரப் பேச்சையும் ஆசிரமத்தையும் அல்லவே, அறிவையே அல்லவா!

குருவுக்குத் தேர்வு வையுங்கள்; தேங்காயை முற்றிய தேங்காய்தானா என்று சுண்டிப் பார்த்து வாங்குவதைப் போலக் குருவையும் முற்றிய குருதானா என்று சுண்டிப் பார்த்துத் தேர்ந்தெடுங்கள் என்கிறார் விவேகானந்தர்.

ஒளி உடையவர்களைத் தேர்ந்தெடுங்கள். வாக்குக் கேட்டு வருகிறவரைத் தேர்ந்தெடுப்பதுபோலக் கண்டவர்களைத் தேர்ந்தெடுத்துவிட வேண்டாம் என்கிறார் திருமூலர்.

8

ஆசற்ற சற்குரு யார்?

'அறிவிக்க அறிதல்' என்பது சைவ மரபில் ஒரு கருதுகோள். அதன் அடிப்படை என்னவென்றால், அறியாதவர் ஒருவர், ஒரு பொருளைத் தெளிவாக அறிய வேண்டுமானால், அதை அவருக்கு அறிவிக்க, அறிந்தவர் ஒருவர் வேண்டும். கற்பிக்கிறவர் இல்லாமல் கல்வி சாத்தியமில்லை, குரு இல்லாமல் அறிதல் சாத்தியமில்லை என்னும் கருதுகோள், சைவ நூலாகிய திருமந்திரத்தில் உள்ளது; அது அறிதல் செயல்பாட்டில் குருவின் பங்கை முதன்மைப்படுத்திப் பேசுகிறது. குருவைக் கடவுளுக்குச் சமமாகப் போற்றுகிறது.

ஆனால் திருக்குறளைப் போன்ற ஒரு பொதுநூல், கல்வியைப்பற்றியும் அறிவைப்பற்றியும் பேசுகிறதே தவிர, கற்பிக்கும் ஆசிரியரைப்பற்றியோ, அறிவுண்டாக்கும் குருவைப்பற்றியோ சிறப்பாக ஒன்றும் பேசவில்லை. கல்வி என்பது, பிறர் முயற்சியால் அல்ல, தன் முயற்சியால் தானே அடைவது என்ற அடிப்படையிலேயே திருக்குறள் பேசுகிறது.

கற்றிலன் ஆயினும் கேட்க அஃதுஒருவற்கு
ஒற்கத்தின் ஊற்றாம் துணை (குறள் 414)

- என்கிறது வள்ளுவம். உறுதி நூல்களைத் தானே கற்றுத் தெளியவில்லை என்றாலும், அவற்றின் பொருட்களைக் கற்று அறிந்தவர்களிடம் கேட்டுத் தெரிந்துகொள்க. அவ்வாறு பெற்றுக்கொண்ட அறிவு, ஒருவர் தளர்ச்சி அடையும் காலத்தில் ஊன்றுகோல் உதவுவதுபோல உதவும்.

தானே முயன்று கற்றுக்கொள்வது என்பது முதல்நிலை; அப்படிக் கற்றுக்கொள்ள முடியாவிட்டால் கற்றுக்கொண்டவர்களிடம் கேட்டுக்கொள்ளவாவது வேண்டும் என்பது இரண்டாம் நிலை.

திருக்குறளில் குரு வழிபாடு ஏன் இல்லை?

ஆசிரியரை மறுதலித்துப் பேசவில்லை திருக்குறள்; அவ்வாறு பேசவும் முடியாது. ஆனால், திருக்குறள் ஒற்றை ஆசிரியரைக் குருவாக நிறுத்திப் பேசவில்லை. குரு, குருவின் குரு என்று வரும் குரு மரபைக் குறித்துப் பேசவில்லை. குரு என்பவர் இன்னார், அவருக்கான இலக்கணம் இது

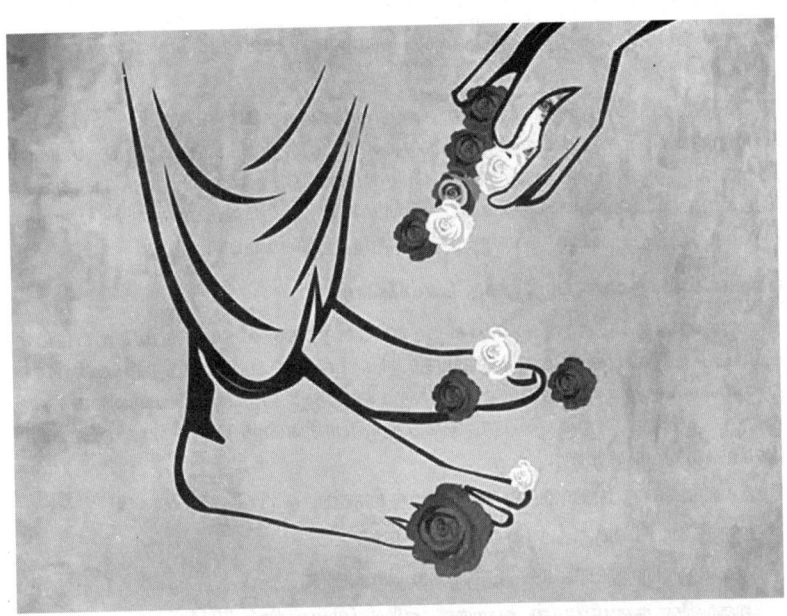

என்று குருவை வரையறை செய்கிற வேலையை அது செய்யவில்லை. யார் யாரெல்லாம் அறிவுடையவர்களோ அவர்களிடமெல்லாம் அறிவைப் பெற்றுக்கொள்க என்று பொதுமையாகத்தான் பேசுகிறது.

திருக்குறள் சமயச் சார்பற்ற பொது நூல். ஆகவே, குருவுக்குப் பொட்டிட்டுப் பூச்சூட்டிப் பூசிக்கிற வேலையைச் செய்யாமல், அறிவின் முதன்மையை உணர்த்தி, அதைப் பெறுவது உன் கடமை என்று சுட்டிக்காட்டிவிட்டு அமைதியாகக் கடந்து போகிறது.

ஆனால் திருமந்திரம் அவ்வாறு செய்ய முடியாது. ஏனெனில் திருமந்திரம் சைவம் என்கிற சமயச் சார்பு நூல். அது வழங்கக் கருதுவது பொதுவான அறிவை அல்ல; சைவ மரபு கருதுகிற சிறப்பு அறிவை. சைவ மரபின் சிறப்பு அறிவைக் குரு என்று சொல்லிக்கொள்கிற யார் வேண்டுமானாலும் வழங்கிவிட முடியாது. சைவ மரபை அறிந்து, தெளிந்து, உணர்ந்தவர்கள் மட்டுந்தான் வழங்க முடியும்.

சைவ சமயத் தனி நாயகன் நந்தி
உய்ய வகுத்த குருநெறி ஒன்றுஉண்டு;
தெய்வச் சிவநெறி சன்மார்க்கம் சேர்ந்துஉய்ய
வையத்து உளார்க்கு வகுத்து வைத்தானே. (திருமந்திரம் 1567)

சைவ சமயத்தின் தனிமுதல் தலைவனாகிய இறைவன், உலகத்தில் உள்ளவர்கள் எல்லோரும் உய்வு அடைவதற்காக வகுத்து வைத்த குரு

நெறி ஒன்று இருக்கிறது. அந்த நெறி சிவ நெறி. சன்மார்க்கம் என்கிற சைவ அறிவு நெறி.

அறிவை வேண்டுகிறவன் அறிவு இருக்கிறவனிடம் போய்ப் பெற்றுக்கொள்ளலாம் என்று பொதுமைப்படுத்திவிட்டால் அதில் சிக்கல் இல்லை. அரசாங்கப் பள்ளியே போதுமானது. ஆனால், சிறப்பு அறிவு வேண்டும் என்றால் அதற்குரிய தனிப் பயிற்சி நிறுவனங்களில் சேர்ந்து சிறப்புப் பயிற்சி பெற வேண்டியிருக்கிறது இல்லையா?

பணிவில்லாதவன் பரநிந்தை செய்வோன்

குருவைத் தேர்ந்தெடுக்கிற விவகாரத்தில் யாரும் அப்படிச் சங்கடப்பட்டுவிடக் கூடாது என்பது திருமூலரின் எண்ணம். ஏனென்றால், குருவைத் தேர்ந்துகொள்வதில் விடுகிற பிழை ஒரு பிறப்பையே வீணாக்குகிற பிழை. ஆகவே, சற்குரு யார், அசற்குரு யார் என்று தெளிவாக விளக்கம் சொல்கிறார் திருமூலர்.

உணர்வுஒன்று இலாமூடன், உண்மை ஓராதான்,

கணுஇன்றி வேதஆகம நெறி காணான்,

பணிவுஒன்று இலாதோன், பரநிந்தை செய்வோன்

அணுவின் குணத்தோன் அசற்குரு ஆமே. (திருமந்திரம் 2044)

அறிவு இருந்தாலுங்கூட, உணர்வும் ஈடுபாடும் இல்லாதவன், உண்மையை அதன் அகல நீளங்களுடன் அறிந்திராதவன், மூல நூல்களைத் திரும்பத் திரும்ப ஓதித் தலைகீழ் மனப்பாடமாக அறிந்திருந்தாலும், அவை சொல்கிற நெறி என்ன, அவற்றின் மையப் பொருள் என்ன என்பதை ஊடுருவிக் காணத் தெரியாதவன், பணிவு இல்லாதவன், தன் நெறியே பெரிது என்று பேசிப் பிற நெறிகளை ஏசுகிறவன், ஆணவத்தைக் குணமாகக் கொண்டிருப்பவன், இத்தகையவனே பொய்மைக் குருவாகிய அசற்குரு என்று அடையாளம் காட்டுகிறார் திருமூலர்.

சரி, அப்படியென்றால் உண்மைக் குருவாகிய சற்குரு யார்?

பாசத்தை நீக்கிப் பரனோடு தன்னையும்

நேசத்து நாடி மலம்அற நீக்குவோன்,

ஆசற்ற சற்குரு ஆவோன்; அறிவுஅற்றுப்

பூசற்கு இரங்குவோன் போதக் குருஅன்றே (திருமந்திரம் 2052)

அறிவைப் பெற வேண்டும் என்கிற விருப்பத்தோடு தன்னை நாடி வருகிற எளியவர்கள் உலகியல் வாழ்வின்மீது கொண்டிருக்கிற பெரும்பற்றை நீக்குகிறவன்; இறைவனை மட்டுமே ஆராய்ந்துகொண்டிருக்காமல் தன்னையும் ஆராய்ந்துகொண்டிருப்பவன்; அந்த ஆராய்ச்சி முறைமையைத் தன்னை நாடி வருகிறவர்களுக்கும் மிக்க அன்போடு கற்றுத் தருகிறவன்; அவர்களின் அழுக்குகளை இனி மீண்டும் சேர்ந்துவிடாதவாறு முற்றிலுமாக

அகற்றுகிறவன்; ஆசு அற்றவன், அதாவது, எதன்மீதும் ஆசை அற்றவன் எவனோ அவனே சற்குரு.

வெளிவேடங் காட்டி, வாய்ப் பேச்சால், வலுத்த குரலால், வாதம்-எதிர்வாதத்தால் தன்னுடைய தரப்பை நிறுவிவிட முடியும் என்று கருதுகிறவன் எவனும் அறிவுள்ள குரு அல்லன் என்று உண்மையான சற்குருவையும் பொய்ம்மையான போலிக் குருவையும் அடையாளம் காட்டுகிறார் திருமூலர். இருக்கட்டும்.

கேவியட் எம்ட்டார்—*Caveat emptor*—என்று பழைய ஒப்பந்தச் சட்டத்தில் ஒரு கூறு உண்டு. விற்கப்படுகிற சரக்கின் தரத்துக்கு விற்பனையாளர் உறுதி (*warranty*) வழங்க மாட்டார்; வாங்குகிறவர்தான் எச்சரிக்கையாக இருந்துகொள்ள வேண்டும் என்பது அதன் பொருள் (*let the buyer beware*). இதில் நடக்கிற ஏமாற்று வாணிகத்தை உணர்ந்து, அரசுகள் நுகர்வோர் பாதுகாப்புச் சட்டங்கள் மூலமாக, விற்கப்படுகிற சரக்கின் தரத்துக்கு விற்பனையாளர் உறுதி வழங்க வேண்டும் என்று ஒழுங்கு செய்துவிட்டன.

இவ்வாறு ஒழுங்கு செய்த பின்னாலும் இந்த ஏமாற்று தொடர்ந்து நடந்துகொண்டேதான் இருக்கிறது. வகைவகையான சரக்குகளை எந்தவிதமான தர உறுதிப்பாடும் இல்லாமல் விற்பனையாளர்கள் விற்பதும் அவற்றை நாம் கண்ணை மூடிக்கொண்டு வாங்குவதும் இந்த அடிப்படையிலானதுதான்.

நல்லது. தர உறுதி இல்லாத சரக்கு விற்பனைக்கும் குருமார்களுக்கும் என்ன தொடர்பு என்றால், போலிக் குருமார்கள் எந்தவிதமான தர உறுதிப்பாடும் இல்லாமல் அறிவை விற்கிறார்கள். ஒருவேளை வாங்குகிறவர்கள்தான் உறுதியாக இருக்க வேண்டுமோ? திருமூலர் சொல்கிறார்:

ஞானம் இலாதார் சடைசிகை நூல்நண்ணி
ஞானிகள் போல நடிக்கின்றவர் தம்மை
ஞானிகளாலே நரபதி சோதித்து
ஞானம் உண்டாக்குதல் நலம்ஆகும் நாட்டிற்கே (திருமந்திரம் 242)

மெய்யறிவே இல்லாத ஏமாற்றுக்காரர்கள், சடையும் தாடியும் அணியும் ஆடையுமாக வேடமிட்டு ஞானிகள்போல நடிக்கிறார்கள். அவர்கள் உண்மையாகவே ஞானிகள்தாமா என்று உண்மையான ஞானிகளைவிட்டு அரசாங்கம் பரிசோதிக்க வேண்டும். அவ்வாறு சோதித்து, ஒன்று அந்தப் பொய் ஞானிகளுக்கு உண்மை ஞானத்தை உண்டாக்க வேண்டும்; அல்லது அந்தப் பொய் ஞானிகளை நம்புகிற ஏமாளிகளுக்குப் போலிக் குருவின் பொய் வேடம்பற்றிய ஞானத்தை உண்டாக்க வேண்டும். இதைச் செய்தால் நாட்டுக்கு நல்லது என்கிறார் திருமூலர்.

ஞானம் என்பது நுகர்பொருளாக்கப்பட்டால் அதற்கும் நுகர்வோர் பாதுகாப்பு உருவாக்கப்பட வேண்டுந்தானே?

9

அறத்தின் வாசனை உலவும் பொன்னுலகம்

சர் தாமஸ் மோர் என்னும் ஆங்கிலேய மனிதநலக் கருத்தாளர், 1516-ம் ஆண்டு 'உடோப்பியா' (*Utopia*) என்று ஒரு நூலை எழுதினார். உடோப்பியா என்றால் 'இல்லாத இடம்' என்று பொருள். அதாவது, உண்மையில் இல்லாத, கற்பனையால் உருவாக்கப்பட்ட ஓர் இடம். தன்னுடைய கற்பனையில் தான் உருவாக்கிய தீவுக்கு 'உடோப்பியா' என்று பெயர் வைத்தார் தாமஸ் மோர். அந்தக் கற்பனைத் தீவில் ஒரு கற்பனைச் சமூகம் இருப்பதாகவும் அந்தக் கற்பனைச் சமூகம் அரசால், அறத்தால், சட்டத்தால், சமயத்தால், பொருளியல் நிலைகளால் ஏற்ற இறக்கமில்லாத நிறைவாழ்வு வாழ்வதாகவும் அவர் அந்த நூலில் கற்பித்தார். அப்போதைய ஐரோப்பியச் சமூகத்தின் அரசியல்-பொருளியல் நிலைகளை, உடோப்பியா தீவில் வாழும் கற்பனைச் சமூகத்தின் (கற்பனையான) அரசியல்-பொருளியல் நிலைகளுடன் ஒப்பிட்டு, உடோப்பியச் சமூகம் எவ்வளவு உயர்ந்த, சமவாழ்வு வாழ்கிற சமூகமாக இருக்கிறது என்று அந்த நூலில் பேசினார். சமவாழ்வு வாழ்கிற அந்தக் கற்பனையான உடோப்பியச் சமூகம்போல ஐரோப்பியச் சமூகம் நிலைமாற்றம் பெற வேண்டும் என்பது அவருடைய கருத்து.

இப்படியான கற்பனைச் சமூகங்களைப் பலரும் எண்ணிப் பார்த்திருக்கிறார்கள். கிரேக்க மெய்யறிவாளரான பிளேட்டோ ஏற்றத்தாழ்வுகள் நிறைந்த ஒரு பொதுவுடைமைச் சமூகத்தைத் தன்னுடைய கற்பனையில் உருவாக்கிப் பார்த்திருக்கிறார். காரல் மார்க்சோ ஏற்றத்தாழ்வுகளே இல்லாத, அரசு என்கிற அதிகார மையம்கூட இல்லாத ஒரு பொதுவுடைமைச் சமூகத்தைத் தர்க்கபூர்வமாகக் கருதிப் பார்த்திருக்கிறார்.

நம்முடைய நாட்டிலும் இத்தகைய கற்பனைச் சமூகங்களைச் சிந்தித்தவர்கள் உண்டு. கம்பனுக்கு மிஞ்சிய கற்பனை உண்டா?

வண்மை இல்லை, ஓர் வறுமை இன்மையால்;
திண்மை இல்லை, ஓர் செறுநர் இன்மையால்;

உண்மை இல்லை, பொய் உரை இலாமையால்;
வெண்மை இல்லை, பல் கேள்வி மேவலால்.

(கம்பஇராமாயணம் பாலகாண்டம், நாட்டுப்படலம், 53)

கோசல நாட்டில் கொடை கொடுப்பவர்களே இல்லை; ஏனென்றால் கொடு என்று கைநீட்டிக் கேட்கிறவர்களே அங்கே இல்லை. வறுமை இருந்தால்தானே வள்ளல் தன்மை இருக்கும்? கோசல நாட்டில் உடல் வலிமையை முறுக்கிக் காட்டுகிறவர்களே இல்லை; ஏனென்றால் சண்டைக்கு வருகிறவர்களே அங்கே இல்லை. போட்டிக்காரன் இருந்தால்தானே போர் இருக்கும்? கோசல நாட்டில் உண்மையே இல்லை; ஏனென்றால் பொய் பேசுகிறவர்களே அங்கே இல்லை. பொய் என்று ஒன்றைக் குறிக்க முடிந்தால்தானே உண்மை என்று ஒன்றைக் குறிக்க முடியும்? கோசல நாட்டில் அறியாமை என்ற ஒன்றே இல்லை; ஏனென்றால் எல்லோரும் கற்றும் கேட்டும் பகுத்தும் அறிய வேண்டியவற்றைத் தெளிவாக அறிந்தவர்களாக இருக்கிறார்கள். அறியாமை என்று ஒன்றைச் சுட்டிக்காட்ட முடிந்தால்தானே அதற்கு எதிராக அறிவு என்று ஒன்றைச் சுட்டிக்காட்ட முடியும்?

உண்மை நிலை என்ன?

இப்படி ஒரு கனவுச் சமூகம் நமக்கு நனவிலும் வாய்க்கும் என்றால் அதைவிடப் பேறு வேறு ஏது? ஆனால் வாய்க்காது. உண்மை நிலை கம்பன் கற்பித்ததற்கு நேர்மாறு. நாம் காண்கிற சமூகத்தில், கேட்கிறவர்கள்

இருக்கிற அளவுக்குக் கொடுக்கிறவர்கள் இல்லை; சண்டைக்காரர்கள் இருக்கிற அளவுக்குச் சமாதானக்காரர்கள் இல்லை; பொய்யை ஓரங்கட்டுகிற அளவுக்கு உண்மை ஊக்கம் பெறவில்லை; கற்றதையும் கேட்டதையும் பகுத்தாராய்ந்து, தான் பெற்ற அறிவைத் தன் சமூகத்துக்கும் வழங்கி, அறிவுப் பந்தம் கொளுத்தி, அறியாமை இருள் விரட்டுகிற அறிவாளர்கள் போதுமான எண்ணிக்கையில் இல்லை.

இந்த உண்மை நிலையை உணர்ந்திருக்கிறார் திருமூலர். அவர் மெய்யுணர்வாளர். யார் யாரையும்விட மெய்யுணர்வாளர்களே சமூகத்தின் நடப்பு நிலவரங்களை நன்றாக அறிவார்கள். ஏனென்றால், கீழ்மையில் அகப்பட்டுக்கொண்டவர்களை உண்மை என்னும் கயிற்றால் கட்டி இழுத்து மேன்மைக்குக் கொண்டு வந்துவிடுகிற முயற்சியில் ஈடுபட்டிருப்பவர்கள் அவர்கள்.

கற்பனைச் சமூகம் கவைக்கு உதவாது என்பதால், இல்லாத சமூகத்துக்குச் செல்லாத கொள்கைகளைப் புனைந்துரைக்காமல், இருக்கிற சமூகத்துக்கு இயலக்கூடிய கொள்கைகளைப் பரிந்துரைக்கிறார் திருமூலர். அவற்றில் ஒன்று அறம் செய்தல்.

இல்லாதவர்களையும் இருக்கிறவர்களையும் சமப்படுத்துவதைப் பற்றியெல்லாம் திருமூலர் சிந்திக்கவில்லை. இருக்கிறவர் எல்லாவற்றையும் தனக்கே தனக்கென்று பொத்திவைத்துக்கொள்ளாமல் இல்லாதவர்க்கும் கொடுத்தல் என்பதையே சிந்திக்கிறார்.

காகத்தைக் கருத்தில் கொள்ளுங்கள்

ஆர்க்கும் இடுமின்; அவர்இவர் என்னன்மின்;
பார்த்துஇருந்து உண்மின்; பழம்பொருள் போற்றன்மின்;
வேட்கை உடையீர், விரைந்துஒல்லை உண்ணன்மின்;
காக்கை கரைந்துஉண்ணும் காலம் அறிமினே (திருமந்திரம் 250)

'இவருக்கு இடு, அவருக்கு இடாதே,' 'பாத்திரம் அறிந்து பிச்சை இடு' என்றெல்லாம் பழைய மரபுகள் பலவாறு சொல்லும்; அவற்றையெல்லாம் போற்ற வேண்டாம். பசி என்று ஒருவர் வந்துவிட்டால் அவர் யாராக இருந்தாலும் உணவிடுங்கள்; அவர் நல்லவரா கெட்டவரா என்றெல்லாம் கணக்குப் பார்க்க வேண்டாம்.

கணக்குப் பார்ப்பதும் பாத்திரம் பார்ப்பதும் காசு பணம் கொடுக்கும் காரியத்துக்குத்தான். உணவிடும் காரியத்துக்கு அன்று. உண்ணும் நேரம் வந்துவிட்டது, பசிக்கிறது என்று சமைத்ததையெல்லாம் உண்டு தீர்த்துவிடாமல் உணவு தேடி ஆள் வருகிறதா என்று பார்த்திருந்து உண்ணுங்கள். தான் மட்டும் தனித்து உண்ணாமல் தன் கூட்டத்தையும் அழைக்கிறதே காக்கை, அதைக் கருத்தில் கொள்ளுங்கள்.

வறியார்க்குஒன்று ஈவதே ஈகை மற்றுஎல்லாம்
குறிஎதிர்ப்பை நீரது உடைத்து. (குறள் 221)

இல்லாதவர்களுக்குக் கொடுப்பதே கொடை. மற்ற கொடையெல்லாம் பதிலுக்கு ஏதோ ஒன்றை எதிர்பார்த்துக் கொடுப்பதே ஆகும் என்கிறது குறள். குறளின் தடம் பிடித்து நடக்கிறார் திருமூலர்.

அற்றுநின்றார் உண்ணும் ஊணே அறன்என்னும்
கற்றன போதம் கமழ்பவர் மானிடர்
உற்றுநின்று ஆங்குஒரு கூவல் குளத்தினில்
பற்றுவந்து உண்ணும் பயன் அறியாரே. (திருமந்திரம் 253)

பசி போக்கிக்கொள்ளும் வழியற்று நின்றார்க்கு உணவு ஊட்டுவதே அறம் என்று கற்றிருக்கிறோம். கற்ற அறிவைச் செயலுக்கும் கொண்டு வருபவரே மனிதர். கண்டு தெளிக.

பசித்திருப்பவர்கள் இன்னும் இந்த உலகத்தில் இருக்கிறார்களே என்று திருவள்ளுவர்க்கு ஓர் இடத்தில் கடுங்கோபம் வருகிறது.

இரந்தும் உயிர் வாழ்தல் வேண்டின் பரந்து
கெடுக உலகு இயற்றியான். (குறள் 1062)

பிச்சை எடுத்துத்தான் உயிர் வாழ வேண்டும் என்றால் இந்த உலகத்தைப் படைத்தவன் நாசமாகப் போகட்டும் என்று கடவுளையே கண்டனம் செய்துவிடுகிறார். ஆனால், திருமூலர் அப்படியெல்லாம் கோபம் கொள்வதில்லை. கடவுளை மறுத்தல், கடவுளைக் கண்டனம் செய்தல் இவையெல்லாம் திருமூலரிடத்தில் கிடையாது. மாறாகக், கடவுளை அடையும் பெரும் பாதையாக அறத்தை வைக்கிறார் திருமூலர்.

...மறந்தான் வழிமுதல் வந்திலன் ஈசன்;
அறந்தான் அறியும் அளவு அறியாரே (திருமந்திரம் 256)

ஈசனைத் தேடி அங்குமிங்குமாக அலைகிறவர்களே! மறத்தை, வலிமையை வழியாகக் கொண்டவர்கள் எங்கு தேடினாலும் ஈசன் சிக்குவதில்லை. ஆனால், அறத்தை வழியாகக் கொண்டவர்களோ அவனைத் தேட வேண்டியதே இல்லை; அறத்தின் வாசனை பிடித்துக்கொண்டு அவனே உங்களிடம் வந்துவிடுவான். உங்களைத் தனது பொன்னுலகத்துக்கும் கொண்டுபோவான். இதை அறிய மாட்டாமல் அலைகிறீர்களே என்று வருந்துகிறார்.

இறைவனின் பொன்னுலகம் ஏற்ற இறக்கமில்லாத இடம். அதை அடைய வேண்டுகிறவர்கள் அறம் செய்க என்பது திருமூலர் கூற்று. இறைவனின் பொன்னுலகம் 'உடோப்பியா' இல்லையா என்றால், நல்லது, அதற்கு விடை இல்லை. கற்பவை கற்றபின் நிற்க அதற்குத்தக.

10

எத்துணை கொள்கின்றீர் பித்து உலகீரே?

பொருள் இல்லாதவர்கள் இவ்வுலகத்தில் எந்த இன்பத்தையும் பெற முடியாது. அவ்வாறே அருள் இல்லாதவர்கள் அவ்வுலகத்தில் எந்த இன்பத்தையும் பெற முடியாது. பொருள் இல்லாதவர்களுக்காவது இன்றைக்கு இல்லாவிட்டாலும் பின்னாளில் என்றைக்காவது பொருள் வரும்; செல்வத்தில் பூத்து விளங்கிப் பொலிவார்கள். ஆனால், அருள் இல்லாதவர்களுக்குப் பின்னாளில் என்றைக்குமே அது வரும் வாய்ப்பில்லை; அவர்கள் விளங்கப்போவதும் இல்லை என்கிறது வள்ளுவம்.

தற்போதைய சமூக நிகழ்வுகள் அதைக் காட்டிக்கொடுக்கின்றன. பொருள் இல்லாமல் வாழ்வைத் தொடங்கியவர்கள் எப்படியோ கொஞ்சம் பொருளைப் பெறுகிறார்கள். கந்து வட்டிக்குக் கொடுக்கிறார்கள்; கசக்கிப் பிழிகிறார்கள்; இன்னும் பல்வேறு வகைகளில் பெற்ற பொருளைப் பெருக்குகிறார்கள். பெருக்கிய பொருளில் கொஞ்சத்தைக் கொடுத்துப் புகழை வாங்குகிறார்கள். இப்படியாகப் பொருள் வருகிறது; புகழ் வருகிறது; அரசாங்கத்தின் சார்புநிலைகளைப் பொறுத்து அரிதாகச் சில சமயங்களில் பிடியாணைகள்கூட வருகின்றன. ஆனால் அருள் வருமா? சட்டியில் இருந்தால் அகப்பையில் வரும்.

இருக்கட்டும். அதென்ன அருள்? அறம் விளக்கும் வள்ளுவர் அருள் விளக்காமல் விடுவாரா? அருள் என்பது அன்பின் குழந்தை. அன்பு என்பது என்ன? அருள் என்பது என்ன? தொடர்புடையவர்கள்மேல் உறுவது அன்பு; தொடர்பே இல்லாதவர்களுக்காகவும் உருகுவது அருள்.

இறையருள் பெற ஜீவகாருண்யம்

அருளை இறை அருள், உயிர் அருள் என்று இரண்டாக வகுக்கிறார். உயிர் அருளை ஜீவகாருண்யம் என்று அழைக்கிறார் வள்ளலார். இறையருள் பெறவேண்டுமானால் உயிர் அருள் என்ற ஜீவகாருண்யம் வேண்டும் என்கிறார்.

உடல்களால் வேறுபாடுகள் காணப்பட்டாலும் உயிர்கள் என்ற நிலையில் எந்த வேறுபாடும் இல்லை. உயிர்களுக்கு உடம்பு செய்துகொடுப்பவன் இறைவன். ஒரு தாயின் வழியாக வந்தவர்கள் எல்லோரும் உடன்பிறப்புகள் ஆவதுபோல, இறைவனின் வழியாக உடம்பெடுத்து வந்தவர்களும் உடன்பிறப்புகள்தாம்; ஒரே மாதிரியான உரிமை உடையவர்கள்தாம். உடன்பிறப்புகளில் ஒருவர் துன்பமடையும்போது மற்றவர் அதற்காக உருகுவது இயற்கை. தான் ஆடாவிட்டாலும் தசை ஆடும். அதுபோல, ஓர் உயிர் துன்பமடைகிறபோது, மற்றோர் உயிர் அதற்காக உருகுவதும் இயற்கையே. சிலர் அப்படி உருகுவதில்லையே என்றால், அதற்குக் காரணம் அவர்கள்மேல் அறியாமையின் அழுக்குப் படிந்திருக்கிறது; அதன் காரணமாக அவர்களது அறிவு உணர்ச்சியில்லாமல் தடித்துப் போயிருக்கிறது. அழுக்குப் படிந்த கண்ணாடி உருவம் காட்டுவதில்லை அல்லவா?

சரி, என்ன செய்ய வேண்டும்? அறிவுதான் முதன்மையானது. ஏனென்றால் உண்மை-பொய், நல்லது-கெட்டது, நிலையானது-நிலையற்றது என்று எல்லாவற்றையும் ஒருவர்க்கு அடையாளம் காட்டுவது அறிவுதான். எனவே, அதை அடைந்தாக வேண்டும். அடையவிடாமல் தடுக்கிறது பசி. அது ஒருவருடைய குடிப் பிறப்பை அழிக்கும்; தனிச் சிறப்புகளை ஒழிக்கும்; கற்றவற்றையெல்லாம் கைவிடச் செய்யும்; வெட்கத்தை விரட்டும்; மாண்பைச் சீர்குலைக்கும் பசிப் பிணி என்னும் பாவி! அதைத் தீர்த்தவர்களின் புகழைச் சொல்வதற்கு என் நாக்குக்குத் தெம்பு கிடையாது என்கிறது மணிமேகலை.

குடிப்பிறப்பு அழிக்கும்; விழுப்பம் கொல்லும்;
பிடித்த கல்விப் பெரும்புணை விடூஉம்;
நாண்அணி களையும்; மாண்எழில் சிதைக்கும்;
பூண்முலை மாதரொடு புறங்கடை நிறுத்தும்
பசிப்பிணி என்னும் பாவி!அது தீர்த்தோர்
இசைச்சொல் அளவைக்கு என் நா நிமிராது

(மணிமேகலை பாத்திரம் பெற்ற காதை, 76-81)

அதையே சொல்கிறார் வள்ளலார். நல்லது கெட்டதை வேறுபடுத்திக் காட்டுகிற நல்லறிவை அடைவதுதான் முதன்மையானது என்ற நிலையில், பசி அதை அடையவிடாமல் தடுக்கிறது என்ற நிலையில், வள்ளலார் சொல்கிறார்: 'பசி என்ற நச்சுக் காற்று, ஒருவருடைய அறிவு என்ற விளக்கை அணைக்க முயல்கிறபோது, அவருக்கு உணவு கொடுங்கள்; அவருடைய அறிவு விளக்கு அணைந்துவிடாமல் பாதுகாத்துக் கொடுங்கள். இதுவே ஜீவகாருண்யம். இந்தத் திறவுகோலைக் கொண்டுதான் அவ்வுலகம் என்ற மேல்வீட்டுக் கதவைத் திறந்துகொண்டு உள்ளே போக முடியும்; புண்ணியமூர்த்திகளை வலம் செய்தல், தீர்த்தமாடுதல், தோத்திரம்

செய்தல், யாகம் செய்தல், பூசை செய்தல், ஐம்புலன்களை அடக்குதல் ஆகியவற்றினால் அன்று. சடங்குகளைச் செய்கிறவர்களுக்கு அவற்றால் சிறு பலன்கள் ஏதேனும் கிடைக்கக்கூடும்; ஆனால் நினைவிருக்கட்டும்: மேல்வீட்டுக் கதவைத் திறக்கும் திறவுகோல் ஜீவகாருண்யம்தான்; கடவுள் வழிபாடு என்பதே ஜீவகாருண்யந்தான் என்று ஐயந்திரிபின்றி அறிவிக்கிறார் வள்ளலார்.

வள்ளலாரின் முன்னோடி திருமூலர்

வள்ளுவம், மணிமேகலை என்று ஒரு தொடர்மரபில் வருகின்ற அருள் என்ற கருதுகோளை மேலும் வளமாக்கி வள்ளலாருக்குக் கையளித்தவர் திருமூலர். வள்ளலாரின் முன்னோடி அவர். அவர் சொல்கிறார்:

படமாடக் கோயில் பகவற்கு ஒன்றுஈயில்

நடமாடக் கோயில் நம்பர்க்கு அங்குஆகா;

நடமாடக் கோயில் நம்பர்க்கு ஒன்றுஈயில்

படமாடக் கோயில் பகவற்கு அதுஆமே. (திருமந்திரம் 1857)

படம்போல எழுப்பி வைத்திருக்கிற மாடக் கோயிலின் இறைவனுக்கு ஒன்றைக் கொடுத்தால், அது நடமாடுகிற கோயிலாகிய நம்மவர்களுக்குப் போய்ச் சேராது. ஆனால் நடமாடுகிற கோயிலாகிய நம்மவர்களுக்கு ஒன்று கொடுத்தால், அது படமாடக் கோயிலின் இறைவனுக்கு மிக உறுதியாய்ப் போய்ச் சேரும்.

மேற்படிப் பாடலில் 'நம்பர்' என்பதற்கு உரைகாரர்கள் 'சிவனடியார்' என்று பொருள் கொண்டிருக்கிறார்கள். வள்ளலார் அதற்கு 'உயிர்கள்' என்று பொருள் கொண்டிருக்கக்கூடும். ஏனென்றால், எல்லா உயிர்களும் உடன்பிறப்புகள் இல்லையா? ஆகவே நம்மவர்கள் இல்லையா?

மேற்படிப் பாட்டால் வள்ளலாரின் கருத்தைக் கெட்டிப்படுத்தும் திருமூலர் மற்றொரு பாட்டால் மிக எளிய வழிமுறையில் அந்தக் கருத்தைச் செயலாக்கும் விதத்தைக் கற்பிக்கிறார்:

யாவர்க்கு மாம்இறை வற்குஒரு பச்சிலை;

யாவர்க்கு மாம்பசு வுக்குஒரு வாயுறை;

யாவர்க்கு மாம்உண்ணும் போதுஒரு கைப்பிடி;

யாவர்க்கு மாம்பிறர்க்கு இன்னுரை தானே.

(திருமந்திரம் 252)

இறைவனுக்குப் படையல் போட்டுத்தான் வணங்க வேண்டும் என்பதில்லை; எளிமையாகப் பச்சிலை கொடுத்து வணங்கினாலே போதும். கோபூசை செய்ய வேண்டும் என்பதில்லை பசுவுக்கு ஒரு கைப்பிடி புல் கொடுத்தாலும் போதும். பசித்திருப்பவர்க்கு அறுசுவை உணவு கொடுக்க

வேண்டும் என்பதில்லை; உண்ணும்போது தான் உண்கிற உணவில் ஒரு கைப்பிடி கொடுத்தாலும் போதும். பதாகைகள் வைத்துப் புகழ்ந்துரை செய்து முதுகு சொறிய வேண்டும் என்பதில்லை; யாருக்கும் இன்னுரை சொன்னாலே போதும் என்று எல்லார்க்கும் இயல்கிற வழிமுறை சொல்கிறார் திருமூலர். பகட்டல்ல; பற்றுதலும் பரிதவிப்புமே கணக்கில் வரும் என்பது திருமூலர் கருத்து.

அதனால்தான் வள்ளலார் சொல்கிறார்: 'சாத்திரங்களில் சிறந்தது திருமந்திரம்; தோத்திரங்களில் சிறந்தது திருவாசகம். இவற்றை ஊன்றிப் பார்க்கவும்.' (உபதேசக் குறிப்புகள்)

எல்லாம் சரி. சட்டியில் அருள் இல்லாத வட்டிக்காரர்களைப் பற்றித் திருமூலரும் வள்ளலாரும் ஒன்றும் சொல்லவில்லையா? திருமூலர் எழுதுகிறார்:

எட்டி பழுத்த இருங்கனி வீழ்ந்தன
ஒட்டிய நல்அறம் செய்யாதவர் செல்வம்
வட்டிகொண்டு ஈட்டியே மண்ணின் முகந்திடும்
பட்டிப் பதகர் பயன் அறியாரே (திருமந்திரம் 260)

எட்டி மரத்திலும்கூடத்தான் பழங்கள் பழுக்கின்றன. என்ன பயன்? யார் உண்ண முடியும்? பழுத்துப் பழுத்து உதிர வேண்டியதுதான். அறத்தின் வழியில் அருள் சேர்க்காமல், வட்டிக்கு மேல் வட்டியிட்டுப் பாவிகள் சேர்க்கும் பொருளால் யாருக்குப் பயன்? பயன் தெரியாமல் பொருள் சேர்க்கிறார்கள் முட்டாள்கள்.

அதே தடத்தில், எடுத்துக்காட்டைக்கூட மாற்றாமல் வள்ளலார் எழுதுகிறார்:

...பெட்டிமேல் பெட்டி வைத்து ஆள்கின்றீர்; வயிற்றுப்
பெட்டியை நிரப்பிக்கொண்டு ஒட்டிஉள் இருந்தீர்;
பட்டினி கிடப்பவரைப் பார்க்கவும் நேரீர்;
பழம் கஞ்சி ஆயினும் வழங்கவும் நினையீர்;
எட்டிபோல் வாழ்கின்றீர்; கொட்டிபோல் கிளைத்தீர்;
எத்துணை கொள்கின்றீர் பித்து உலகீரே?

(திருஅருட்பா, VI, உறுதிகூறல், 6)

'கிறுக்கர்களே! இன்னும் எவ்வளவு சேர்த்தால் உங்களுக்கெல்லாம் நிறையும்? என்று கேட்கிறார்கள் அருளாளர்கள். இந்தக் கேள்வியை நம்மால் யாரிடமும் கேட்க முடிகிறதா? அல்லது நம்மிடந்தான் இந்தக் கேள்விக்கு விடை இருக்கிறதா?

11

கல்லாத அரசனும் காலனும் ஒன்றே

அறியாமை நம்மைக் கட்டி வைத்திருக்கிறது; அறியாமையிலிருந்து முளைத்த ஆசை நம்மைக் கட்டி வைத்திருக்கிறது; ஆசை காட்டி ஆசை காட்டியே அதிகாரம் நம்மைக் கட்டி வைத்திருக்கிறது. இப்படி, வாழ்ந்திருக்கும் காலம் முழுக்க ஏதேனும் ஒன்றால் கட்டுண்டே கிடப்பது நமக்கு இன்பம் தருவதா? கட்டறுப்பதல்லவா இன்பம் தருவது? கட்டறுத்து விடுவதுதான் கல்வி. கல்வியின் பயன் காசுண்டாக்குவது மட்டுமல்ல; கட்டறுப்பது. கல்வி சாதியைக் கட்டறுக்கும்; சமயத்தைக் கட்டறுக்கும்; அதிகாரத்தைக் கட்டறுக்கும்; ஆசையைக் கட்டறுக்கும்; அறியாமையைக் கட்டறுக்கும். இவற்றை வழிமொழிகிறார் திருமூலர்.

துணையது வாய்வரும் தூயநல் சோதி;
துணையது வாய்வரும் தூயநல் சொல்லாம்;
துணையது வாய்வரும் தூயநல் கந்தம்;
துணையது வாய்வரும் தூயநல் கல்வியே. (திருமந்திரம் 294)

இருள் அண்டும்போது ஒளியாக வருவதும், வாதுரைக்கும்போது சொல்லாக வருவதும், பழைய வாசனைகள் கிறுகிறுக்க வைக்கும்போது அவற்றைத் தேய வைக்கும் நறுமணமாக வருவதும், எப்போதும் துணையாக வருவதும் தூய நற்கல்வியே என்கிறார்.

கல்வி என்பது அனைவருக்குமான தகுதி என்றாலும் ஆள்கிறவனுக்கு மிகக் கட்டாயமான, இன்றியாமையாத தகுதி; எனவே, கல்வியைப் பொருளதிகாரத்தில், அரசியலில் வைத்திருக்கிறது வள்ளுவம்.

திருமூலர் சொல்கிறார்:

கல்லா அரசனும் காலனும் நேர்ஒப்பர்;
கல்லா அரசனில் காலன் மிகநல்லன்;
கல்லா அரசன் அறம்ஓரான்; கொல்என்பான்;
நல்லாரைக் காலன் நணுகி நில்லானே. (திருமந்திரம் 238)

கற்று அறியாத ஆட்சியாளனும் காலனும் ஒரே தன்மை உடையவர்கள். உயிரை வாங்கிவிடுவார்கள். சொல்லப்போனால் கற்று அறியாத அரசனைக் காட்டிலும் காலன் மிகவும் நல்லவன். கற்று அறியாத அரசனுக்கு அறம் என்றால் என்னவென்று தெரியாது; யாராக இருந்தாலும் வதைத்துக் கொல் என்பான். காலனை அப்படிச் சொல்லிவிட முடியாது.

உண்மையை அறியாத ஆட்சியாளன்

இங்கே, கற்று அறியாத ஆட்சியாளன் என்பதற்குப் பள்ளிக் கல்வி கற்காத ஆட்சியாளன் என்று பொருள் கொள்ள வேண்டாம்; அறம், பொருள், இன்பம், வீடு ஆகிய இவற்றின் உண்மையை அறியாத ஆட்சியாளன் என்று கொள்க.

இப்படியெல்லாம் பொதுவாகக் கல்வியைப் பற்றித் திருமூலர் சில சொன்னாலும், திருமூலர் பேசும் கல்வி, திருக்குறளும் நாலடியும் பேசுவதுபோலப் பொதுநிலைக் கல்வி அன்று; சைவ சமயம் சார்ந்த சிறப்புக் கல்வி; சிவக் கல்வி. 'கற்பார் ராமபிரானை அல்லால் மற்றும் கற்பரோ?' என்பது நம்மாழ்வார் திருவாய்மொழியானால், 'கற்பார் சிவபெருமானை அல்லால் மற்றும் கற்பரோ?' என்பது திருமூலர் திருமந்திரம்.

குறிப்புஅறிந் தேன்உடல் உயிர்அது கூடி;
செறிப்புஅறிந் தேன்மிகு தேவர் பிரானை;
மறிப்புஅறி யாதுவந்து உள்ளம் புகுந்தான்;
கறிப்புஅறி யாமிகும் கல்வி கற்றேனே. (திருமந்திரம் 290)

உயிர் ஏன் உடலுக்குள் வந்தது? என்ற கேள்வி எழுந்தபோது நான் கற்றிருந்த அடிப்படைக் கல்வி அதற்கு உடனடி விடை தராமல் என் நெஞ்சைக் கறித்தது; எதிர்க்களித்தது. அதற்கு மசங்காமல் விசாரிக்கத் தொடங்கினேன். நிலையானது எது, நிலையற்றது எது, எப்போதும் துணையாக என்னோடு இருப்பது எது, எப்போது வேண்டுமானாலும் என்னைக் கைவிட்டுவிடுவது எது, பற்றிக்கொள்ளத் தகுந்தது எது, பற்றிக்கொள்ளத் தகாதது எது என்று தெளிவாகத் தொடங்கியது. இந்த அறிவை ஆய்ந்து பெற்று அதற்கேற்ற நடவடிக்கைகள் மேற்கொள்ளத்தான் உயிர் உடலுக்குள் வந்தது என்னும் குறிப்பை இந்தத் தொடர் விசாரணையின்மூலம் நான் அறிந்தேன்.

தேவர் பிரானாகிய இறைவன் என்னோடு இருப்பதும், எனக்குள்ளே இருப்பதும் விளங்கத் தொடங்கியது. திரும்பிப் போகும் திட்டம் இல்லாது என் உள்ளத்துக்குள் புகுந்துகொண்டான் இறைவன். நாடு, நகரம், கோயில், குளங்கள் என்று நான் தேடித் திரிந்த பரம்பொருளை எனக்குள்ளேயே காட்டிய சிவக் கல்விதான் உண்மையான கல்வி. என் நெஞ்சைக் கறிக்காத கல்வி. குமட்டிக்கொண்டு எதிர்க்களிக்காத கல்வி என்று கல்விக்குச் சமய வண்ணம் பூசுகிறார் திருமூலர்.

கற்றபின் பற்றல்

இந்த நிலையில், சிவத்தைப் பற்றிக்கொள்ளாதவர்கள் எண்ணும் எழுத்தும் கற்றிருந்தாலும் கல்லாதவர்கள் ஆகிவிடுகிறார்கள். எண்ணும் எழுத்தும் கல்லாத வேடராகிய கண்ணப்பரைப் போன்றவர்கள் சிவத்தைப் பற்றிக்கொண்டுவிட்டதால் கற்றவர்கள் ஆகிவிடுகிறார்கள். பற்றிக்கொள்ள விரும்புவது எது என்பதைப் பொறுத்துக் கல்வி கல்லாமை ஆகிறது; கல்லாமை கல்வியும் ஆகிறது. பற்றுவது சரிதான். ஆனால், கற்றபின் வந்த தெளிவினால் பற்றுவதா, அல்லது பற்றுவது என்று முன்முடிவினால் கற்பதா?

கற்பக் கழிமடம் அஃகும்; மடம் அஃகப்
புறகம் தீர்ந்து இவ்வுலகின் கோள் உணரும்; கோள் உணர்ந்தால்
தத்துவமான நெறி படரும்; அந்நெறி
இப்பால் உலகத்து இசைநிறீஇ உப்பால்
உயர்ந்த உலகம் புகும். (நான்மணிக் கடிகை, 30)

கற்றால் அறியாமை நீங்கும்; அறியாமை நீங்கினால் இவ்வுலகின் தன்மை என்ன என்பது விளங்கும்; அது விளங்கினால் உண்மை என்ன என்ற தேடுதல் தொடங்கும்; அது தொடங்கினால் அறிவாளன் என்ற புகழை இந்த உலகில் நிறுத்தி, உயர்ந்த உலகத்துக்குள் புகலாம்.

எனவே, கற்றல் முதலில். பற்றல் பின்னால். வண்டிக்கு முன்னால் மாட்டைப் பூட்டுவதுதான் முறை.

12

ஓதி உணர்ந்தவர் ஓங்கி நின்றாரே

கடவுளைப்பற்றி விவாதிக்கத் தொடங்கினால் போதும்; அந்த விவாதத்தை முழுமையான விவாதம் ஆகவிடாமல், குறுக்கே ஒரு சுவர் எழுந்து மறிக்கும். அதை நம்பிக்கை என்க. யோசிக்கும் வேளையில், கடவுளைப்பற்றித்தான் என்றில்லை; இதுதான் என்னுடைய கொள்கை, கோட்பாடு என்று நாம் வரித்துக் கொண்டுவிட்ட எதுவாக இருந்தாலும் சரி, அதைப்பற்றி விவாதிக்கத் தொடங்கிய அடுத்த நொடி நம்பிக்கை என்னும் சுவர் எழுந்து குறுக்கே நின்று மறிக்கும். விவாதிக்கத் தொடங்கியவர்கள் நம்பிக்கைக்கு இப்பாலும் அப்பாலும் உள்ளவர்கள் ஆவார்கள். இப்பால் உள்ளவர்கள் ஏதோ ஒன்றின் நம்பிக்கையாளர்கள்; ஆகவே விவாதிக்க மறுப்பவர்கள். அப்பால் உள்ளவர்களோ அந்த ஏதோ ஒன்றை நம்பாதவர்கள், அல்லது வேறு ஏதோ ஒன்றை நம்புகிறவர்கள், அல்லது எதையுமே நம்பாதவர்கள்; ஆகவே விவாதிக்கத் தயங்காதவர்கள்.

தாங்கள் நம்புகின்ற ஒன்றை விவாதிக்க மறுப்பதனாலேயே நம்புகிறவர்கள் எல்லோரையும் மூடர்கள் என்று முத்திரை குத்திவிடுகிறார்கள் சிலர். அப்படிச் செய்வது சரியல்ல. நம்பும் முறைமையில் மூட நம்பிக்கை, நம்பிக்கை என்று இரண்டு உண்டு. மூட நம்பிக்கை என்பது ஒரு கருத்தின் முக மதிப்பை நினைத்தோ, அல்லது அந்தக் கருத்தை எடுத்துரைத்த நூலின் அல்லது ஆளின் முக மதிப்பை நினைத்தோ, அந்தக் கருத்தை ஆராயாமல் ஏற்றுக் கொண்டுவிடுவது. ஆனால் நம்பிக்கையை அப்படிச் சொல்லிவிட முடியாது. ஆராய்ந்து ஆராய்ந்து ஒரு கருத்தைப்பற்றி ஒரு முடிவுக்கு வருவது; இறுதி செய்யப்பட்ட அந்த முடிவை நம்பிக்கையாக்கிக் கொள்வது; பிறகு அந்த நம்பிக்கை வழிந்தோடி வற்றிப் போய்விடாமல் அதற்கு கரைகட்டி, அணைகோலி, அந்த நம்பிக்கையையே தங்கள் கைவிளக்காக வைத்துக்கொள்வது—'போற்றி என் வாழ்முதல் ஆகிய பொருளே,' 'வாழ்வே போற்றி, என் வைப்பே போற்றி' என்று தான் தேடிக் கண்டடைந்ததை மணிவாசகர் தனக்குத் துணையாக வைத்துக்கொண்டதைப்போல.

தெளிந்த பின் குழம்ப வேண்டாம்

அவ்வாறே, தாங்கள் நம்பாத ஒன்றை விவாதிக்க முன்வருவதனாலயே நம்பாதவர்கள் எல்லோரையும் பகுத்தறிவாளர்கள் என்று அடையாளப்படுத்தி விடுகிறார்கள் சிலர். அப்படியும் சொல்லிவிட முடியாது. நம்பிக்கையோ, நம்பிக்கை இன்மையோ, தானே பகுத்தாராயாத எதுவும் மூட நம்பிக்கைதான்—கடவுள் இருப்பாக இருந்தாலும் சரி, கடவுள் மறுப்பாக இருந்தாலும் சரி.

தேற்றித் தெளிமின்; தெளிந்தீர் கலங்கன்மின்
ஆற்றுப் பெருக்கில் கலக்கி மலக்காதே,
மாற்றிக் களைவீர் மறுத்துஉங்கள் செல்வத்தைக்
கூற்றன் வருங்கால் குதிக்கலும் ஆமே (திருமந்திரம் 172)

என்கிறார் திருமூலர். ஆற்று வெள்ளம் அகப்பட்டுக்கொண்டவரைப் புரட்டி எடுத்து அலைக்கழிப்பதுபோல, நீங்கள் கற்றுக்கொண்ட எல்லாம்—சிறுகச் சிறுகச் சேகரித்துக் கையிருப்பாக வைத்திருக்கும் எல்லாம்—செல்வம் என்று கருதுகிற எல்லாம்—உங்களை முரண்பட்ட திசைகளில் செலுத்திக் கலக்கி எடுக்கும். அலைக்கழிவை மாற்றிக் களைந்து மெல்ல நிலை கொள்ளுங்கள். எது திசை, எது வழி என்று ஆராய்ந்து தெளியுங்கள். தெளிந்த பின்னால் மீண்டும் குழம்பாதீர்கள். அந்தத் தெளிவு உங்களை ஏதோ ஒன்றின்மேல் சார்புபடுத்தும். அந்தச் சார்பு உங்களை உறுதிப்படுத்தும். அந்த உறுதி,

காலா! உனை நான் சிறுபுல் என மதிக்கிறேன்; என்தன்
கால்அருகே வாடா! சற்றே உனை மிதிக்கிறேன்
(பாரதி, காலனுக்கு உரைத்தல்)

- என்று உங்களை முழங்க வைக்கும்.

எதையுமே தேற்றாமல் தேர்ந்தெடுக்கச் சொல்வதில்லை அறிவர்கள்—கடவுள் உட்பட. ‘கடவுளைப்பற்றி, உயிரைப் பற்றி, உலகத்தின் தோற்றத்தைப்பற்றி என்று எல்லாவற்றைப்பற்றியும் மறைநூல்களில் சொல்லப்பட்டிருக்கிறது; எனவே அங்குமிங்கும் தேடி அலைந்து கொண்டிருக்காமல் மறைநூல்களில் சொல்லப்பட்டவற்றைக் கேள்வியின்றி அப்படியே நம்புங்கள்’ என்று மறை ஓதிகள் சொன்னபோது அவற்றை நம்பாமல் ஆராயத் தலைப்பட்டார்கள் அறிவர்கள். அதற்கு மறுப்புக் குரல் எழுப்பினார்கள் மறை ஓதிகள். அவர்களுடைய மறுப்புக் குரலைப் புறக்கணித்து, உண்மையைத் தேடி, ஆராய்ந்து, அறிவுக்கு ஏற்புடைய வகையில் அடையாளம் கண்டபிறகு, தாங்கள் கண்டுகொண்டதை நம்பத் தொடங்கினார்கள் அறிவர்கள்.

தேவர் பிரான்தனைத் திவ்விய மூர்த்தியை,
யாவர் ஒருவர் அறிவார் அறிந்தபின்
ஓதுமின், கேள்மின், உணர்மின், உணர்ந்தபின்
ஓதி உணர்ந்தவர் ஓங்கி நின்றாரே. (திருமந்திரம் 301)

'கடவுள் யார் தெரியுமா? தேவருக்கெல்லாம் தேவன்! அழகுக்கெல்லாம் அழகன்!' என்றெல்லாம் உங்களுக்குச் சொல்லப்படும். ஆனால் நானோ உங்களுக்குச் சொல்கிறேன்: அவ்வாறு சொல்லப்படுகிற கடவுளை, உள்ளது உள்ளவாறு அறிந்தவர்கள் யாரென்று தேடுங்கள். அவர்கள் அறிந்தது என்னவென்று அவர்களைக் கேளுங்கள். அத்தோடு நிறைவடைந்து நம்பிவிடாமல், கடவுளைப் பேசுகிற மறை நூல்களைக் குடைந்து ஆராயுங்கள். அவற்றில் சொல்லப்பட்டவை, சொல்லாமல் விடப்பட்டவை என்று எல்லாவற்றைக் குறித்தும் கேள்வி எழுப்பிக்கொண்டு விடை தேடுங்கள். உங்கள் அறிவு தருகிற விடையை அறிந்துகொள்வதோடு நிறுத்திவிடாமல் அத்துடன் உணர்வுப்பூர்வமாய் ஒன்றி அதில் நில்லுங்கள். நீங்கள் ஓங்கி நிற்பீர்கள்.

ஆற்றில் கிடந்தும் துறையறியாதவர்

திருமூலர்தான் இப்படிச் சொல்கிறார் என்று கருதவேண்டாம். அறிவர்கள் எல்லோரும் இப்படியே சொல்கிறார்கள். பட்டினத்தார் சொல்வதைக் கவனியுங்கள்:

நீற்றைப் புனைந்துஎன்ன? நீராடப் போய்என்ன? நீ, மனமே,
மாற்றிப் பிறக்க வகைஅறிந்தாய் இல்லை! மாமறைநூல்
ஏற்றிக் கிடக்கும் எழுகோடி மந்திரம் என்ன கண்டாய்?
ஆற்றில் கிடந்தும் துறைஅறியாமல் அலைகின்றையே!

(பட்டினத்தார், பொது, மெய்யுணர்வு, 40)

திருநீறு பூசுவதால், காலையும் மாலையும் நீராடுவதால், மாமறை நூல்களில் சொல்லப்பட்டிருக்கும் ஏழுகோடி மந்திரத்தையும் உச்சரிப்பதால் உண்மை அறிவு கிடைத்துவிடுமா? ஆற்று வெள்ளத்தில் அகப்பட்டுக்கொண்டவன் கரைசேர வேண்டுமானால் துறை எங்கே இருக்கிறது என்று தலை தூக்கிப் பார்ப்பது ஒன்றுதான் வழி. மந்திரம் சொல்வதால் மாங்காய் பழுக்காது.

அதற்காக உலகியல் அறிவை அடைவதோடு எல்லாவற்றையும் அறிந்துவிட்டதாக அறிதல் முயற்சியை நிறுத்திக்கொண்டுவிட முடியாது.

அறிவு அறிவு என்றுஅங்கு அரற்றும் உலகம்;
அறிவு அறியாமை யாரும் அறியார்;
அறிவு அறியாமை கடந்து அறிவுஆனால்,
அறிவு அறியாமை அழகியவாறே. (திருமந்திரம் 2362)

உலகியல் அறிவு மட்டுமே அறிவு என்று அரற்றிக்கொண்டும் அறிவித்துக்கொண்டும் இருக்கிறது இந்த உலகம். அதை நம்பி, வெறும் உலகியல் அறிவை மட்டுமே பெற்றுக்கொண்டு நிறைவடைந்துவிடுவது என்பது முழு அறிவைப் பெற்றதாக ஆகாது. உலகியல் அறிவு மட்டுமே அறிவு என்று நம்புவது உண்மையில் அறியாமை. இந்த அறியாமையை ஆராய்ச்சியினால் தாண்டிக் கடந்து, உலகியலுக்கு அப்பால் இருப்பதையும் அறிய முடிந்தால், முன்பு அறிவு என்று தழுவப்பட்டது அறியாமையும் ஆகலாம்; அறியாமை என்று தள்ளப்பட்டது அறிவும் ஆகலாம். ஆராய்ந்து தெளிக. அவரவர் அறிவு அவரவர்க்கு என்றாலும் அறிவது அழகுதான்.

குருட்டாம்போக்கில் ஏதோ ஒன்றை நம்புவது மூட நம்பிக்கையென்றால், அதற்கு எதிராக நிற்பது பகுத்தாராய்கிற அறிவு. பகுத்தாராய்கிற அறிவினால் ஆய்ந்து மேற்கொள்ளப்பட்ட நம்பிக்கை என்றால், அதற்கு எதிராக நிற்பது அதே பகுத்தறிவினால் வேறொரு கோணத்தில் ஆய்ந்து மேற்கொள்ளப்பட்ட மற்றொரு நம்பிக்கை.

கடவுள் விவகாரத்தில் இங்கு நடப்பது ஒரு நம்பிக்கைக்கும் மற்றொரு நம்பிக்கைக்கும் இடையிலான முரண்பாடே அன்றி அறிவுக்கும் அறியாமைக்கும் இடையிலான மோதல் அன்று. ஆனால் இதை உணராமல் இரு குழுவினர் மோதிக்கொள்வது கடவுளறிய அறியாமைதான்.

13

தன்னை அறிந்து இன்பமுற வெண்ணிலாவே

செல்வம் உலகியல் தேவைகளுக்கானது. தாங்கள் வகுத்துக்கொண்ட வாழ்வியலுக்கு ஏற்பக் கூடுதலாகவோ குறைவாகவோ இந்த உலகில் வாழ வந்தவர்கள் அனைவரும் தேடியே ஆக வேண்டியது செல்வம். அறிவும் அப்படித்தான். அறிவையும் எல்லோரும் தேடித்தான் ஆக வேண்டும். செல்வத்தைப் போலவே, தாங்கள் வகுத்துக்கொண்ட வாழ்வியலுக்கு ஏற்பக் கூடுதலாகவோ குறைவாகவோ எல்லோரும் அறிவைச் சேகரிக்கத்தான் செய்கிறார்கள். என்றபோதிலும், செல்வச் சேகரமும் அறிவுச் சேகரமும் ஒரு மாதிரியானவை அல்ல. ஏன்? செல்வச் சேகரிப்பில் தன்முயற்சி மட்டும் போதுமானதில்லை. அதில் 'ஊழ்வினை' என்ற கண்ணுக்குத் தெரியாத அமைப்பும் உதவ வேண்டும். ஆனால் அறிவுச் சேகரிப்பில் தன்முயற்சி மட்டுமே போதுமானது; அதில் கண்ணுக்குத் தெரியாத எந்த அமைப்பும் உதவிக்கு வருவதுமில்லை; அறிவைத் தருவதுமில்லை.

முயற்சியின்றி அறிவு இல்லை

மகாபாரதக் கிளைக் கதை ஒன்றில் யவக்கிரீதன் என்ற ஒரு முட்டாள் கதாபாத்திரமுண்டு. தன்னை இகழ்கிறவர்கள் எல்லோரும் பாராட்டும்வகையில் தான் ஒரு அறிவாளியாகிவிட வேண்டும் என்று அவனுக்கு ஆசை. அறிவை வேண்டித் தவம் செய்தான். தவத்தை மெச்சி இந்திரன் வந்தான். 'என்ன வேண்டும்?' என்றான். யவக்கிரீதன் 'அறிவு வேண்டும்' என்றான். 'அறிவு என்பது நீயாக முயன்று பெறுவது; என் வரத்தினால் அது வருவதில்லை' என்று சொல்லி இந்திரன் போய்விட்டான். 'அறிவு வரம் பெறுவதற்கு இன்னும் கடுமையாகத் தவம் செய்ய வேண்டும் போலிருக்கிறது' என்று எண்ணியவாறே ஆற்றங்கரையில் நடந்துகொண்டிருந்தான் யவக்கிரீதன். ஆற்றங்கரையில் உட்கார்ந்திருந்த பெரியவர் ஒருவர் கரையிலிருந்த மணலைக் கையால் அள்ளி ஆற்றுக்குள் வீசிக்கொண்டிருந்தார். 'என்ன செய்கிறீர்கள்?' என்றான் யவக்கிரீதன். 'ஆற்றுக்குக் குறுக்கே அணை கட்டுகிறேன்' என்றார் பெரியவர். யவக்கிரீதன் சிரித்தான்: 'ஆற்றுக்குள் இறங்காமல் அணை கட்ட முடியுமா? அதுவும் மணலைக் கொண்டு?

அதுவும் கையால் அள்ளி?' என்று கேலி செய்தான். 'அறிவைப் பெறுவதற்கு எந்த முயற்சியும் செய்யாமல், அதை வரத்தால் பெற்றுவிடலாம் என்று நீ நினைக்கும்போது, ஆற்றுக்குள் இறங்காமலே அணை கட்டிவிடலாம் என்று நான் நினைப்பது மட்டும் தவறாகுமா?' என்று கேட்டுவிட்டுப் போனார் பெரியவர். அறிவு கண்ணுக்குத் தெரியாத அமைப்புகளால் அருளப்படுவதில்லை. தன்முயற்சியால் தெளியப்படுவது.

பேய் அறிவு எது?

செல்வத்தைச் சிறு செல்வம், பெருஞ் செல்வம் என்று வகைப்படுத்தலாம். அவ்வாறே அறிவையும் சிற்றறிவு, பேரறிவு என்று வகைப்படுத்தலாம். என்றபோதிலும், செல்வப் பெருக்கமும் அறிவுப் பெருக்கமும் ஒரே மாதிரியானவை அல்ல. ஏன்? செல்வப் பெருக்கம் அளவைப் பொறுத்தது. குறைய வைத்திருந்தால் சிறுசெல்வம்; நிறைய வைத்திருந்தால் பெருஞ்செல்வம். ஆனால், அறிவுப் பெருக்கத்தை அப்படிச் சொல்ல முடியாது. செய்திகளை அறிந்து வைத்திருக்கிறவன்தான் அறிவாளி என்றால் விநாடி வினா நிகழ்ச்சிகளில் நிறைய விடை சொல்கிறவர்களே பேரறிவாளிகள் என்று ஆகிவிடும். அறிவு என்பது அளவைப் பொறுத்ததில்லை; தன்மையைப் பொறுத்தது. அறிந்து வைத்திருக்கும் செய்திகளின் எண்ணிக்கை கணக்கில்லை; அறிந்து வைத்திருப்பது எதை என்பதுதான் கணக்கு. நல்லது. எதை அறிந்து வைத்திருந்தால் அறிவு எனலாம்?

...தன்னை அறிவது அறிவாம் அஃதுஅன்றிப்
பின்னை அறிவது பேய்அறிவு ஆகுமே (திருமந்திரம் 2318)

- என்று அடையாளம் காட்டுகிறார் திருமூலர். தன்னையே தான் அறிந்து வைத்திருக்கிற அறிவுதான் அறிவு; தன்னை அறிகிற வேலையை விட்டுவிட்டு மற்றவற்றையெல்லாம் அறிகிற அறிவு பேய் அறிவு. அதென்ன பேய் அறிவு? பேய்கள் நிலைகொள்ளாமல் உழலும்; அலையும்; தவிக்கும். அவற்றுக்கு ஏதேனும் ஒரு பிடிமானத்தில் தங்களை நங்கூரம் இட்டு நிறுத்திக்கொள்ளத் தெரியாது. அதைப் போலக் கண்டதையெல்லாம் அறிந்து, அறிந்ததை எல்லாம் தனக்கே உரித்தாக்கிக்கொள்ள நினைத்து அத்தனைக்கும் ஆசைப்பட்டு, அவற்றை அடைய நினைத்துப் பின்னால் ஓடி நடந்து, கிடைத்துவிட்டால் நுகர்ந்து சலித்து, கிடைக்காவிட்டால் வருந்தி இளைத்து, அறிய வேண்டியது எதை, மேலும் அலைபாயாமல் தன்னை நங்கூரம் இட்டு நிறுத்திக்கொள்வது எதில் என்று புரியாமல் தடுமாறி நிற்பது பேய் அறிவு.

தன்னை அறியவேணும் அகப்பேய்! சாராமல் சார வேணும்!
பின்னை அறிவதுஎலாம் அகப்பேய், பேய்அறிவு ஆகுமடி!

(சித்தர் பாடல்கள், அகப்பேய்ச் சித்தர், 78)

என்று கருத்து மாறாமல், சொல் மாறாமல் திருமந்திரத்தை வழிமொழிகிறார் அகப்பேய்ச் சித்தர்.

தன்னை அறிந்து இன்பம் உற வெண்ணிலாவே – ஒரு
தந்திரம்நீ சொல்லவேண்டும் வெண்ணிலாவே
(திருவருட்பா, 2ஆம் திருமுறை, வெண்ணிலா,1)

என்று 'வாழையடி வாழையென வந்த திருக்கூட்ட மரபில் ஒருவரான' வள்ளலாரும் உடன்படுகிறார். தன்னை அறிதலை இன்னும் நியாயப்படுத்தி அழுத்துகிறார் திருமூலர்:

தன்னை அறியத் தனக்கு ஒரு கேடு இல்லை;
தன்னை அறியாமல் தானே கெடுகின்றான்;
தன்னை அறியும் அறிவை அறிந்தபின்,
தன்னையே அர்ச்சிக்கத் தான்இருந் தானே. (திருமந்திரம் 2355)

ஒருவர் தனக்கு வெளியில் உள்ள பொருட்களையெல்லாம் அறிவதைப் போலவே தன்னையும் அறிந்திருக்க வேண்டாமா? அறிதல் என்ற செயல்பாட்டைப் புறத்தில் உள்ள பொருட்களிலிருந்து தொடங்கினாலும், அறியும் பொருளாகிய தன்னையும் அதில் உட்படுத்திக்கொள்ள வேண்டாமா? 'என்னைப்பத்தி நீ என்ன நினைக்கிற?' என்று அடுத்தவரிடம் கேட்பவர் அடி முட்டாள் இல்லையா? தன்னையே தன்னுடைய குறைநிறைகளோடு தனக்குத் தெரியாதென்றால் பிறரையும் பிறவற்றையும் நான் அறிவதிலும் அறிக்கையிடுவதிலும் என்ன முழுமை இருக்க முடியும்? என் நிறையை நான் அறியாததால் அல்லவா மற்றவரைப் பெரியவராக எண்ணி அவர் காலில்

விழுந்து வணங்குகிறேன்? என் குறையை நான் அறியாததால் அல்லவா மற்றவரைச் சிறியவராக எண்ணி அவரை என் காலில் விழச் செய்கிறேன்? கருத்தை மேலும் கெட்டிப்படுத்துகிறார் திருமூலர்:

தானே தனக்குப் பகைவனும் நட்டானும்;
தானே தனக்கு மறுமையும் இம்மையும்;
தானே தான்செய்த வினைப்பயன் துய்ப்பானும்;
தானே தனக்குத் தலைவனும் ஆமே. (திருமந்திரம் 2228)

அறிந்தவர்கள் சிலரைப் பகைவர்கள் என்றும் சிலரை நண்பர்கள் என்றும் குறித்து வைத்திருக்கிறவர்களே, நீங்கள் அறிக: உங்களுக்கு நீங்களே பகைவர்; உங்களுக்கு நீங்களே நண்பர். இப்பிறப்பில் நான் இவ்வாறு இருக்கக் காரணம் இது, மறுபிறப்பில் நான் வேறொன்றாய்ப் பிறக்க வழிசெய்வது இது என்று கணக்குப் பார்க்கிறவர்களே, நீங்கள் அறிக: இப்பிறப்பில் நீங்கள் என்னவாக இருக்கிறீர்களோ, மறுபிறப்பில் என்னவாக ஆகப் போகிறீர்களோ, அனைத்துக்கும் காரணம் நீங்களே. அதற்கான வினையைச் செய்தவரும் நீங்களே; அந்த வினையின் பயனை நுகர்பவரும் நீங்களே. ஆகவே, மரியாதைக்குரியவர்களே! உங்களுக்கு ஆணையிடுகிற, உங்களைச் செயல்படுத்துகிற தலைவர் நீங்களே. அதை அறியாமல் பிறரைத் திட்டாதீர்கள். தீதும் நன்றும் பிறர் தர வாரா.

கேடு என்பது தன்னை அறியாதிருப்பது. நன்மை என்பது தன்னை அறிவது. தன்னை அறிக. தன்னை அறியும் அறிவை அறிக. அறிந்துவிட்டால், போற்றுவதும் போற்றப்படுவதும் தூற்றுவதும் தூற்றப்படுவதும் என்று எல்லாமும் தனக்குள்ளே இருப்பது விளங்கும். தன்மதிப்பென்னும் சுயமரியாதை தன்னை அறிவதிலிருந்தே முளைக்கிறது.

14

அற்புதக் கூத்தனை யார் அறிவாரோ?

கோயில் என்றாலே சைவத்தில் சிதம்பரந்தான். சிதம்பரத்துக்கென்ன அத்தனை சிறப்பு? இறைவனை உருவமாகவும் (கூத்தன்), அருவுருவமாகவும் (இலிங்கம்) மட்டுமல்லாது, அருவமாகவும் (சிற்றம்பல வெளியாகிய சிதம்பர இரகசியம்), வடிவநிலைப்படுத்தப்பட்ட ஒரு மெய்யியற் கொள்கையாகவும்கூட (கூத்தன் வடிவத்தில் சித்தாந்தப் பெருங்கொள்கை) காட்ட முனைகிற இடம் அது என்பதால் சிதம்பரம் சிறப்பு.

சிற்பரஞ் சோதி சிவானந்தக் கூத்தனைச்
சொற்பதம்ஆம் அந்தச் சுந்தரக் கூத்தனைப்
பொற்பதிக் கூத்தனைப் பொன்தில்லைக் கூத்தனை
அற்புதக் கூத்தனை யார்அறி வாரே? (திருமந்திரம் 2723)

என்று திருமூலர் விசாரிக்கும் தென்தில்லை மன்றாடியை, அணிதில்லைச் சிற்றம்பலவனை அனைவரும் அறியவே விரும்புகிறார்கள். ஆனால் அறியும் வழி எது?

நந்தனார் போக விரும்பிய தலம் தில்லைச் சிற்றம்பலம். வேதியரிடத்தில் தொண்டூழியம் செய்த நந்தனார் சிதம்பரம் போக வேண்டி ஆண்டையாகிய வேதியரிடம் அனுமதி கேட்க, வேதியர் மறுக்க, நந்தனார் மன்றாட, வேதியர் நந்தனாரை வேலையில் முடுக்கிவிட, இறையருளால் நந்தனார் வேலையை முடித்துவிட, வேதியர் மலைத்துப் போகிறார்.

படித்தும் என்ன எங்கள் வேதம் – அதில்
பார்த்ததுஇல்லை இந்தப் பகவன்நல் கீதம்
எடுத்துச் சொன்னாய்சிவ போதம் – அது
ஏற்காமல் போச்சுது என்பிடி வாதம். (நந்தனார் சரித்திரக் கீர்த்தனை)

'நந்தா, வேதம் படித்தும் நான் காணாத இறைவனை, வேதம் படிக்காத நீ கண்டிருக்கிறாய். கண்ட இறைவனைக் காட்டு எனக்கும்' என்கிறார்.

ஐயே மெத்தக் கடினம் – உமக்குஅடிமை
ஐயே மெத்தக் கடினம்!

என்று தொடங்குகிறார் நந்தனார். அடிமைத் தொண்டூழியம் செய்வது எவ்வளவு கடினம் பாருங்கள். 'வேலையைக் காட்டு' என்றால் காட்ட முடியும்; 'கடவுளையும் காட்டு' என்றால் காட்ட முடியுமோ? என்றாலும் நந்தனார் காட்ட முயல்கிறார்:

...மானஅபிமானம் விட்டுத் தான்ஆகி நின்றவர்க்குச்
சேனாதி பதிபோலே ஞானாதி பதிஉண்டு
பாருமே! கட்டிக் காருமே! உள்ளே சேருமே! அது பூருமே!...

'மானாபிமானம் விட்டுத் தான் ஆகி நிற்றல்' என்பதுதான் நந்தனார் கண்டுகொண்ட வழி. மானாபிமானம் விடுதல் என்பதென்ன? ஒரு காரியத்தைச் செய்கிறோம். அதைச் செம்மையாகச் செய்ய வேண்டும் என்பதற்காக மெய் வருத்தம் பாராமல், பசி நோக்காமல், கண் துஞ்சாமல், கருமமே கண்ணாகி, நம்மை மறந்து அதில் தலைப்படுகிறோம். அதைக் காணும் உலகம், பெண்டாட்டி பிள்ளைகளைப் பார்க்காமல் காரியத்தையே பார்த்துக்கொண்டு பேயாய்த் திரிவதாகப் பழிக்கும். சிலவேளை சிரிக்கும். ஆனால் கருமமே கண்ணானவர்களுக்கு அதைக் குறித்து நாணம் இருக்காது. அவர்கள் மானாபிமானம் விட்டவர்கள்.

தான் ஆகி நிற்றல் என்பதென்ன?

உலகம் நமக்கு உருவேற்றிக்கொண்டே இருக்கிறது. உலகம் உருவேற்றியவாறு உண்கிறோம்; உடுக்கிறோம்; உழைக்கிறோம். ஆதிக்கம் செய்ய வேண்டிய இடங்களையும் அடங்கி இருக்க வேண்டிய இடங்களையும் உலகம் நமக்குக் கற்பித்து வைத்திருக்கிறது. கற்பித்தவாறு செய்கிறோமா என்று நம்மைக் கண்காணித்துக்கொண்டே இருக்கிறது. நம் வசத்தில் நாம் இல்லை. உலகத்தின் அதிகார வசத்தில் இருக்கிறோம். நம் வசத்துக்கு நாம் மீளுதலே விடுதலை; தன் வசத்தில் ஒருவர் இருத்தலே தான் ஆகி நிற்றல்.

இவ்வாறு மானாபிமானம் விட்டுத் தன் அறிவைப் பற்றித் தான் ஆகி நின்றவர்களின் உள்ளத்துக்குள் அறிவின் தலைவனாகிய ஞானாதிபதி தானே 'பூந்து' நுழைகிறான். திருமூலர் சொல்கிறார்:

தன்னினில் தன்னை அறியும் தலைமகன்
தன்னினில் தன்னை அறியத் தலைப்படும்
தன்னினில் தன்னைச் சார்கிலன் ஆகில்
தன்னினில் தன்னையும் சார்தற்கு அரியவே (திருமந்திரம் 2349)

தன்னைத் தன் பிம்பத்தின்வழியாகவும், தன்னைப் பின் தொடர்கிறவர்களுடைய கருத்தின் வழியாகவும், இன்ன பிற ஊடகங்களின்

வழியாகவும் அறிய முயலாமல், தன்னைத் தன் வழியாகவே அறிய முயல்கிறவன்தான் தலைவன். தனக்குத் தானே தலைவன் ஆதல்தான் ஆன்மிகம். தனக்கே தான் தலைவனாக இல்லாதபோது, தன்னைப் பிறருக்குத் தலைவனாக முன்வைத்துக்கொள்ளுதல் அரசியல். ஆன்மீகம் வேறு; அரசியல் வேறு. தனக்குள்ளேயே தன்னை அறிகிறவன் இறைவனைத் தேடிக் காடுமலை திரியாமல் தனக்குள்ளேயே கடவுளைக் கண்டுகொள்வான். தன்னிலே தன்னைக் கண்டுகொள்ள முடியாதவன் தலைவனும் ஆக மாட்டான்; கடவுளையும் காண மாட்டான்.

அகத்தில் இருப்பவனுக்கு என்ன வேண்டும்

கடவுள் தன்னிலிருந்து வேறானவன் என்று கருதி அவனைப் புறத்தில் தேடுகிறார்கள். கண்டுபிடித்துவிட்டதாகக் கருதிச் சிலை வடித்துக்கொள்கிறார்கள். கற்சிலை செய்துகொண்டது போக உற்சவரும் செய்துகொள்கிறார்கள். உற்சவருக்கு ஐம்பொன்னில் திருமேனி வடிக்கத் தங்கத்தைக் கொடை வழங்குகிறார்கள். கொடை கொடுத்த தங்கம் திருடுபோகிறது; ஆனாலும் கடவுள் திருடுபோவதில்லை. ஏனென்றால் திருடுபோகும் இடத்தில் கடவுள் இல்லை. இறைவன் இருக்குமிடம் சொல்கிறார் திருமூலர்:

தான்என்று அவன்என்று இரண்டாகும் தத்துவம்;
தான்என்று அவன்என்று இரண்டும் தனில்கண்டு,
தான்என்ற பூவை அவன்அடி சாத்தினால்
நான்என்று அவன்என்கை நல்லதொன்று அன்றே. (திருமந்திரம் 1607)

தான் (உயிர்) என்றும், அவன் (இறைவன்) என்றும் இரண்டு பொருள்கள். தான் இருப்பது, உடம்பில்; இறைவன் இருப்பது வெளியில் என்று கருத வேண்டாம். தன்னிலேயே இருக்கிறான் அவன். எனக்குள்ளே இருக்கிற இறைவனுக்கு நான் ஏதேனும் வழங்கிப் பூஜை செய்ய வேண்டாமா? புறத்தில் இருக்கிற இறைவனாக இருந்தால் தங்கம் வழங்கலாம். அகத்தில் இருக்கும் இறைவனுக்கு என்ன வழங்குவேன் என்று மயங்க வேண்டாம். உங்களையே இறைவனுக்குப் பூவாக்கிச் சாத்திக்கொள்ளுங்கள். உங்களையே பூவாக்கிச் சாத்திக்கொண்டபிறகு நான் என்று சொல்லிக்கொள்ள நீங்கள் ஏது மிச்சம்?

'வான் கெட்டாலும் தான் கெடாத தலைவனுக்கு என்னையே நான் படைத்துக்கொண்டபோது, ஊன் கெட்டேன்; ஊனுக்குள் உட்கார்ந்திருந்த உயிர் கெட்டேன்; உணர்வு கெட்டேன்; உணர்வுக்கு ஊற்றான உள்ளம் கெட்டேன்; அனைத்துக்கும் தளமான நான் கெட்டேன்' என்று தெள்ளேணம் கொட்டுகிறார் மாணிக்கவாசகர். (திருவாசகம், திருத்தெள்ளேணம், 18)

வெங்காயத்தை உரித்தபிறகு வெங்காயம் இல்லை; உரித்தவன் மட்டுமே இருப்பதைப்போல, தன்னை மறந்து, தலைவன் தாளைத் தலைப்பட்டுவிட்ட பிறகு, தான் இல்லை; இறைவனே இருக்கிறான். திருமூலர் பாடுகிறார்:

எங்கும் திருமேனி; எங்கும் சிவசத்தி;
எங்கும் சிதம்பரம்; எங்கும் திருநட்டம்;
எங்கும் சிவமாய் இருத்தலால், எங்கெங்கும்
தங்கும் சிவன்அருள் தன்விளை யாட்டுஅதே. (திருமந்திரம் 2722)

உருவமாகவும் அருவமாகவும் அருவுருவமாகவும் இருக்கிற எல்லாம் இறைத் திருமேனிதான். இயங்குகிற எல்லாம் சிவசத்திதான். பார்க்கின்ற வெளியெல்லாம் சிதம்பரந்தான். ஆடுகிற எல்லாம் திருக்கூத்துத்தான். பார்க்கும் இடம் எங்குமொரு நீக்கமற நிறைந்திருக்கும் பரிபூரண ஆனந்தமாய்ப் பரமசிவம். திருமேனி செய்யத் தங்கக் கொடை தேவையில்லை.

திருமூலர் வந்து சேர்ந்த இந்த இடத்துக்கே நந்தனாரையும் கொண்டு வந்து சேர்க்கிறார் நந்தனார் சரித்திரக் கீர்த்தனை பாடிய கோபாலகிருஷ்ண பாரதியார்.

ஆனால் ஒன்றுமட்டும் விளங்கவில்லை. 'மானாபிமானம் இன்றித் தானாகி நின்றவர்க்கு ஞானாதிபதி உண்டு பாருமே! உள்ளே சேருமே!' என்று சிதம்பரத்துக்குப் போகாமல் தனக்குள்ளேயே இறைவனைக் காணும் வித்தையை நந்தனார் வழியாக வேதியருக்குக் கற்றுக்கொடுத்த கோபாலகிருஷ்ண பாரதியார் நந்தனாரை மட்டும் ஏன் சிதம்பரத்துக்கு அனுப்பினார்? கோபாலகிருஷ்ண பாரதியாரின் வரிகளிலேயே சொல்வதென்றால்,

இதைக் கண்டாரும் கிடையாது! விண்டாரும் சொன்னதில்லை!

15

குருவாய் வருவாய் அருள்வாய்

எது 'மிகக் கடினம்' என்று பலராலும் சொல்லப்படுகிறதோ, 'ஆமாம், கடினம்தான்' என்று கேட்கிறவர்களாலும் நம்பப்படுகிறதோ, அதற்கு இடைத்தரகுகள் உருவாகிவிடுகின்றன. எடுத்துக்காட்டாக, ஏதோ ஒரு தேவைக்காக அரசை அணுக வேண்டியிருக்கிறது என்று வைத்துக்கொள்ளுங்கள். அதிகார வட்டத்தோடு தொடர்பில்லாத எளிய மக்கள் அரசை அணுகுவது எளிதான செயல் இல்லை என்று நம்முடைய புத்தியில் செதுக்கப்பட்டிருக்கிறது. என்ன செய்வோம்? இயல்பாக இடைத்தரகர்களை அணுகுவோம்.

இடைத்தரகர்கள் மூன்று வகை: முதலாவது வகை, நம்மிடம் பெற வேண்டியதைப் பெற்றுக்கொண்டு, நமக்கு வர வேண்டியதைப் பெற்றுத் தருகிற 'நேர்மையாளர்கள்.' இரண்டாவது வகை, நம்மிடம் பெற வேண்டியதைப் பெற்றுக்கொண்டு, நமக்கு வர வேண்டியதைப் பெற்றுத் தராமல் ஏய்த்துவிடுகிற ஏமாற்றுக்காரர்கள். மூன்றாவது வகை, நம்முடைய கோரிக்கை நியாயமானது என்பதை விளங்கிக்கொண்டு, நம்மிடம் எதையுமே பெற்றுக்கொள்ளாமல், நாம் பெற வேண்டியவற்றைப் பெற்றுத்தருகிற சேவையாளர்கள்; செல்வாக்குப் பெறுவது என்பதே பொதுச்சேவை செய்ய மட்டுந்தான் என்று கருதுகிறவர்கள். இந்த மூன்று வகையினரில் முதல் வகையினரும் இரண்டாம் வகையினரும் கணிசமான அளவினர். மூன்றாம் வகையினர் அழிவின் விளிம்பில் இருக்கும் அரிய உயிரினமாகிக்கொண்டிருக்கிறார்கள்.

வானம் என்ன அத்தனை எளிதா?

இருக்கட்டும். எடுத்துக்காட்டுவதை நிறுத்திக்கொண்டு நம் விவகாரத்துக்கு வருவோம். நாம் பெற வேண்டுவது எதை? கடவுளை! அரசாங்கத்தை அணுகும் செயலே அரிது என்றால், கடவுளை அணுகும் செயல் என்ன எளிதோ?

தான்என்ற ஆணவத்தை நீக்க மாட்டார்;
சண்டாளக் கோபத்தைத் தள்ள மாட்டார்;
ஊன்என்ற சுகபோகம் ஒழிக்க மாட்டார்;
உற்றுநின்ற சையோகம் விடுக்க மாட்டார்;
பான்என்ற ஞானவெள்ளம் உண்ண மாட்டார்;
பதறாமல் மவுனத்தே இருக்க மாட்டார்;
வான்என்ற பொருள்என்ன எளிதோ மைந்தா?
மகத்தான மனம்அடங்க எய்யும் காணே!
(சித்தர் பாடல்கள், கைலாயக் கம்பளிச் சட்டைமுனி, 32)

- என்று கடவுளை அடையும் செயலின் எளிமையின்மையைப் பாடுகிறார் கைலாயக் கம்பளிச் சட்டைமுனி என்ற சித்தர். ஆணவம், கோபம், சுகபோகம், காமம் எதையும் தள்ள மாட்டீர்கள்; அடைய வேண்டிய ஞானம் எது என்பதை உணர மாட்டீர்கள்; சும்மா இருந்து சொல்லறுக்கவும் மாட்டீர்கள்; ஆனால், வானம் மட்டும் எங்களுக்கு வசப்பட வேண்டும் என்று வேண்டுவீர்கள். வானம் என்ற பொருள் என்ன அவ்வளவு எளிதா? ஏறாத ஏணியிட்டு எட்டாத உயரமெல்லாம் எட்டச் சொல்லும் ஆசைமனம் அடங்கட்டும்; வானம் தானாகக் கிட்டி வரும்.

நல்லது. ஐயத்திலிருந்து விடுபட்டுத் தெளிந்தவர்களுக்கு வையத்தைக் காட்டிலும் வானமே பக்கத்தில் இருக்கிறதென்று வள்ளுவரும் சொல்லுகிறார்தான். என்றாலும் ஐயங்களிலிருந்து விடுபட்டுத் தெளிதல் என்பதென்ன எளிதான செயலா? இல்லைதான். ஐயத்திலிருந்து தானாகவே நீங்குவது என்பது நடக்கவே இயலாத செயலில்லை என்றாலும், தக்க துணை இன்றிச் செய்யக் கடினமான செயல்தான். எனவே, எளியவர்கள் இடைத்தரகு வேண்டுவது நியாயம்தான். ஐயம் தெளியாமல் அயர்ந்து நிற்கும் எளிய உயிர்களுக்கும் கடவுளுக்கும் நடுவில் கைகாட்டி மரமாக நின்று திசைகாட்டிச் செலுத்துவிக்கும் குருமார் தேவைதான்.

சரியான குருவுக்கு அடையாளங்கள்

பிறகென்ன? கடவுளைக் கண்டுகொள்ளும் செயல் எளிதாகிவிடும் இல்லையா? ஆகாது. ஏன்? கடவுளைக் கண்டு சொல்லும் சரியான குருவைத் தேர்ந்துகொள்வது கடினமாகிவிடுகிறது இல்லையா? சரியான குருவுக்குச் சில அடையாளங்கள் சொல்கிறார் திருமூலர்:

குருஎன் பவனே வேதஆகமம் கூறும்
பரஇன்பன் ஆகிச் சிவயோகம் பாவித்து
ஒருசிந்தை இன்றி உயர்பாசம் நீக்கி
வரும்நல் குரவன்பால் வைக்கலும் ஆமே. (திருமந்திரம் 2057)

குரு என்பவன், பற்றுதலை அறுத்தவன்; சிவயோகத்தைத் தன் வழிமுறையாகக் கொண்டவன்; எண்ணுவதற்கும் அடைவதற்கும் ஏதுமில்லாத நிலையில் எண்ணங்களே இல்லாமல் இருப்பவன்; சமய நூல்களில் சொல்லப்பட்டிருக்கும் பேரின்பத்தில் திளைத்து வாழ்பவன்; அவனிடம் நீங்கள் நம்பிக்கை வைக்கலாம்.

அவ்வாறு நம்பிக்கை வைத்து அவன் வழிச் சென்றால் அவன் நமக்குச் செய்வதென்ன?

தவிரவைத் தான்வினை, தன்அடி யார்கோள்;
தவிரவைத் தான்சிரத் தொடுதன் பாதம்;
தவிரவைத் தான்நமன் தூதுவர் கூட்டம்;
தவிரவைத் தான்பிற வித்துயர் தானே. (திருமந்திரம் 2050)

'இறைவனைப் போற்றுவது என் கொள்கை; போற்றாதவர்களும் மறுப்பவர்களும் ஒழிக' என்று மூடத்தனமாய்க் கொள்கை பேசி, அந்த மூடக் கொள்கையை மேலும் முன்னெடுக்கும் வகையில் வசவு, மிரட்டல், அடிதடி போன்ற அடாவடி வினைகளுக்குத் துணியும் கடியவர்களான அடியவர்களை நெறிப்படுத்தி, அவர்களின் மூடத்தனத்தைத் தவிர்ப்பான். சாவைக் குறித்த அச்சத்தை விலக்குவான். சாவைப்பற்றி அச்சம் தவிர்ந்துபோகும்போது, 'பிறவி ஒரு துன்பம்' என்ற எதிர்நிலைக் கருத்து தானாகவே தகர்ந்து போகும். அறிவின்மையை, அடாவடியை, சாவச்சத்தை, வாழ்வின் துன்பத்தை என்று எல்லாவற்றையும் தவிர்த்தவன் திருவடி நம் தலைமேல் வைத்தான். அதைக் கொள்ளலாம்; பிழையில்லை.

தனை மறந்த தொண்டால், நமை நினைக்கச் செய்யும் அத்தகைய குரு ஒருவர் கிடைக்கும் நிலையில்,

நல்லாரைக் காண்பதுவும் நன்றே; நலம்மிக்க
நல்லார்சொல் கேட்பதுவும் நன்றே - நல்லார்
குணங்கள் உரைப்பதுவும் நன்றே; அவரோடு
இணங்கி இருப்பதுவும் நன்றே

- என்று ஔவை சொன்ன மூதுரைபோல,

தெளிவு குருவின் திருமேனி காண்டல்;
தெளிவு குருவின் திருநாமம் செப்பல்;
தெளிவு குருவின் திருவார்த்தை கேட்டல்;
தெளிவு குருஉருச் சிந்தித்தல் தானே (திருமந்திரம் 139)

- என்று இருந்துவிடலாம். ஆனால், சிக்கல் என்னவென்றால், கைமாறாக ஏதும் கோராமல், அரசுக்கும் எளியவர்களுக்கும் நடுவில் நின்று, தன் செல்வாக்கால் சேவை செய்யும் செய்யும் மூன்றாவது வகை

இடைத்தரகர்களைப்போலவே, கடவுளைக் கண்டுசொல்லும் உண்மைக் குருமார்களும் அரிதிலும் அரிதாகிவிட்டார்கள். இருபாலரையும் திக்குத் தெரியாத காட்டில் தேடித் தேடி இளைத்த கதைதான்.

அரிதிலும் அரிதாக இருக்கிற ஒன்றைக் கடவுளாகவே காண்பதும் கருதுவதும் வழக்கந்தானே? அந்த அடிப்படையில் குருவையே சிவமாக்கிவிடுகிறார் திருமூலர். அல்லது, எளிய மனிதக் குருக்களால் இத்தகைய செந்நிலையை எய்த முடியாது என்பதால் சிவனே குருவாக வந்தான் என்று வைத்துக்கொண்டாலும் பொருந்துந்தான்.

குருவே சிவம்எனக் கூறினன் நந்தி;
குருவே சிவம்என் பதுகுறித்து ஓரார்;
குருவே சிவனுமாய்க் கோனுமாய் நிற்கும்;
குருவே உரைஉணர்வு அற்றதோர் கோவே. (திருமந்திரம் 1581)

குருதான் சிவம் அல்லது சிவம்தான் குரு. அறிக. இறைவனே குருவாக வருவான் என்னும் கருதுகோளைத் திருமூலர் மட்டுந்தான் முன்வைக்கிறாரா? பிறரும் வைக்கிறார்கள்.

...அருபரத்து ஒருவன் அவனியில் வந்து
குருபரன் ஆகி அருளிய பெருமை...

- என்று திருவாசகத்தின் போற்றித் திருவகவலில் மணிவாசகர் புல்லரிக்கிறார்.

...குருவடிவு ஆகிக் குவலயம் தன்னில்
திருவடி வைத்துத் திறம் இது பொருள் என...

- உணர்த்தியதாக வினாயகர் அகவலில் ஔவை கிறுகிறுக்கிறாள்.

...குருவாய் வருவாய் அருள்வாய் குகனே

- என்று கந்தர் அனுபூதியில் குகனையே குருவாக வரச்சொல்லி விண்ணப்பம் போடுகிறார் அருணகிரிநாதர்.

தமிழ்ப் பக்தி இயக்கத்தின் மாபெரும் அருளாளர்களும் காணாததைக் கண்டவர்களுமான இவர்களுடைய இத்தகைய வேண்டுதல்களும் முன்வைப்புகளும், ஆசாபாசங்களுக்குத் தாங்கள் இரையாகி அடிமைத்தனத்துக்குப் பக்தர்களை இரையாக்கும் மனிதக் குருக்களின் மேலான நம்பிக்கையை மறுதலிக்கின்றனவோ?

இந்த ஐயத்தைத் தெளிவிக்க எந்தக் குருவும் முன்வர மாட்டார். நம் அறிவுக்கு எட்டிய வகையில் நாமே தெளிவித்துக்கொள்ள வேண்டியதுதான்.

16

அன்பே சிவமாய் அமர்ந்து இருந்தாரே

பல்லாயிரம் பேர் நம்புகிற, மதிக்கிற, வழிபடுகிற தெய்வத்தை யாரேனும் வசை பாடுவார்களா? சூடும் சொல் அல்லாது சுடும் சொல் சொல்வார்களா? சொல்வார்கள். சொல்லால் அடித்த கதைகள் மட்டும் அல்ல; கல்லால் அடித்த கதைகளும் சைவத்தில் உண்டு.

நம்பி ஆரூரர் என்னும் சுந்தரமூர்த்தி நாயனார் சைவக் குரவர் நால்வரில் ஒருவர்; தேவாரம் பாடிய மூவரில் ஒருவர். திருமுனைப்பாடி நாட்டில் தோன்றித் தீந்தமிழ் பாடிய இருவருள் ஒருவர்; 'வன்தொண்டன்' என்று இறைவனால் அழைக்கப்பட்ட ஒரே ஒருவர். இந்தச் சுந்தரருக்குத் திருமணம் நிகழ இருந்தது. தாலி கட்டப் போகும் நேரத்தில் வயதான வேதியர் ஒருவர் வந்தார். 'தம்பி, நிறுத்து! நீ எனக்கு அடிமை!' என்றார். சுந்தரர் வெகுண்டார். 'அந்தணர்கள் வேறோர் அந்தணர்க்கு அடிமையாகும் வழக்கம் உண்டா? இப்படி ஒருவன் பேசி இன்றுதான் கேட்கிறோம்! பிதற்றுகிறான் பித்தன்!' என்று வேதியரை வைதார்.

'பித்தன், பேயன் என்று என்ன வேண்டுமானாலும் சொல்லிக்கொள்! வழக்கைத் திசை திருப்பாமல் பேச வேண்டியதைப் பேசு; செய்ய வேண்டுவதைச் செய்!' என்றார் வேதியர். பிறகு வழக்கு ஊராரால் நாட்டாண்மை செய்யப்பட்டு, வழக்குக்கு உரிய ஆவண ஆதாரங்கள் காட்டப்பட்டு, வேதியருக்குச் சுந்தரர் அடிமைதான் என்று தீர்ப்புரைக்கப்பட்டு, சுந்தரர் வேதியருக்கு அடிமைப்பட்டு, வேதியராக வந்தவர் வேறு யாரும் அல்லர் இறைவர்தாம் என்று சுந்தரரால் உணரப்பட்டபோது, 'என்னிடமே வம்பு செய்த முரட்டுத் தொண்டா! என்னைப் பாடு' என்றான் இறைவன்.

'நின்றது நிற்கப் பாடச் சொன்னால் என்ன பாடுவேன்?' என்று திகைத்தார் சுந்தரர். 'அன்பில் புரண்டு வருகிற சொல்லெல்லாம் பாட்டுத்தான். வைத சொல்லெல்லாம் வாழ்த்துத்தான். பித்தன் என்று என்னை வைதாய் அல்லவா? வைத சொல்லாலேயே வாழ்த்து' என்றான் இறைவன். 'பித்தா, பிறைசூடி, பெருமானே, அருளாளா' என்று விளித்துப் பாடி இறைவனோடான தன் தொடர்பைப் புதுப்பித்துக்கொள்கிறார் சுந்தரர்.

நன்றாக இருங்கள்

வந்தவன் இறைவன் என்று தெரியாததால் திட்டினார்; தெரிந்திருந்திருந்தால் திட்டியிருக்க மாட்டார் என்பவர்கள் காண்க: இறைவனை நன்கு அறிந்த பின்னும் இறைவனைத் திட்டுகிறார் சுந்தரர். ஒருவரிடம் ஓர் உதவி கேட்டுப் போகிறோம் என்று வையுங்கள். ஏதோ காரணத்தால் அவர் செய்யாமல் விட்டுவிட்டார்.

நமக்குக் கோபம் வருகிறது. உரிமையும் தகுதியும் உடைய நமக்குச் செய்யாமல் விட்டுவிட்டாரே? அதற்காக 'எனக்கு உதவாத நீ நாசமாய்ப் போ' என்று அவரை வெளிப்படத் திட்ட முடிகிறதா? இல்லை. 'நல்லது; வாழ்க வளமுடன்!' என்று வாழ்த்திவிட்டு வந்துவிடுவதில்லையா? இந்த வாழ்த்து, ஒருவரை வையாமல் வைகிற வேலை இல்லையா? அந்த வேலையைச் செய்கிறார் சுந்தரர்:

மீளா அடிமை உமக்கே ஆளாய்ப் பிறரை வேண்டாதே
மூளாத் தீப்போல் உள்ளே கனன்று முகத்தால் மிகவாடி
ஆளாய் இருக்கும் அடியவர் தங்கள் அல்லல் சொன்னக்கால்
வாளாங்கு இருப்பீர்! திருவாரூரீர்! வாழ்ந்து போதீரே! (சுந்தரர் தேவாரம், 7:95:1)

'நான் உங்கள் ஆளில்லையா? துன்பத்தால் நொந்து போயிருக்கிறேன் இல்லையா? என் துன்பத்தை முறையிட்ட பிறகுமா சும்மா இருப்பீர்கள்? நன்றாக இருங்கள் திருவாரூர்க்காரரே!'

சுந்தரரைப்போலக் கடவுளைச் சொல்லால் அடித்தவர் மட்டுந்தான் உண்டென்று கருத வேண்டாம்; கல்லால் அடித்தவரும் உண்டு. அவர் பெயர் சாக்கிய நாயனார். பவுத்த மதத்தைத் தழுவித் துறவியானவர். அவர் காலம் பவுத்தத்துக்கும் சமணத்துக்கும் மாற்றாகச் சைவம் செல்வாக்குப் பெறத் தொடங்கியிருந்த காலம். சைவம் சொன்னவை சாக்கிய நாயனாருக்குச் சம்மதமாக இருந்தன. ஆனால், பவுத்த துறவுநெறியில் இருந்துகொண்டு சைவத்துக்கு வெளிப்படையாக ஆதரவு காட்ட முடியாத நிலை. என்றாலும் மனம் ஈடுபட்டுவிட்ட நிலையில், ஒவ்வொரு நாளும் தான் போகும்வழியில் இருந்த சிவலிங்கத்தின்மீது கல்லொன்றை எடுத்து எறிந்து, தான் மலரைத்தான் எறிந்ததாகக் கற்பித்துக் கொண்டார்; அதை மலராகவே கருதி ஏற்றுக்கொண்டான் இறைவன்.

கல்லாலே எறிந்ததுவும் அன்பான படிகாணில்
வில்வேடர் செருப்படியும் திருமுடியில் மேவிற்றால்,
நல்லார்மற்று அவர்செய்கை அன்பாலே நயந்துஅதனை
அல்லாதார் கல்என்பார் அரனார்க்குஅது அலர்ஆமால். (பெரிய புராணம், 3649)

திண்ணப்பன் என்ற கண்ணப்பன் அவனது செருப்புக் காலைத் தூக்கித் தன் தலைமேல் வைத்ததையே பிழையாகக் கருதாத கடவுள், கல்லையா

கோளாறு சொல்லிவிடுவார்? மடையர்களுக்குத்தான் அவை செருப்பும் கல்லும்; கடவுளுக்கு அவை அன்புமலர்கள்.

குணம் காணவும் தெரிய வேண்டும்

மனிதர்களிடத்தில் குறைகள் இருக்கும்தான்; இடம்தெரியாமல் சிலர் பேசிவிடுவதும் செய்துவிடுவதும் இயற்கைதான். அதற்காகக் குற்றங்களையே கண்டுகொண்டிருக்கக் கூடாது; குணம் காணவும் தெரிய வேண்டும். ஆடு பிழுக்கை இடுகிறது. பிழுக்கை இட்ட இடத்திலேயே படுத்துக்கொள்கிறது. பால்மடுவில் பிழுக்கை ஒட்டியிருக்குந்தான். பால் கறக்கப் போகிறவன் ஆட்டுப் பிழுக்கையை வாரிப்போட்டுப் பால்மடுவைக் கழுவிப் பால் கறந்து குடிப்பதில்லையா? பால்மடுவில் பிழுக்கை பட்டுவிட்டது என்பதற்காகப் பால்மடுவை வெட்டச் சொல்கிறவன் முட்டாள் இல்லையா?

...பிழுக்கை வாரியும் பால்கொள்வர் அடிகேள்!
பிழைப்பன் ஆகிலும் திருவடிப் பிழையேன்... (சுந்தரர் தேவாரம், 7:54:1)

திருமூலர் சொல்கிறார்:

இகழ்ந்ததும் பெற்றதும் ஈசன் அறியும்
உகந்துஅருள் செய்திடும் உத்தம நாதன்
கொழுந்துஅன்பு செய்துஅருள் கூரவல் லார்க்கு
மகிழ்ந்துஅன்பு செய்யும் மருள்அது ஆமே. (திருமந்திரம் 280)

எந்த ஒன்றும் இகழ்கிறவர்களுக்குக் கிடைக்காது; புகழ்கிறவர்களுக்குத்தான் கிடைக்கும் என்பது உலக வழக்கம். எனவே, ஒன்றை அடைய நினைக்கிறவர்கள் அதைப் புகழ்வார்கள். தங்கள் புகழ்ச்சி தகுதியானதுதானா என்பது அவர்களுக்குப் பொருட்டே இல்லை. தன் தேவை நிறைவேற வேண்டும்; தான் நினைத்ததைப் பெற்றுவிட வேண்டும் என்ற ஆவலாதிக்காரர்கள் நடந்துகொள்கிற முறை கண்மூடிப் புகழ்தல்; போற்றுதல். ஆனால், எந்த ஒன்றையும் பொருட்டாக நினைக்காதவர்கள், எதுவுமே கிடைக்காதென்றாலும் புகழ வேண்டியதைப் புகழ்வார்கள்; கையிருப்பைக்கூட இழக்க நேரிடும் என்றாலும் இகழ வேண்டியதை இகழ்வார்கள்.

இகழ்ந்தவர்கள் இழந்ததென்ன, புகழ்ந்தவர்கள் பெற்றதென்ன என்பதையெல்லாம் ஈசன் அறிவான். வழங்கும் காலம் வரும்போது வரிசைமுறை நோக்கி வழங்க வேண்டியதை வழங்குவான். இறைவனின் கணக்கில் நீங்கள் புகழ்ந்தீர்களா, இகழ்ந்தீர்களா என்பதில்லை; எதைச் செய்திருந்தாலும் அதை உள்ளன்போடும் உயிர் அருளோடும் செய்தீர்களா என்பதுதான். அன்பு என்றால் அப்படி ஒரு கிறுக்கு கடவுளுக்கு.

புணர்ச்சியுள் ஆயிழை மேல்அன்பு போல
உணர்ச்சியுள் ஆங்கே ஒடுங்கவல் லாருக்கு
உணர்ச்சிஇல் லாது குலாவி உலாவி
அணைத்தலும் இன்பம் அதுஇது ஆமே. (திருமந்திரம் 283)

ஆண்-பெண் கலத்தலில் அறிவு அழிந்துபோய் அன்பு என்ற உணர்ச்சி மட்டுமே எஞ்சி நிற்பதைப் போலவே, இறைவன்-உயிர் கலத்தலிலும் அறிவு பின்னிலை எடுத்து, அன்பு முன்னிலை எடுக்கும். அறிவினால் அணைகட்டிப் பாதுகாக்கப்பட்ட அன்பு ஒரு கட்டத்தில் கரைகடந்து பெருகி, அன்பு என்பது ஓர் உணர்ச்சி என்ற நிலை மழுங்கி, அன்பே தானாகி, தானே காணாமல்போன நிலை உருவாகும்.

அன்பு சிவம்இரண்டு என்பர் அறிவிலார்;
அன்பே சிவம்ஆவது ஆரும் அறிகிலார்;
அன்பே சிவம்ஆவது ஆரும் அறிந்தபின்
அன்பே சிவமாய் அமர்ந்துஇருந் தாரே. (திருமந்திரம் 270)

தேடப்படும் பொருளும் அன்புதான்; தேடும் வழியும் அன்புதான்; தேடும் பொருளும் அன்புதான்; தேடிக் கண்டடைந்த நொடியில் தான் அற்றுத் தானாகப்போவதும் அன்புதான். அன்பும் சிவமும் வேறுவேறு என்கிறவர்களே, அறிக: சிவம் என்பது அன்பு; அன்புதான் சிவம். சிவமாகுங்கள் அன்பர்களே!

17

அகத்துள் திரும்புதல்தான் தவம்

தவம் என்பதென்ன? உலகத்தைத் துறந்து காட்டுக்குப் போதல், ஊணையும் உறக்கத்தையும் குறைத்தல், உடலை வறட்டுதல், தன்னைச் சுற்றி என்ன நடந்தாலும் சரி, ஏது நடந்தாலும் சரி என்று எதையும் கருத்தில் கொள்ளாது தியானத்தில் மூழ்கியிருத்தல், தன்னைத் தனிமைப்படுத்திக்கொள்ளுதல், தூய்மை பேணுதல், மந்திரங்கள் ஓதுதல்—இவையெல்லாந்தான் தவம் என்று நமக்குத் தோன்றும்.

ஆனால், மெய்யான தவத்துக்கு இவையெல்லாம் தேவையே இல்லை என்கிறார் திருமூலர்.

கத்தவும் வேண்டாம், கருத்துஅறிந்து ஆறினால்;
சத்தமும் வேண்டாம், சமாதிகை கூடினால்;
சுத்தமும் வேண்டாம், துடக்குஅற்று நிற்றலால்;
சித்தமும் வேண்டாம், செயல்அற்று இருக்கிலே. (திருமந்திரம் 1634)

ஆன்மிகப் பாதையில் பயணம் புறப்பட்டவர்கள் ஆன்மிகத்தின் தொடக்கப் பாடங்களைக் கற்பிக்கும் நூல்களின் உட்கருத்தை உண்மையாகவே அறிந்திருந்தால், அவற்றைப் போற்றிப் பாடி முழங்க வேண்டியதில்லை; மனம் அடங்கும் நிலைபெற்றுவிட்டவர்கள் வீடுபேற்றுக்காக மந்திரம் முணுமுணுக்க வேண்டியதில்லை; அகத்தில் படிந்திருக்கிற அழுக்கை அகற்றிக்கொண்டுவிட்டவர்கள் புறத்தில் திரண்டிருக்கிற அழுக்கைக் கண்டு அருவருக்கத் தேவையில்லை; ஏதேனும் ஒன்றுபற்றி எப்போதும் இரைந்துகொண்டே இருக்கிற உள்ளத்தை ஒய்ப்பதும், தறிகெட்டுத் தலை விரித்தாடுகிற தன்முனைப்பைச் சாய்ப்பதும்தான் அவர்கள் செய்ய வேண்டுவது. சுருங்கச் சொன்னால், தன்முனைப்புச் செயல்களை அறுத்தடிப்பதுதான் தவம். அந்தத் தவத்தை எப்படிச் செய்வது?

சாத்திரம் ஓதும் சதுர்களை விட்டுநீர்
மாத்திரைப் போது மறித்து உள்ளே நோக்குமின்;
பார்த்தஅப் பார்வை பசுமரத்து ஆணிபோல்
ஆர்த்த பிறவி அகலவிட்டு ஓடுமே. (திருமந்திரம் 1631)

நூல்களை மேற்கோள் காட்டிப் பேசுவதில் நமக்குப் பிரியம் கூடுதல். மேற்கோள்கள் நம் அறிவின் பரப்பைப் பிறருக்குப் புலப்படுத்துகின்றன என்று பொதுவில் கருதியிருக்கிறோம். துறவிகள் என்றும் தவசிகள் என்றும் தங்களைச் சொல்லிக்கொள்கிறவர்களும் இதற்கு விதிவிலக்கல்லர்.

...வடமொழியிலே
வல்லான் ஒருத்தன் வரவும் திராவிடத்திலே
வந்ததாய் விவகரிப்பேன்;
வல்லதமிழ் அறிஞர்வரின் அங்ஙனே வடமொழியில்
வசனங்கள் சிறிது புகல்வேன்;
வெல்லாமல் எவரையும்
மருட்டிவிட வகைவந்த
வித்தை என் முத்தி தருமோ? (தாயுமானவர் பாடல்கள், சித்தர் கணம், 10)

- என்று மெய்யான துறவியும் தவசியுமான தாயுமானவரே தன் நிலை சொல்லிப் புலம்புகிறார். 'வடமொழி அறிஞன் வந்தால், தமிழில் என்னவெல்லாம் இருக்கிறது தெரியுமா என்று கதைப்பேன். தமிழ் அறிஞன் வந்தாலோ, வடமொழியில் சில வசனங்கள் பேசி அவனைக் கிறுகிறுக்க வைப்பேன். நான் உட்பட யாருமே என்னை வென்றுவிடாமல் எல்லோரையும் மருட்டுகிற வித்தையில் நான் விற்பன்னன்; ஆனால், நூல் பல கற்று நான் வசப்படுத்தி வைத்திருக்கும் இந்த வித்தை எனக்கு விடுதலையைத் தருமா? என்று கவலையோடு அகத்தாய்வு செய்கிறார் தாயுமானவர்.

கெட்டிக்காரத்தனத்தை ஏறக்கட்டுங்கள்

அதற்குத்தான் முன்னர்ச் சொன்ன திருமந்திரப் பாட்டில் விடை தருகிறார் வித்தகச் சித்தர் கணத்தின் தலைமைச் சித்தரான திருமூலர்: எதற்கெடுத்தாலும் சாத்திரத்தை மேற்கோள் காட்டிப் பேசுவது ஒரு கெட்டிக்காரத்தனம். நீங்கள் வெல்ல வேண்டியவற்றை அது வென்று தராது. ஆகையினால் அந்தக் கெட்டிக்காரத்தனத்தை ஏறக்கட்டுங்கள். புறத்திலேயே ஓடிக்கொண்டிருக்கும் உங்கள் கண்ணையும் கருத்தையும் மறித்து, அகத்துக்குத் திருப்பி, நொடிப் பொழுதளவு உங்களுக்குள் பாருங்கள்.

மரத்துக்குப் புறத்திருந்த ஆணியை மரத்துக்குள் அடித்து இறக்கிய பிறகு மரம் ஆணியைப் பற்றிக்கொள்வதுபோலவும் ஆணி மரத்துக்குள் குத்திக்கொள்வதுபோலவும், அகத்துக்குள் இறக்குகிற பார்வையை அகம் பற்றிக்கொள்ளும். அதன் பிறகு, எதற்கெடுத்தாலும் முழங்குவதும் முரணுவதுமாக இருக்கும் உங்கள் ஆரவார இயல்பு உங்களைவிட்டு அகன்று ஓடும். நீங்கள் ஒடுங்குவீர்கள். இவ்வாறு உள்ளுக்குள் திரும்புதல்தான் தவம்.

தவம் என்னும் சொல் 'தவ்' என்னும் வேர்ச்சொல்லில் இருந்து வந்ததாகச் சொல்லப்படுகிறது. 'தவ்' என்னும் வேர்ச்சொல் சுருங்குதல் என்னும்

பொருளுடையது. ‘தவ்’ என்பதோடு அகரம் சேர்ந்து ‘தவ’ என்றாகிப் பின் ‘தவம்’ என்றாயிற்று. புறத்தைச் சுருக்கி அகத்தைப் பெருக்குதல் தவம்.

தனக்கு வந்த துன்பத்தைப் பொறுத்துக்கொள்ளுதலும், பிற உயிர்களுக்குத் துன்பம் செய்யாமல் இருத்தலுந்தான் தவம். அதை விட்டுவிட்டுத் தன்னை வருத்திக்கொண்டு சடங்கு வழியில் செல்வது தவம் ஆகாது. திருமூலர் சொல்கிறார்:

என்பே விறகா இறைச்சி அறுத்துஇட்டுப்
பொன்போல் கனலில் பொரிய வறுப்பினும்
அன்போடு உருகி அகம்குழை வார்க்குஅன்றி
என்பொன் மணியினை எய்தஒண் ணாதே. (திருமந்திரம் 272)

நம் எலும்பையே விறகாக்கி, நம் சதையையே இறைச்சியாக்கி, அதைப் பொன்னிறமாக வறுத்து மொறுமொறுப்பாய்ப் படையலிட்டாலும் கடவுளை அடைந்துவிட முடியாது. வேறு எவ்வாறு அடைய முடியும்? அன்பினால் உருகி அகம் குழைந்தால் அடையலாம்.

அகம் குழையுங்கள்

அகம் குழையவும் அன்புருகவும் யார் கற்றுத் தர முடியும்? நட்பும் தயையும் கொடையும் பிறவிக் குணம். வேண்டுமானால் இருப்பதைப் பெருக்கிக்கொள்ளலாம். அப்படிப் பெருக்கிக்கொள்வது தவம். அதற்கு மற்ற உயிர்களோடு கூடியிருக்க வேண்டும்.

கூடித் தவம்செய்து கண்டேன் குரைகழல்;
தேடித் தவம்செய்து கண்டேன் சிவகதி;
வாடித் தவம்செய்வதுஏது? அவம்; இவைகளைந்து
ஊடில் பலஉல கோர்எத் தவரே? (திருமந்திரம் 1636)

பிறரோடு கூடியிருந்து தவம் செய்தேன்; திருவடியைக் கண்டுகொண்டேன். பிறருக்கான நன்மையையும் தேடித் தவம் செய்தேன்; சிவகதியையே கண்டு கொண்டேன். தனியாக இருந்து வாடித் தவம் செய்வதால் என்ன பயன்? அது வீண். பிறரோடு கூடுதல், பிறருக்காகவும் தேடுதல், இவற்றை விட்டுவிட்டுத் தவம் செய்கிறேன் என்று சொல்கிறவர்கள் என்ன தவம் செய்வார்களோ?

துறவுக்கும் தவத்துக்கும் உலகத்தில் மதிப்பு மிகுதி. தவவேடம் கொண்டவர்களில் சிலர் அறியாமை மிக்கவர்களாக இருந்தாலும், வேடத்தைக் கருதியும் பீடத்தைக் கருதியும் அவர்களுக்கு மரியாதை செலுத்துவது பொது வழக்கம். வேடம் வழங்கும் பாதுகாப்பைக் கருதி, துறவைப் போர்வையாகப் போர்த்திக்கொண்டு அதற்குள் மறைந்து ஒழுகுபவர்கள் பலர். புரண்டு படுக்கையில் போர்வை கலைவதுபோல, மிரட்டிப் பேசுகையில் வேடம் கலைந்து அவர்கள் வெளிப்பட்டுவிடுகிறார்கள்.

ஞானம் இலார்வேடம் பூண்டும் நரகத்தர்;
ஞானம்உள் ளார்வேடம் இன்றெனில் நன்முத்தர்;
ஞானம்உள தாக வேண்டுவோர் நக்கன்பால்
ஞானம்உள வேடம் நண்ணிநிற் போரே. (திருமந்திரம் 1668)

அறிவு வாய்க்கப் பெறாதவர்கள், தவவேடம் பூண்டிருந்தாலும் துன்பத்தில் உழல்வார்கள்; அறிவு வாய்க்கப் பெற்றவர்களோ, வேடமே பூணாவிட்டாலும் விடுதலையில் திளைப்பார்கள். அறிவு வாய்த்திருத்தல்தான் தவவேடம். உடையும் சின்னங்களும் வாய்த்திருப்பதன்று. செம்பொருட் சிவனுக்கு உடையுண்டா? வேடம் உண்டா? அவன் உடையே உடுத்தாத நக்கன் அல்லவா? திசைகளையே ஆடையாக உடுத்த திகம்பரன் அல்லவா? எனவே, மதிசூடிய அம்மணனாகிய அவனிடம் வேண்டுகிறவர்கள் அறிவைத்தான் வேண்ட வேண்டுமே அன்றி, ஆடையை அன்று.

இன்பமாகக் கும்மாளம் போடலாம் என்று ஆற்றில் இறங்கியவன் ஆற்றில் முதலை கிடப்பதைக் கண்டு அஞ்சிக் காட்டுக்குள் ஓடினானாம்; அங்கே குட்டிபோட்ட கரடி ஒன்று கடுஞ்சினத்தோடு அவனை எதிர்கொண்டு பிறாண்டியதாம். உலகத்துக்குப் பயந்து துறவுக்குப் போனவர்கள் துறவுக்குப் பயந்தால் எங்கே போவார்கள்? துறவு சோற்றுத்துறை அல்லவே? வீடுபேற்றுத் துறை அல்லவா?

ஆற்றில் கிடந்த முதலைகண்டு அஞ்சிப்போய்
ஈற்றுக் கரடிக்கு எதிர்ப்பட்ட அதன்ஒக்கும்;
நோற்றுத் தவம்செய்யார் நூல் அறி யாதவர்
சோற்றுக்கு நின்று சுழல்கின்ற வாறே. (திருமந்திரம், 1642)

தவம் செய்கிற கூர் யாருக்கு இருக்கிறதோ அவர்களுக்குத்தான் தவம் கைவசப்படும். மற்றவர்கள் தங்களைத் தவசிகள் என்று சொல்லிக்கொள்ளலாம். ஆனால், அவர்களிடம் தவம் இருக்காது. அவம்தான் இருக்கும்.

18

தள்ளுவன தள்ளி பின் அமைக

'**ச**மயம்' என்ற சொல் 'சமை' என்ற சொல்லிலிருந்து வருகிறது. சமை என்றால் சமைத்தல் என்று பொருள். சமைத்தல் என்றால் ஆக்குதல், நிரப்புதல், பக்குவப்படுத்துதல், பூக்கச் செய்தல், முழுமைப்படுத்துதல் என்று பொருள். காட்டுவிலங்காக இருந்தவனை மனிதனாக ஆக்கி, அவனுடைய பொக்கைகளை நிரப்பி, தன்னையே எண்ணிக்கொண்டிருக்காமல் உடன்வாழும் மனிதர்களைப்பற்றியும் எண்ணிப் பார்க்கச் செய்து அவனைப் பக்குவப்படுத்தி, அன்பால் பூக்கச் செய்து, முழுமைப்படுத்தித் தெய்வநிலைக்கு ஏற்றுவது எதுவோ அது சமயம்.

வையகத்தில் வாழ்கிறவன், விலங்குகளைப்போல வாழாமல், வாழ வேண்டிய வழிமுறைகளில் வாழ்ந்தால் தெய்வமாகவே மதிக்கப்படுவான் என்று வள்ளுவரும் சொல்கிறார் இல்லையா? வாழவேண்டிய வழிமுறைகளை வகைதொகைப்படுத்திக் கொடுப்பது சமயம்.

நல்லது. 'சமயம்' என்ற சொல் 'சமை' என்பதிலிருந்து வந்தது. 'சமை' என்ற சொல் எதிலிருந்து வந்தது? 'அமை' என்பதிலிருந்து வந்தது. அமை என்றால் 'ஆக்கு' என்று பொருள். ஆக்குதல் என்பது குற்றம் களைந்து செம்மைப்படுத்துதல். சோறு ஆக்குகிறோம், இல்லையா? அரிசியில் கிடக்கிற கல்லும் குறுநொய்யும் ஆகிய குற்றத்தைக் களைந்து, அரிசியை உண்ணும் பதத்துக்கு ஆக்கினால் அது சோறு ஆகிறது, இல்லையா? அரிசியைச் சோறாக்குவது சமையல். மனிதனைத் தெய்வநிலைப்படுத்துவது சமயம்.

இப்போதெல்லாம் ஆக்குதல் போன்ற குறிப்புச் சொற்களால் பேசாமல், 'சாதம் வச்சேன், குழம்பு செஞ்சேன், பொரியல் பண்ணேன்' என்று பொதுச்சொற்களால் பேசுகிறார்கள் புதுத் தமிழர்கள். அவ்வாறு அவர்கள் வைத்ததால், செய்ததால், பண்ணியதால் இழந்தது 'ஆக்குதல்' என்ற ஒற்றைக் குறிப்புச் சொல்லையன்று; மனிதன் தன் நிலை உயர்ந்து தெய்வமாகத் தக்கவன் என்ற சமயக் கருதுகோளை!

உங்களை ஆக்கிக் கொள்ளுங்கள்

சமைத்தலில் எப்படி ஆய்தல் (கீரையை ஆய்தல்), களைதல் (கல், குறுநொய் களைதல்), தேர்தல் (பிஞ்சுக் காய் தேர்தல்), பின் ஆக்குதல்

(சமைத்தல்) என்ற ஒழுங்குமுறை அமைகிறதோ, அவ்வாறே சமயத்திலும் ஆய்தல், களைதல், தேர்தல், பின் ஆதல் என்ற ஒழுங்குமுறை அமையும்.

சமயம் என்பது தமிழில் மட்டுந்தான் இவ்வாறு வரையறை செய்யப்படுகிறது என்று கருத வேண்டாம். சமயத்தைக் குறிக்கிற ஆங்கிலச் சொல்லான *religion* என்பதற்கு வேர்தேடிப் போனாலும் ஏறத்தாழ இப்படி ஒன்றுதான் சொல்லப்படுகிறது. *religion* என்ற சொல்லுக்கு மூலம் *relegere—re+legere—* 'மீண்டும் படி' என்று அதற்குப் பொருள்.

உங்களுக்குச் சொல்லப்படுவதைக் கேட்டுக்கொள்வதோடு அறிதல் முடிந்துவிட்டது என்று நினைத்துப் பேசாமல் இருந்துவிடாதீர்கள். சொல்லப்பட்டதை ஆராயுங்கள்; பொருந்தாதவற்றைக் களையுங்கள்; ஏற்புடையவற்றைத் தேர்ந்துகொள்ளுங்கள்; இவ்வாறு தொகுத்துப் பின் உங்களை ஆக்கிக்கொள்ளுங்கள்.

சரி. இவற்றையெல்லாம் இங்கே சொல்லவேண்டிய அவசியம் என்ன என்றால், திருமூலர் சொல்கிறார்: சொல்லப்பட்டவற்றை அப்படியே வாங்கிக்கொண்டு அமைந்துவிடாமல் அவற்றைக் கேள்வி கேட்டு, ஆராய்ந்து, கொள்பவை கொண்டு, தள்ளுவன தள்ளிப் பின் அமைக என்கிறார்.

அறம்கேட்டும், அந்தணர் வாய்மொழி கேட்டும்,
மறம்கேட்டும், வானவர் மந்திரம் கேட்டும்,
புறம்கேட்டும், பொன்னுரை மேனிஎம் ஈசன்
திறம்கேட்டும் பெற்ற சிவகதி தானே. (திருமந்திரம் 300)

கேட்பது என்பது சும்மா கேட்பது அல்ல; கேள்வி கேட்பது. கேட்டுக் கேட்டுத் தெரிந்துகொள்ளுங்கள்—அறத்தை, அந்தணர் வாய்மொழியை, வானவர் மந்திரத்தை! அவற்றைக் கேட்பதோடு வேலை முடிந்தது என்று விலகிவிடாமல் மறத்தையும் கேளுங்கள். மறம் கேட்பது என்பதென்ன? அறத்தின் வழிப்பட்டு அடங்கி அன்பு செலுத்துபவர்கள் இருப்பார்கள். அறம் என்று பேசப்படுவதை மீறி அதிரடியாக அன்பு செலுத்துகிறவர்களும் இருப்பார்கள்தாமே?

ஒரு தீமையை ஒழிப்பதற்காக அறவழியில் போராடுகிறவர்கள் சமூகத்தின்மேல் அன்புடையவர்கள் என்றால், அதே தீமையை ஒழிப்பதற்காக மறவழியில் அதிரடியாகப் போராடுகிறவர்களும் சமூகத்தின்மேல் அன்புடையவர்கள்தாமே? செயலின் விளைவுகளில் வீக்கதூக்கம் இருக்கலாமே தவிர, செயலுக்கு அடிப்படையான சமூக அன்பில் வீக்கதூக்கம் இருப்பதில்லையே? எனவே, அந்த வழிமுறையையும் கேட்டுத் தெளியுங்கள். அத்தோடு நிறுத்திக்கொண்டுவிடாமல் புறம் கேளுங்கள்.

புறம் கேட்பது என்பதென்ன? உங்களில் படிந்து வரும் கருத்துக்கு முரணாக, உங்கள் கருத்தைக் குற்றம் சொல்லி, அதை மறுதலிக்கும்விதமாகப்

பேசப்படும் எதிர்க்கருத்து. உங்களுக்குள் படியத் தொடங்கியிருக்கும் கருத்தை உரசிப் பார்த்துக்கொள்வதற்கு எதிர்க் கருத்தையும் கேட்டுத் தெளிய வேண்டாமா? எனவே கேளுங்கள். இப்போது நீங்கள் வந்து சேர்ந்திருக்கும் கருத்தின் திறத்தைச் சீர் தூக்கிப் பாருங்கள். வர வேண்டிய இடத்துக்கு வந்து சேர்ந்துவிட்டதாக அமைந்து கொள்ளுங்கள்.

கடவுள் வசப்பட மாட்டார்

இதென்ன மடத்தனம்? ஏற்கெனவே எல்லாவற்றையும் கற்றும் கேட்டும் ஆராய்ந்தும் தெளிந்தவர்கள் சொல்கிறார்கள். பிறகென்ன? அதை அப்படியே ஏற்றுக்கொண்டு அமைவதை விட்டுவிட்டு, நாமும் ஏன் கேள்விகேட்டு அமைய வேண்டும்? அது வெட்டி வேலையில்லையா? என்றால், திருமூலர் சொல்கிறார்:

சிறியார் மணல்சோற்றில் தேக்கிடு மாபோல்,
செறிவால் அனுபோகம் சித்திக்கும் என்னில்,
குறியாதது ஒன்றைக் குறியாதார் தம்மை
அறியாது இருந்தார், அவர்ஆவர் அன்றே! (திருமந்திரம் 306)

சின்னப் பிள்ளைகள் மணல்வீடு கட்டி விளையாடும்போது, தலைவியாகப் பாத்திரம் வகிக்கும் பிள்ளை மணலைச் சோறாக இட, தலைவனாகப் பாத்திரம் வகிக்கும் பிள்ளை அந்த மணலைச் சோறாகவே கற்பித்துக்கொண்டு உண்பதாகப் பாவித்து ஏப்பமும் விடும். அது பாவனையே அன்றி உண்மையன்று. அவ்வாறே, மெய்ப்பொருளை மற்றவர்கள் கண்டுசொன்னார்கள்; நான் கேட்டேன்; அவ்வாறு கேட்டதே நான் கண்டுகொண்டதற்குச் சமம் என்று ஒருவர் சொல்வாரேயானால், அது பேதமையே அல்லவா? பாவனையே அல்லவா?

தானே ஆய்ந்து தெளிய வேண்டிய ஒன்றை, யாரும் சுட்டிக்காட்டி அறிவிக்க முடியாத ஒன்றை, யாரோ சுட்டிக்காட்டினார்கள், நானும் அறிந்துவிட்டேன் என்று ஒருவர் பேசுவாரேயானால், அவர் அறியாதவரே அல்லவா? பிள்ளைகள் விளையாட்டு மகிழ்ச்சிக்காகப் பொய்யை மெய்போலப் பாவித்துக்கொள்ளலாம். சமய நெறியில் நிற்பவர்களும் அப்படிப் பாவித்துக்கொண்டால் கடவுள் கைவசப்பட்டுவிடுவாரா?

விழுப்பமும் கேள்வியும் மெய்நின்ற ஞானத்து
ஒழுக்கமும் சிந்தை உணர்கின்ற போது
வழுக்கி விடாவிடில் வானவர் கோனும்
இழுக்குஇன்றி எண்ணிலி காலம் அதாமே. (திருமந்திரம் 305)

கற்று அறிய வேண்டியதை ஐயம் திரிபு அறக் கேள்வி கேட்டுத் தெளிவாக அறிய வேண்டும். அவ்வாறு தேர்ந்து தெளிந்துகொண்ட உண்மைநெறியில் வழுக்காமல் நிற்க வேண்டும். இந்திரன் வழுக்கி விழுந்து அசிங்கப்பட்ட கதை தெரியும் அல்லவா? மெய்யான நெறியைப் பெற்று, வழுக்காமல் அதில் அமைந்து நின்றவர்கள் முற்றும் நிறைந்துவிட்டவர்கள்; பக்குவமாகச் சமைந்துவிட்டவர்கள்.

புகழநின் றார்க்கும் புராணன்எம் ஈசன்;
இகழநின் றார்க்கும் இடும்பைக்கு இடமாம்;
மகிழநின்று ஆதியை ஓதி உணராக்
கழியநின் றார்க்குஒரு கற்பசு ஆமே. (திருமந்திரம் 308)

சமய நெறியின் இலக்காக நிற்கிற கடவுளை, 'மிகப் பழைய ஆள், உலகத்தையும் நம்மையும் உருவாக்கியதே கடவுள்தான்' என்று சிலர் புகழ்கிறார்கள். 'என்ன பெரிய கடவுள்? இல்லாததைக் கட்டிக்கொண்டு அழுகிறார்கள் மனிதர்கள்' என்று சிலர் இகழ்கிறார்கள். மகிழ்கிறவர்கள் மகிழட்டும்; இகழ்கிறவர்கள் இகழட்டும். நானோ உங்களுக்குச் சொல்கிறேன்: ஆராயுங்கள்; தள்ளுங்கள்; தெளியுங்கள்; கொள்ளுங்கள். அவ்வாறு ஆராய்ந்து கொள்பவர்களுக்குக் கடவுள் என்னும் கருதுகோள் ஒரு காராம்பசு. ஆராயாமலே கண்டுகொண்டதாகக் குதியாட்டம் போடுபவர்களுக்குக் கடவுள் ஒரு கற்பசு. கறப்பதாக நினைத்துக்கொண்டு காம்புகளை இழுக்கலாமே ஒழியப் பால் வராது.

கற்பசுக்களைக் கறக்க முயல்கிறவர்கள்தாம் உலகத்தில் கணக்கின்றி இருக்கிறார்கள். பதுக்கி வைத்திருக்கும் காட்டுவிலங்காண்டித்தனத்தை நேரம் கிடைக்கும்போதெல்லாம் வெளிப்படுத்தி ஆட்டம் காட்டுகிறார்கள். சமயங்கள் மனிதனைச் சமைத்து அவனைத் தெய்வநிலைக்கு உயர்த்த முடியாமல் போக என்ன காரணம்? சமயங்களுக்குத் திறம் போதவில்லையா அல்லது மனிதர்களுக்கு உண்மையை அறிய வேண்டும் என்கிற முயற்சி போதவில்லையா? கடவுளுக்குத்தான் வெளிச்சம்.

19

எதிர்நிலை எடுத்த திருமூலர்

பதின்பருவத்தில் இருக்கிற பிள்ளைகள், ஏதேனும் ஒரு செயலைக் கவனக்குறைவின் காரணமாக ஒழுங்காகச் செய்யாமல் குழப்பிவிடும்போது, 'இன்னும் சின்னப் பிள்ளையா நீ? இவ்வளவு வளர்ந்தும் பொறுப்பு வரவில்லையே?' என்று வீட்டார் கடிந்துகொள்வார்கள். பெற்றவர்கள், பொறுப்பு என்னும் தலைச்சுமையைப் பிள்ளைகள்மேல் சுமத்தத் தொடங்கும் பருவம் அது. சுமத்தத்தான் வேண்டும்; பழக்கத்தான் வேண்டும். அவ்வாறு பொறுப்பைப் பழக்கிவிடாத பெற்றோரைப் பின்னாளில் பிள்ளைகளே திட்டக்கூடும். சான்றாக இந்தப் பழம் பாடல்:

அள்ளிக் கொடுக்கின்ற செம்பொன்னும் ஆடையும் ஆதரவாக்
கொள்ளிக்கும் பட்ட கடனுக்கும் என்னைக் குறித்ததுஅல்லால்,
துள்ளித் திரிகின்ற காலத்தில் என்றன் துடுக்குஅடக்கிப்
பள்ளிக்கு வைத்தில னேதந்தை ஆகிய பெரும் பாதகனே.

என் தந்தை எனக்கு அள்ளி அள்ளிப் பணம் கொடுத்தார். புத்தாடை வாங்கிக் கொடுத்தார். பெற்றது பிள்ளை அல்ல, மூவரும் தேவரும் காணாத பெரும்பேறு என்று என்னைத் தலைமேல் வைத்துக் கொண்டாடினார். நானும் துள்ளித் திரிந்தேன். என் துடுக்கை அடக்கவில்லை; என்னை முடிவெடுக்கப் பழக்கவில்லை; எதற்கும் பொறுப்பேற்க முடுக்கவில்லை; ஒட்டியும் முட்டியும் வாழ வசக்கவில்லை. அடப் பாதகத் தந்தையே! வெறும் கொள்ளிக்கும் கடனுக்குந்தானா என்னைப் பிள்ளையென்று பெற்றாய்?

ஒரு பயணம் போக வேண்டியிருக்கிறது. பாதை தெரியாதவர் ஒருவர்; பாதை தெரிந்தவர் ஒருவர். பாதை தெரியாதவர் புறப்படத் தயங்குகிறார். 'நான் இருக்கிறேன்; உன்னைப் பாதுகாப்பாக அழைத்துக்கொண்டு போவது என் பொறுப்பு! பிறகென்ன அச்சம்? வா!' என்று துணிவூட்டித் தெரிந்தவர் தெரியாதவரை அழைத்துக்கொண்டு போகிறார். காட்டுப் பாதையில் பாதிவழி போனதும், 'சற்று நில்! இதோ வந்துவிடுகிறேன்!' என்று சொல்லிவிட்டுத் தெரிந்தவர் காணாமல் போய்விட்டால், தெரியாதவர் என்ன

செய்வார்? எங்கே போவார்? பாதை தெரியவில்லை; 'பாதம் வகுத்ததுதான் பாதை' என்று போகத் துணிவில்லை; புலி வருமோ நரி வருமோ அன்றி யானைதான் வருமோ என்று நின்ற இடத்திலேயே நிலைகுத்தச் செய்கிறது அச்சம். புறநானூறு சிறப்பாகச் சித்திரிக்கிறது:

'ஐயோ' எனில்யான் புலிஅஞ் சுவலே!
அணைத்தனன் கொளினே, அகன்மார்பு எடுக்கல்லேன்!
என்போல் பெருவிதிர்ப்பு உறுக, நின்னை
இன்னாது உற்ற அறன்இல் கூற்றே!
நிரைவளை முன்கை பற்றி
வரைநிழல் சேர்கம்! நடத்திசின் சிறிதே! (புறநானூறு, 255)

கணவனோடு காட்டுவழியில் வந்தாள் ஒருத்தி. அழைத்துக்கொண்டு வந்த கணவன் பாதிவழியில் திடீரென்று செத்துப் போனான். ஓங்கிய பெருங்காடு. மனைவி கலங்குகிறாள்; பிணத்திடம் புலம்புகிறாள்: 'ஐயோ' என்று கத்தினால் குரல் கேட்டுப் புலி வந்துவிடுமோ என்று அச்சமாக இருக்கிறது. உன்னை மெல்ல அணைத்துத் தூக்கிக்கொண்டு போய்விடலாம் என்று பார்த்தால், உன் உடலைச் சுமக்கும் வலு எனக்கில்லை. உன்னை விட்டுப் போகவும் முடியாது; உன்னோடு சேர்ந்து சாகவும் முடியாது. என்ன செய்வேன்? முடிவெடுத்துப் பழகாத நான் என்ன முடிவெடுப்பேன்? பொறுப்பேற்றுப் பழகாத நான் எப்படிப் பொறுப்பேற்பேன்? நடுக்காட்டில் வந்த இந்த விதி கொஞ்சம் தள்ளிக் காடு கடந்தபின் வந்திருக்கலாகாதா? விதிக்கு அறம் என்றால் என்னவென்றே தெரியாதா? தெரிந்திருந்தால் என்னை இப்படிப் பதைக்கச் செய்திருக்குமா? எனக்கு நேர்ந்த பதைபதைப்பு இந்தத் துயரத்தை என்மேல் சுமத்திய விதிக்கும் நேரட்டும். ஐயா, என் வளையல்களை வேண்டுமானால் கொஞ்சம் பின்னுக்கு இழுத்து ஒதுக்கிக்கொள்கிறேன்; என் முன்கையைப் பிடித்துக்கொண்டு மெல்ல நடந்து வந்துவிடுகிறாயா? அச்சமூட்டுகிற இந்தக் காட்டைக் கடந்துவிடுவோம்?

நான் உன் கையில் பிள்ளை

மனிதர்கள் கடவுளைச் சிக்கெனப் பற்றிக்கொள்ளும் இடம் இதுதான். உலகம் காடுபோல அடர்ந்து கிடக்கிறது. பாதைபோல் ஏதோ தெரிகிறது. பாதைதானா? தெரியாது. பாதைதான் என்றால், எங்கே செல்லும் இந்தப் பாதை? தெரியாது. பாதையின் முடிவில் இருப்பது வாழ்வா சாவா? தெரியாது. துணிந்து போகிறேன். கடவுளே, நான் உன் கையில் பிள்ளை; உனக்கே அடைக்கலம். இனி நான் செய்யும் எதுவும் என் பொறுப்பில்லை; உன் பொறுப்பு என்று துணியும் இடம் இது.

அன்றே என்தன் ஆவியும் உடலும் உடைமை எல்லாமும்
குன்றே அனையாய்! என்னைஆட் கொண்டபோதே கொண்டிலையோ?

இன்றுஓர் இடையூறு எனக்குஉண்டோ? எண்தோள் முக்கண் எம்மானே!
நன்றே செய்வாய், பிழைசெய்வாய்! நானோ இதற்கு நாயகமே?

(திருவாசகம், குழைத்த பத்து, 7)

'இறைவா! உன்னைச் சரணடைந்தபோதே நான் உன்னுடைய ஆளாகிவிடவில்லையா? என்னுடைய ஆவி, உடல், உடைமை எல்லாம் உன்னுடையது ஆகிவிடவில்லையா? இனி எதற்கும் நான் பொறுப்பேற்க முடியுமா? நல்லதோ பொல்லதோ, எனக்குப் பொறுப்பு நீயே அல்லவா?' என்று தன் பொறுப்பைத் துறக்கிறார் மணிவாசகர்.

கடவுளைப் பொறுப்பாக்குதல்

சட்டவியலில் 'பகரப் பொறுப்புரிமை' (vicarious liability) என்று ஒன்று பேசப்படும். ஒருவர் செய்யும் செயல்களுக்கான பொறுப்புரிமை, செய்தவரைச் சாராமல் செய்தவருக்குப் பகரமாக நிற்கும் வேறொருவரைச் சாரும் என்பது

பகரப் பொறுப்புரிமை. வேலையாள் செய்யும் திமிர்த்தனம் முதலாளியைப் பாதிப்பது மாதிரி, தொண்டன் செய்யும் அடாவடி தலைவனைப் பாதிப்பது மாதிரி, குட்டி குரைத்தது நாய் தலையிலே விழுந்த மாதிரி, பக்தன் அடுத்துச் செய்ததும் அடாது செய்ததும் என்று எல்லாமே கடவுள் தலையிலே வந்து விழும்.

எது நடந்தாலும் அது கடவுள் செயல் என்று கருதுவது பக்தி மரபின் வழக்கம். அதுவரையில் கெட்டிதட்டி இறுகிக் கிடந்த ஏரிக்கரை திடீரென்று உடைந்து வெள்ளம் வெளியேறினால்—கடவுள் செயல்; பல்லாண்டுகளாக விழுதுவிட்டுப் பழுதில்லாமல் பரவிநின்ற மரம் திடீரென்று எரிந்தால்—கடவுள் செயல்; நூற்றாண்டுகளாகச் சிறந்து நிமிர்ந்திருந்த கோயில் மண்டபம் திடீரெனச் சிதைந்து விழுந்தால்—கடவுள் செயல். கல்லாப் பிழை, கருதாப் பிழை, வாய்திறந்து சொல்லாப் பிழை என்று எல்லாப் பிழைகளுக்கும் கடவுளைப் பொறுப்பாக்கி விலகுவார்கள் பக்தர்கள்.

பொறுப்பேற்றல் எப்போதுமே கடினமானதாகத்தான் இருக்கிறது. அதனால் அவ்வப்போது பொறுப்புத் துறப்பை அறிவித்துக்கொண்டே இருக்கிறார்கள் மனிதர்கள்—சில சமயங்களில் உடனுறை மனிதர்களிடம்; சில சமயங்களில் கடவுளிடமே.

ஆனால், கடவுளைத் தனக்குப் பகரப் பொறுப்பாளி ஆக்குவது திருமூலருக்கு உவப்பான வழியாகத் தெரியவில்லை. எனக்கு எது நடந்தாலும் அதற்கு நானே பொறுப்பென்று முழங்குகிறார்:

ஆறுஇட்ட நுண்மணல் ஆறே சுமவாதே
கூறிட்டுக் கொண்டு சுமந்துஅறி வார்இல்லை;
நீறுஇட்ட மேனி நிமிர்சடை நந்தியைப்
பேறுஇட்டுஎன் உள்ளம் பிரியகி லாவே. (திருமந்திரம் 2849)

மலையையும் பாறையையும் நிலத்தையும் அறுத்துக்கொண்டு ஓடிவருகிற ஆறு ஓடும்போக்கில் மணலை உருவாக்குகிறது. அடித்து வரப்பட்ட மணலைச் சில இடங்களில் மொத்தித் தள்ளி மேடாக்குகிறது; சில இடங்களில் அரித்தோடிப் பள்ளமாக்குகிறது. மேடோ பள்ளமோ, அதற்குப் பொறுப்பேற்று அந்த மணலைச் சுமப்பது யார்? மணலை இட்ட ஆறேதான். அவ்வாறு இல்லாமல் ஆற்றுக்குப் பதிலாக அந்த மணலைக் கூறு போட்டுக்கொண்டு சுமப்பவர்களைப் பார்த்திருக்கிறீர்களா? அவ்வாறே என் செயலால் விளைந்த நல்லதோ பொல்லதோ, அதற்கு நான்தான் பொறுப்பேற்க வேண்டுமே அல்லாது, வேறொருவரைப் பொறுப்பாக்க முடியாது—கடவுளைக்கூட.

என் செயல்களில் கடவுளை எனக்குத் துணையாகக் கொள்ளலாமே ஒழிய, என் செயல்களுக்குக் கடவுளையே பகரப் பொறுப்பாக்க முடியாது என்று பக்தி மரபின் நிலைக்கு எதிர்நிலை எடுக்கிறார் திருமூலர்.

20

நம் செயலென எதுவும் உண்டா?

'நம் செயல்களுக்கு யார் பொறுப்பு?' என்பது சமய, மெய்யியல் மரபுகளில் ஒரு பெருவழக்காக உரையாடப்பட்டிருக்கிறது. இதற்கென்ன வழக்கு? நம் செயல்களுக்கு நாம்தானே பொறுப்பு? வேறு யார் பொறுப்பாக முடியும்? எடுத்துக்காட்டாக, நீங்கள் ஒருவரை அடிக்கிறீர்கள். அதற்கு யாரைப் பொறுப்பாக்குவார்கள்? அடித்த உங்களையா அல்லது நீங்கள் அடிக்கும்போது உங்களுக்குப் பக்கத்தில் நின்றிருந்தவரையா? 'எளிய செய்தியில்லையா? அடித்த என்னைத்தானே பொறுப்பாக்குவார்கள்?'

சரியாகவோ அன்றிப் பிழையாகவோ நீங்கள் ஒன்றை அறிகிறீர்கள். அதைக் குறித்துச் சரியாகவோ அன்றிப் பிழையாகவோ ஒரு கருத்து கொள்கிறீர்கள்; சரியாகவும் பிழையாகவும் உங்களில் சேகரமாகும் கருத்துகள் உங்கள் அறிவைத் தொகுக்கின்றன. தொகுக்கப்பட்ட இந்த அறிவுக்கு யார் பொறுப்பாளி? 'இதென்ன கேள்வி? தொகுத்துக்கொண்ட நான்தானே பொறுப்பாளி?'

ஏதோ ஒன்றை அடையக் கருதி அதற்காக முயல்கிறீர்கள். தீவிரமான, தவம் என்று சொல்லத்தக்க முயற்சி. இறுதியில் நீங்கள் வெல்லவும் கூடும்; தோற்கவும் நேரிடலாம். வெற்றி, தோல்விகள் இருக்கட்டும்; முயற்சி யாருடையது? 'வெற்றி தோல்விகளை நுகர்பவனும் நான்; முயற்சியும் எனதே!'

நன்னிலைக்கண் தன்னை நிறுப்பானும், தன்னை
நிலைகலக்கிக் கீழ்இடு வானும், நிலையினும்
மேன்மேல் உயர்த்து நிறுப்பானும், தன்னைத்
தலையாகச் செய்வானும் தான். (நாலடியார், 248)

வாழ்க்கையில் ஒருவன் நல்ல நிலையை அடைவதற்கும், அந்த நல்லநிலை குலைந்து கீழ்மைநிலை பெறுவதற்கும், இப்போதிருக்கும் நல்லநிலையைக் காட்டிலும் இன்னும் சிறந்தநிலை அடைவதற்கும், தலைமைநிலை பெறுவதற்கும் யார் காரணம்? தானேதான் காரணம். தன்னைப் புகழ்மணம் வீசும் பூமாலையாக்கிக் கொள்கிறவனும் தான்;

தன்னைப் பிய்த்துப் போட்டுக் குப்பைக்கூளமாக்கிக் கொள்கிறவனும் தான். எல்லாமே தான்தான்—என்று நாலடியாரும் சொல்லவில்லையா? சொல்கிறதுதான். என்றாலும் இன்னொரு பக்கம்,

நானேயோ தவம் செய்தேன்? சிவாயநம எனப் பெற்றேன்?
தேனாய்,இன் அமுதமுமாய், தித்திக்கும் சிவபெருமான்,
தானேவந்து எனதுஉள்ளம் புகுந்து, அடியேற்கு அருள்செய்தான்
ஊன்ஆரும் உயிர்வாழ்க்கை ஒறுத்துஅன்றே வெறுத்திடவே!

(திருவாசகம், திருஏசறவு, 10)

உடலின்வழியாக மட்டுமே உயிர் வாழ்கிற, சுகந்தேடும் இந்த வாழ்வை வெறுத்தேன்; உடற்சுகம் குறைத்தேன்; உயிர்ச்சிவம் பெருக்கினேன்; ஆனால், இவற்றையெல்லாம் நானா செய்தேன்? எனதா என் தவம்? எனதா என் முயற்சி? எனதா என் அடைவு? எல்லாம் சிவனுடையதே அல்லவா? என் முயற்சி ஏதும் இல்லாமல், தானாகவே வந்தான்; உள்ளம் குடிகொண்டான்; அருள் செய்தான். எனவே, என் தவம் போற்றி அல்ல; என் சிவம் போற்றி! என்கிறதே மணிவாசகம்?

பட்டினத்தார் என்ன செய்தார்?

இவ்வாறு, தன் அறிவு, தன் முயற்சி, தன் தவம் என்று எல்லாவற்றையும் வேறொருவருக்கு நீரூற்றித் தானஞ் செய்துவிடுவது சரியா?

பத்திரகிரியான் என்றொரு மன்னன். ஒரு நாள் அவனுடைய மாளிகையில் நகைகள் களவாடப்பட்டன. பெருங்களவு. களவாடியவர்கள் களிப்பில் திளைத்தார்கள். களவைப் பங்கமில்லாமல் நடத்திக்கொடுத்த கடவுளுக்கும் ஒரு பங்கைக் கொடுத்துக் களவில் கடவுளையே பங்காளியாக்கிவிடுவது என்பது இப்போது மட்டுமல்ல; களவாடுகிறவர்களுக்கு எப்போதுமே வழக்கம். அந்த வழக்கப்படி, காட்டின் விளிம்பிலிருந்த கோயிலின் முற்றத்தில் நகைகளைப் பங்கிட்டார்கள்; கடவுளின் பங்குக்கு ஒரு மணிமாலை.

அவரவர் பங்குகளை எடுத்துக்கொண்டவர்கள் கடவுளின் பங்கைக் கோயிலின் உள்ளே கல்லாய் இருந்த கடவுளை நோக்கி வீசிவிட்டுக் கிளம்பினார்கள். வீசிய மாலை, கடவுளை எழுதிய கல்லின்மேல் விழவில்லை; அங்கே உடற்சுகம் அறுத்து உயிர்ச்சிவத்தில் திளைத்திருந்த பட்டினத்தாரின்மேல் விழுந்தது. கள்வர்களைத் தேடிப் படையாட்கள் வந்தார்கள்; பட்டினத்தாரையும் அவர்மேல் கிடந்த மணிமாலையையும் கண்டார்கள். பட்டினத்தாரை அடித்து எழுப்பி மாளிகைக்குக் கொண்டுபோனார்கள்.

'மணிமாலை இங்கே, மற்ற நகைகள் எங்கே?' என்று மன்னன் விசாரித்தான். பட்டினத்தார் தெரியாதென்றார். சினந்த மன்னன் பட்டினத்தாரைக் கழுவேற்றச் சொன்னான். என்ன செய்வார் பட்டினத்தார்? பாடினார்:

என்செயல் ஆவது யாதொன்றும் இல்லை; இனித் தெய்வமே!
உன்செய லேஎன்று உணரப்பெற் றேன்இந்த ஊன்எடுத்த
பின்செய்த தீவினை யாதொன்றும் இல்லை! பிறப்பதற்கு
முன்செய்த தீவினை யோஇங்ஙன் வந்து மூண்டதுவே? (பட்டினத்தார், பொது, 22)

நானா இதைச் செய்தேன்? இந்த இப்பிறப்பில் நான் செய்யாத செயலுக்கு, என்மேல் வந்து விடிகிறதே அதன் விளைவு? விளங்கிக்கொள்ள முடியவில்லை! ஒருவேளை, நான் பிறப்பதற்கு முன் நிகழ்ந்த ஏதோ ஒரு வினையின் விளைவோ? அப்படித்தான் என்றால், அது என் காட்சிக்கும் அறிவுக்கும் எட்டாதது அல்லவோ? எனக்குத் தொடர்பில்லாத ஒன்றில், என் அறிவுக்கு எட்டாமல் நடந்த ஒன்றில், பொறுப்பேற்பதற்கும் பொறுப்புத் துறப்பதற்கும் பிடிமானம் ஏதும் உண்டோ? எனவே தெய்வமே! இனி நடக்கத்தக்கது எதுவோ அது நடக்கட்டும்!—என்று நெஞ்சோடு புலம்புகிறார் பட்டினத்தார்.

பட்டினத்தாருக்கு நிகழ்ந்ததுதான் கோவலனுக்கும் நிகழ்ந்தது. அதே மாதிரியான திருட்டு நகைக் குற்றச்சாட்டு. அதே மாதிரியான மூடப் படையாட்கள்; அதே மாதிரியான பொறுமையில்லாத மன்னன்; ஏறத்தாழ அதே மாதிரியான தண்டனை. வேறுபாடுகள் மிகச் சில: பட்டினத்தாரிடம் கண்டெடுத்த நகை மன்னனுக்குச் சொந்தமான திருட்டு நகை; கோவலனிடம் இருந்த நகை கண்ணகியின் சொந்த நகை. சைவராகிய பட்டினத்தார் கடைசியில் 'தெய்வமே' என்று பாடி, இறையருள் பெற்றுக் கழுமரம் பற்றியெரியப் பிழைத்துக்கொண்டார். சமணனான கோவலன் தனக்கு அருள ஒரு தெய்வமில்லாமல், பொட்டலில் வெட்டுப்பட்டுச் செத்துப்போனான்.

யார் பொறுப்பு?

கதைகளை விட்டுக் கேள்விகளுக்கு வருவோம்: கோயிலில் தியானத்தில் அமர்வது ஒரு குற்றமா? அதற்குத் தண்டனை திருட்டுப்பழியும் கழுவேற்றமுமா? மனைவி, மனமொப்பித் தந்த அவளது சொந்த நகையை, ஆள் தெரியாமல் விற்க முயன்றது ஒரு குற்றமா? அதற்குத் தண்டனை திருட்டுப்பழியும் தலை வெட்டுப்படுதலுமா? இப்படியெல்லாம் நிகழப்போகிறது என்று தெரிந்திருந்தால் அவர்கள் அப்படிச் செய்திருப்பார்களா? இவற்றையெல்லாம் தெரிந்துகொண்ட பிறகே செயலாற்ற வேண்டும் என்பது இயலக்கூடியதா?

நல்லது. இப்போது மைய வழக்குரைக்குத் திரும்புவோம். உங்களுக்கு நிகழ்கின்றவற்றுக்கு, உங்களால் நிகழ்கின்றவற்றுக்கு, யார் பொறுப்பு? நீங்கள் மட்டுமேதானா? நீங்களுமா? நீங்கள் இல்லவே இல்லையா? குழப்பம்! தெளிய வைக்கத் திருமூலர் ஏதும் சொல்கிறாரா?

தான்முன்னம் செய்த விதிவழி தான்அல்லால்,
வான்முன்னம் செய்துஅங்கு வைத்ததோர் மாட்டில்லை;
கோன்முன்னம் சென்னி குறிவழி யேசென்று
நான்முன்னம் செய்ததே நன்னிலம் ஆனதே. (திருமந்திரம் 2848)

நான் என்ன கொஞ்சநஞ்ச வினைகளா செய்திருக்கிறேன்? இப்பிறப்பில், முற்பிறப்புகளில் என்று செய்து குவித்திருக்கிறேன். அவற்றில் ஒரு பகுதியைத்தான் இப்போது அனுபவித்துக்கொண்டிருக்கிறேன். எனவே, எனக்கு நிகழ்கின்றவற்றுக்கு, என்னால் நிகழ்கின்றவற்றுக்கு யார் பொறுப்பு என்று கேட்பீர்களேயானால், நானே பொறுப்பு. என் வாழ்வின் ஒவ்வொரு நாளும், ஒவ்வொரு மணித்துளியும், ஒவ்வொரு நொடியும், ஏன், நான் நின்றிருக்கும் நிலம் முதற்கொண்டு எல்லாமே என் வினைகளால் நானே செதுக்கியவை. அல்லாமல் வானத்தில் இருக்கிற ஏதோ ஒன்று என் வாழ்க்கையைச் செதுக்கியது என்பீர்களேயானால், அன்பர்களே, அதை ஒப்ப முடியாது! என்று நிலைபாடு மாறாமல் அடித்துச் சொல்கிறார் திருமூலர். அப்படியென்றால் பட்டினத்தார்களுக்கும் கோவலன்மாருக்கும் என்ன விடை? சிக்கல்தான்!

அறஞ்சார்ந்த விடயங்களில் திருமூலரின் முன்னோடியான திருவள்ளுவரிடம் வழக்கு போனபோது,

அவ்விய நெஞ்சத்தான் ஆக்கமும் செவ்வியான்
கேடும் நினைக்கப் படும். (குறள் 169)

ஒருவனுடைய வினைதான் அவனை உருவாக்கும் என்றால், தீயவன் வாழ்கிறான்; நல்லவன் தாழ்கிறானே? ஏன்? ஆராயத்தான் வேண்டும் என்கிறார் வள்ளுவர். வழக்கை இன்னும் விரித்து விசாரிக்க வேண்டியிருக்கிறது.

21

ஊழின் கைப்பிள்ளைகளா நாம்?

'கோளாறு' என்று ஒரு தமிழ்ச்சொல். 'என்னப்பா கோளாறாப் பேசுற?' 'பேச்செல்லாம் நல்லாத்தான் இருக்கு; காரியந்தான் ரொம்பக் கோளாறா இருக்கு!' 'கோளாறு புடிச்ச ஆளா இருப்பான் போலருக்கு!' என்று கோளாற்றுக்குப் பயன்பாட்டுச் சான்றுகள் காட்டலாம். செரிமானக் கோளாறு, தொழில்நுட்பக் கோளாறு போன்ற பயன்பாடுகளும் உண்டு.

தீர்வில்லாமல் இழுத்துக்கொண்டே போகிற சிக்கலைத் தீர்ப்பதற்கு நுட்பமான யோசனை சொல்கிறவரை மதுரை வட்டாரத்தில் 'கோளாறு சொல்கிறவர்' என்பார்கள். 'ஏப்பா, இதுக்கு நான் ஒரு கோளாறு சொல்றேன்; கேக்குறியா?'

கோளாறு 'சீர்குலைவு' என்றும், கோளாறு சொல்லுதல் 'சீர்குலைவைச் சமன் செய்வதற்கான யோசனை' என்றும் விளங்கிக்கொள்ளப்படுகின்றன. ஆனால் இவையெல்லாம் கோளாறு என்கிற சொல் இந்நாளில் அடைந்திருக்கிற பொருள் வழக்குகள். முன்னாளில் கோளாறும் கோளாறு சொல்லுதலும் வேறு பொருள் வழக்குடையவை.

கோளாறு என்பது கோள்+ஆறு. கோள் என்பது ஒன்பது கோள்கள்; ஆறு என்பது வழி. கோள்களின் இயக்கமே கோளாறு. கோளாற்றை வடமொழியில் சொல்ல விரும்பினால் அது 'கிரகச்சாரம்'. தமிழையும் வடமொழியையும் கலந்து மணிப்பிரவாளம் ஆக்கிக் 'கோட்சாரம்' செய்து அதைக் 'கோச்சாரம்' என்று வழங்குவர் சோசியர்.

இதைப்பற்றி இங்கென்ன விளக்கம் என்பார் நிற்க: உங்களுக்கு நிகழ்கின்றவற்றுக்கு, உங்களால் நிகழ்கின்றவற்றுக்கு யார் பொறுப்பு? நீங்கள் மட்டுந்தானா? நீங்களுமா? நீங்கள் இல்லவே இல்லையா என்னும் விசாரணையின் ஒரு பகுதி இது.

ஆசீவகம் என்னும் தமிழ்ச் சமயம்

நிகழ்கின்றவை எல்லாவற்றுக்கும் பொறுப்பு கோள்களின் ஆட்டம் என்கிறது ஆசீவகம் என்கிற, பரவி அறியப்படாத தமிழ்ச் சமயம். அதற்குச்

சான்றாகப் பேராசிரியர் க.நெடுஞ்செழியனின் சங்க காலத் தமிழர் சமயம் என்னும் நூலில் கீழ்க்கண்ட குறள்கள் காட்டப்படுகின்றன:

நவக்கோள் கூடி நடத்தும் மாண்பு
உவப்பின் நிகழ்ச்சி அது.
ஆய கோள்கள் ஆட்டம் அதுவே
காய நிகழ்ச்சி எனல்.
நன்றும் தீதும் நவக்கோள் ஆட்டம்
என்று உணர்வது அது.
தோற்ற ஒடுக்கம் யாவும் கோள்கள்
ஆற்ற செயல்என்று உணர்.

மனித வாழ்வின் அனைத்து நிகழ்ச்சிகளும் ஒன்பது கோள்கள் கூடி நடத்தும் நிகழ்ச்சிகளின் விளைவே ஆகும். உலக இயக்கம் என்பதே கோள்களின் இயக்கந்தான். மனித வாழ்வில் ஏற்படும் நன்மையும் தீமையும் எல்லாம் ஒன்பது கோள்களின் ஆட்டத்தால் வருவனவே ஆகும். உலகம் உள்ளிட்ட அனைத்தும் தோன்றுவதற்கும் ஒடுங்குவதற்கும் காரணம் கோள்களின் செயல்பாடே ஆகும்.

ஆடித் திங்கள் பேரிருட் பக்கத்து
அழல்சேர் குட்டத்து அட்டமி ஞான்று
வெள்ளி வாரத்து ஒள்எரி உண்ண
உரைசால் மதுரையோடு
அரைசு கேடுஉறும் எனும்
உரையும் உண்டே நிரைதொடி யோயே (சிலம்பு. 23: 133–137)

ஆடி மாதம், தேய்பிறை எட்டாம் நாள், கார்த்திகை மீன் சேர்ந்த வெள்ளிக் கிழமை மதுரையின் அரசு கெடும், மதுரை தீப்பற்றி எரியும் என்பதாக வானியல் குறிப்பு ஒன்று உண்டு என்று மதுராபதித் தெய்வம் மதுரையைக் கொளுத்திய கண்ணகிக்குச் சொல்கிறது. கோள்களின் இயக்கத்தைக் கணித்து நடக்கப்போவதை உரைக்கும் வழக்கம் இருந்திருக்கிறது என்பதற்கு இது சான்றாகக் காட்டப்படுகிறது. அதனால்தான்,

தாளாளன் என்பான் கடன்படா வாழ்பவன்;
வேளாளன் என்பான் விருந்து இருக்க உண்ணாதான்;
கோளாளன் என்பான் மறவாதான்; இம்மூவர்
கேள்ஆக வாழ்தல் இனிது. (திரிகடுகம், 12)

தாளாளன் என்பவன் முயற்சி உள்ளவன்; தானே தனக்கும் பிறர்க்கும் வேண்டியதைச் செய்துகொள்வானே ஒழிய, பிறர் தனக்குச் செய்து, தான் அவர்க்குக் கடன்பட்டு வாழ ஒப்பமாட்டான். வேளாளன் என்பவன் பிறர்க்கென வாழும் உதவியாளன்; விருந்தாக வந்தவர் இருக்கத்

தான்மட்டும் தனித்து உண்ண மாட்டான். கோளாளன் என்பவன் கோள்களின் இயக்கவிதிகளைக் கற்று அறிந்தவன்; என்ன கேடு வந்தாலும் அவற்றை மறவாதவன். ஆகவே இவர்கள் மூன்று பேருடனும் நட்போடு வாழ்வது நல்லது என்று அறிவுரைக்கிறது திரிகடுகம்.

இது காரணம் என்றால், இதுவே காரியம்

கோள்களின் இயக்கவிதிகளை அறிந்த கோளாளன் என்பவன் முதிராத இயற்பியலாளன் (physicist). 'இது காரணம் என்றால் இதுவே காரியம்' என்று தர்க்கபூர்வமாய்ச் சொல்ல முயன்றவன். இயற்கையின் இயங்குவிதிகளுக்கு அப்பாற்பட்டு ஏதும் நடந்துவிட முடியாது என்று அறுதியிட்டவன். பரிகாரம் செய்தோ, காணிக்கை தந்தோ, நடக்கவேண்டிய எதையும் யாரும் தடம் புரட்டிவிட முடியாது என்று இறுகி நின்றவன்.

பரிகாரங்களும் காணிக்கைகளும், பிழை செய்தவன் தன்னைத் திருத்திக்கொள்ளவும், வருவதை எதிர்கொள்ளும் நெஞ்சுரம் பெறவும், 'நான்' என்னும் ஆணவம் குறைக்கவுமான, மனம் திரும்பும் நடவடிக்கைகளாக வேண்டுமானால் இருக்கலாமே ஒழிய, அதற்குக் கூடுதலாய் எதையும் பெற்றுத்தர முடியாது.

எழுதிச் செல்லும் விதியின்கை எழுதி எழுதி மேற்செல்லும்.
தொழுது கெஞ்சி நின்றாலும் சூழ்ச்சி பலவும் செய்தாலும்
வழுவிப் பின்னால் நீங்கிஒரு வார்த்தை யேனும் மாற்றிடுமோ?
அழுத கண்ணீர் ஆறுஎல்லாம் அதில்ஓர் எழுத்தை அழித்திடுமோ?

- என்று கவிமணி தேசிகவிநாயகம் பிள்ளையின் மொழிபெயர்ப்பில் உமர் கய்யாமின் பாடல் ஒன்று. அழுதாலும் தொழுதாலும், சூழ்ச்சியே செய்தாலும், இயங்குவிதி தன்போக்கில் இயங்கும். மாற்றவோ தடுக்கவோ முடியாது.

கோளாறு சொன்னவர்கள் கெடுபிடியாகச் சொல்கிறார்கள்; கருணை மனுப் போட்டாலும் கதைக்கு ஆகாது என அருளே இல்லாமல் பேசுகிறார்கள் என்று கருதியவர்கள், கோளாறு சொன்னவர்களைக் கண்டு கசந்தார்கள்; இழித்துரைத்தார்கள். கோளாறான ஆள், கோள் சொல்லி என்கிற சொற்கள் இழிந்தது இப்படித்தான்.

இந்தக் கோள் சொல்லிகள், கோளாறுக்கு 'விதி' என்றும் 'ஊழ்' என்றும் பெயர் வைத்தார்கள். ஒரு நூல்கண்டை உருட்டிவிட்டால் நூலின் நீளம் இடங்கொடுக்கும்வரை அது நீள்வதைப்போல, இயற்கைவிதிகள் இடங்கொடுக்கும் அளவிற்குள் மனிதர்கள் செயல்படலாம்.

கல்பொருது இரங்கும் மல்லல் பேர்யாற்று
நீர்வழிப் படூஉம் புணைபோல்
ஆருயிர் முறைவழிப் படூஉம்... (புறம். 192)

என்கிறார் கணியன் பூங்குன்றனார். பெருங்கற்களைக்கூட அடித்துப் புரட்டிக்கொண்டு போகிறது வெள்ளம்; அதில் அகப்பட்டுக்கொண்ட ஓர் எளிய தெப்பம், நீர் போகும் வழியில் தானும் போவதே அல்லாமல் வேறென்ன செய்யும்? உயிருக்கும் அதுதான். காகித ஓடம் கடலலைமீது போவதுபோலே, விதி போகும் வழியில் போகவேண்டியதுதான்.

விதி நம்மைக்கொண்டு செய்விப்பதைத்தான் நாம் செய்கிறோம் என்றால், நமக்கு எந்தச் செயலுரிமையும் கிடையாதா? கட்டற்று நம் போக்குக்கு ஏதும் செய்ய முடியாதா? ஊழ் நம்மைப் பிணிக்கும் என்றால், ஊழின் கைப்பிள்ளைகளா நாம் என்று மலைக்கும்போது, 'ஊழின் கைப்பிள்ளைகள் அல்லர், நாம் கடவுளின் கைப்பிள்ளைகள்; கடவுளை நம்பினோர் கைவிடப்படார்' என்று எழுகிறார் திருமூலர்:

வான்நின்று இடிக்கில்என்? மாகடல் பொங்கில்என்?
கான்நின்ற செந்தீக் கலந்து உடல் வேகில்என்?
தான்ஒன்றி மாருதம் சண்டம் அடிக்கில்என்?
நான்ஒன்றி நாதனை நாடுவன் நானே. (திருமந்திரம் 2850)

வானம் இடிந்து மண்டையில் விழுந்தாலும் என்ன? பெருங்கடல் பொங்கி என்னையே விழுங்கினாலும் என்ன? காட்டுச் செந்தீ என் தேக்குமரத் தேகத்தைத் தீயச் செய்தாலும் என்ன? மெல்லிதாகத் தவழ்ந்த தென்றல் சூறையாகிப் புரட்டி அடித்தாலுந்தான் என்ன? ஒன்றும் சிக்கலில்லை. என் அப்பன் எனக்குப் பாதுகாப்பு.

நூல் பிடித்தாற்போல நேராக வந்துகொண்டிருந்த வண்டியை இடக்கு முடக்கான கொண்டை ஊசி வளைவு ஒன்றில் ஒடித்துத் திருப்புகிறார் திருமூலர். எல்லாவற்றுக்கும் நானே பொறுப்பு என்றவர் இப்போது கடவுளைப் பாதுகாப்பு அதிகாரியாக நியமிக்கிறாரே? முரண்படுகிறாரோ திருமூலர்?

22

அவை நல்ல நல்ல அடியார் அவர்க்கு மிகவே

நிகழ்கின்ற எல்லாவற்றுக்கும் பொறுப்பு கோள்களின் ஆட்டமும் ஐம்பெரும் பூதத்து இயற்கையுந்தான்; அவற்றின் இயங்கு விதிகளுக்குத் தப்பி ஏதும் நிகழ்ந்துவிட முடியாது என்கிறது ஒரு தரப்பு.

வானம் துளங்கில்என்? மண்கம்பம் ஆகில்என்? மால்வரையும்
தானம் துளங்கித் தலைதடு மாறில்என்? தண்கடலும்
மீனம் படில்என்? விரிசுடர் வீழில்என்? வேலைநஞ்சுஉண்டு
ஊனம்ஒன்று இல்லா ஒருவனுக்கு ஆட்பட்ட உத்தமர்க்கே
(அப்பர் தேவாரம், IV:112:8)

- என்று எதிராடுகிறது மற்றொரு தரப்பு. வானமே இடிந்து விழுந்தாலும் என்ன? நிலமே நடுநடுங்கிக் கிடுகிடுத்தாலும் என்ன? மலைகளெல்லாம் நிலைகுலைந்து தலைகீழாய்ப் போனாலும் என்ன? மீன்கள்கூட வாழத் தகாததாய்க் கடல் தன் குணம் மாறினாலும் என்ன? செஞ்சுடர்க் கதிரும் வண்ண நிலவும் சிதறித் தெறித்தாலுந்தான் என்ன? கடல் கக்கிய நஞ்சை உண்ட பிறகும் ஒரு கோளாறும் இல்லாமல் இருக்கிற ஒருவனுக்கு ஆட்பட்டு நிற்கிற உத்தமர்கள் இந்தப் பூச்சாண்டிக்கெல்லாம் அஞ்ச மாட்டார்கள்.

மேலை அளவை இயலில் (Western Logic) தருக்கமுறை கற்பிக்கும்போது ஓர் எடுத்துக்காட்டோடு கற்பிப்பார்கள்:

நஞ்சு உண்டவர்கள் எல்லோரும் சாவார்கள்;
இவன் நஞ்சு உண்டிருக்கிறான்;
எனவே இவன் சாவான்.

நஞ்சு சாவைத் தரும் என்றால் நஞ்சுண்டவன் யாராக இருந்தாலும் சாக வேண்டும். இங்கோ ஒருவன் கடலின் நஞ்சும் பாம்பின் நஞ்சுமான ஆலகால நஞ்சை ஒருசேர உண்ட பிறகும் ஊனம் ஒன்றுமில்லாமல் இருக்கிறான். அப்படியென்றால் 'கோளாறு' என்று சொல்லப்படுகிற இயற்கையின் இயங்கு விதிகள் பலிக்கவில்லை என்றுதானே பொருள்?

ஊனமில்லாமல் தப்பிப் பிழைத்தவன் இயங்கு விதிகளுக்கு அப்பாற்பட்டவன் என்றுதானே பொருள்? இயற்கையின் இயங்குவிதிகளை ஒருவன் தனக்காக வெல்ல முடியுமென்றால், தன்னையே நம்பியிருக்கிற பிறருக்காகவும் அவற்றை வென்றுதர அவனால்முடியுந்தானே ? அத்தகைய தலைவனுடைய ஆட்கள் நாங்கள்; ஆகவே எங்களுக்கு அச்சமில்லை என்கிறார் அப்பர் திருநாவுக்கரசர்.

சூழும் அரவத் துகிலும், துகில்கிழி கோவணக் கீளும்,
யாழின் மொழியவள் அஞ்ச, அஞ்சாது அருவரை போன்ற
வேழம் உரித்த நிலையும், விரிபொழில் வீரட்டம் சூழ்ந்து
தாழும் கெடிலப் புனலும் உடையார் ஒருவர் தமர்நாம்.
அஞ்சுவது யாதொன்றும் இல்லை; அஞ்ச வருவதும் இல்லை.
(அப்பர் தேவாரம், IV:2:9)

அரவத்தையே ஆடை மாதிரிப் போர்த்திக்கொண்டவன்; துணியைக் கிழித்துக் கோவணமாக உடுத்திக்கொண்டவன்; மலை போன்றதொரு யானை எதைக் குறித்தும் அஞ்சாமல் வந்து மோதியபோது, அதைக் கொன்று அதன் தோலை உரித்தவன்; கங்கையை அணிந்த கங்காதரன் என்று சொல்கிறீர்களே, அவன் கங்கைக் கரையில்தான் கங்காதரன்; எங்கள் திருவதிகையை ஒட்டி ஓடும் கெடிலக் கரையிலோ கெடிலம் அணிந்த கெடிலாதரன்; நாங்கள் அவனுடைய அடியார்கள்; எனவே, எதைக் கண்டும் நாங்கள் அஞ்சுவதுமில்லை; எங்களை அச்சுறுத்துமாறு வருவதும் ஏதுமில்லை.

ஆசீவகர்களின் அடையாளம் யானை

இங்கே, யானையைக் கொன்று தோலுரித்தார் சிவனார் என்பதைக் கருத்தில் கொள்ள வேண்டும். 'கோள்களும் அவற்றின் இயங்குவிதிகளும் வலிமை யானவை' என்று பேசுகிற ஆசீவகர்களின் அடையாளச் சின்னம் யானை; அந்த யானையைக் கொன்று, அதன் தோலை உரித்து, அதற்குள் தான் புகுந்து கொண்டு, யானைத்தோல் போர்த்த சிவமாகிறார் சிவனார்–என்றால் ஆசீவகத்தின் 'ஊழ்' என்ற கருதுகோளைச் சைவம் 'சிவம்' என்ற கருதுகோளைக் கொண்டு இடம்பெயர்த்துப் பொருள் மாறாட்டம் செய்கிறது எனலாம்.

இது ஒரு கருத்தியல் அதிகாரப் பெயர்ச்சி. ஒரு கருத்து காலூன்றி அரசாண்டு கொண்டிருக்கும் இடத்தில், அதன் சாயலையே போர்த்திக்கொண்டு மற்றொரு கருத்து அரசாளச் செய்கிற முயற்சி. எளிமையாக இப்படிக் கருதிப் பார்க்கலாம்: மக்களிடம் செல்வாக்குப் பெற்ற கொள்கைக் கட்டமைப்பு ஒன்றை முன்வைத்து, ஒரு மாநிலத்தை அரை நூற்றாண்டுக் காலமாக, இடையறாமல் ஆள்கிறது ஓர் இயக்கம் என்று வையுங்கள்; அந்த இயக்கத்தை அகற்றித் தன் ஆட்சியை நிலைநிறுத்த விரும்புகிறது அதற்கு நேர்மாறான மற்றொரு இயக்கம். என்ன செய்யும்?

மக்களிடம் செல்வாக்குப் பூண்ட அந்தக் கொள்கையின் சாயலைத் தானும் தன்மீது அள்ளிப் பூசித் தன் உண்மை நிறத்தை மறைத்துக்கொண்டு உள்ளே நுழைய முயலும். சான்றாக, மொழியின்மீது உணர்ச்சிகரமான ஈடுபாடு கொண்டவர்கள் மாநிலத்தின் மக்கள் என்க. ஆட்சியை விரும்பும் மாற்று இயக்கத்துக்காரர்களின் மொழிக்கொள்கையோ முற்றிலும் வேறானதும், முரணானதும் என்க. இருந்தபோதிலும், அதிகாரத்தைக் கைப்பற்ற வேண்டும் என்ற விருப்பத்தின் காரணமாக, தங்களுடைய முரண்பாட்டு மொழிக்கொள்கையை மறைத்துக்கொண்டு, மாநில மொழியை விதந்து பேசுவார்கள்; மாநில மக்கள் மொழியின்மேல் கொண்டிருக்கிற அளப்பரிய ஈடுபாட்டைப் பாராட்டுவார்கள். இப்படியாக, மக்கள் விரும்பும் முகமூடியை இட்டுக்கொண்டு அதிகாரம் பெறப் பையவே முயல்வார்கள்.

ஊழை இடம்பெயர்ப்பவர்

யாருக்கும் இரங்காத, எவருக்கும் பின்செல்லாத, முகம் பார்த்து விதி மாற்றிக்கொள்ளாத ஊழை அதிகாரத்திலிருந்து இடம்பெயர்த்து, வேண்டி வந்தவர்க்கு இரங்குகிற, முன்பின் பார்த்துச் செய்கிற, நச்சினார்க்கு இனிய சிவன் வந்து அதிகாரத்தில் உட்கார்ந்துகொள்கிறார். தேவையென்றால் கோள்களின் ஆட்டத்தை நிறுத்திவைப்பார்; விலக்கிவிடுவார்; பிழைபடவும் வைப்பார்.

வேய்உறு தோளிபங்கன், விடம்உண்ட கண்டன், மிகநல்ல வீணைதடவி,
மாசறு திங்கள், கங்கை முடிமேல் அணிந்துஎன் உளமே புகுந்த அதனால்,
ஞாயிறு, திங்கள், செவ்வாய், புதன், வியாழம், வெள்ளி, சனி, பாம்புஇரண்டும்உடனே,
ஆசுஅறு நல்லநல்ல, அவை நல்லநல்ல, அடியார் அவர்க்கு மிகவே.

(சம்பந்தர் தேவாரம் II:85:1)

- என்று வெளிப்படப் பாடுகிறார் திருஞான சம்பந்தர். மூங்கிலைப் போன்ற தோளுடையவளைத் தன் பாகமாகக்கொண்டவன், நஞ்சுண்டவன், வீணை தடவுகிறவன், நிலவையும் கங்கையையும் முடிமேல் அணிந்தவன், அவன் என் உள்ளத்தில் ஆட்சி செய்துகொண்டிருக்கும் நிலையில், ஞாயிறு, திங்கள், செவ்வாய், புதன், வியாழன், வெள்ளி, சனி, இராகு, கேது ஆகிய இந்தக் கோள்கள் என்னை என்ன செய்துவிட முடியும்? ஒன்பது கோள்களும்

அட்டூழிங்கள் செய்யக்கூடியவைதாம் என்பதை மறுப்பதற்கில்லை; ஆனால் இந்த அட்டூழியம், அராஜகமெல்லாம் நடுநின்ற நாயகனாகிய தலைவனை நம்பாதவர்களுக்கு மட்டுந்தான்; நம்புகின்றவர்களுக்கு அவை செய்வது அட்டூழியமன்று; தொண்டூழியம்.

'சட்டம் தன்போக்கில் செயல்படும்' என்பது நம் நாட்டில் அரசியலார் அடிக்கடி உதிர்க்கும் திருவாசகம். தன்போக்கில் இயங்க வேண்டிய சட்டம், குற்றவாளிகள் அனைவரையும் சமமாகக் கருதிக் கொட்டடியில் அடைத்து வைக்க வேண்டிய சட்டம், அதிகாரத் தரப்பினர் அடைபடும்போது மட்டும் கொட்டடிக் கம்பிகளை நெளித்துக்கொடுத்து அவர்களைத் தப்புவிப்பதில்லையா?

காட்டாற்று வெள்ளம்போலத் தன்போக்கில் அடித்துக்கொண்டு போகும் ஊழுக்கு இறைவனைக்கொண்டு அணைகட்டி, அப்பருக்கும் சம்பந்தருக்கும் அடியெடுத்துக் கொடுத்தவர் திருமூலர்.

ஆனை துரத்தில்என்? அம்புஊடு அறுக்கில்என்?
கானத்து உழுவை கலந்து வளைக்கில்என்?
ஏனைப் பதியினில் எம்பெரு மான்வைத்த
ஞானத்து உழவினை நான்உழு வேனே. (திருமந்திரம் 2851)

யானை என்னை அச்சுறுத்தித் துரத்தினாலும் என்ன? அம்பு என்னைத் துளைத்து அறுத்தாலும் என்ன? காட்டுப்புலி என்னை வழிமறித்தாலுந்தான் என்ன? கவலையில்லை. நீ மட்டும் எந்த வகையில் வேறானவன் என்று கேட்பீர்களேயானால், ஐயன்மீர்! நானும் உங்களைப்போல ஊரில்தான் வாழ்கிறேன்; ஆனால், நான் வாழும் ஊர் நீங்கள் வாழும் ஊரன்று. நானும் உங்களைப்போல உழுதுதான் பிழைக்கிறேன்; ஆனால், நான் உழும் உழவு நீங்கள் உழும் உழவன்று. எந்த ஊர் என்பவரே, என் ஊர் மெய்யூர்; அங்கேதான் இறைவனும் இருக்கிறான். எவ்வுழவு என்பவரே, என் உழவு அறிவுழவு; அதில் என்னைக் கைபழக்குகிறான் இறைவன்.

தன் வினையை, தன் முயற்சியைக் கைவிட்டுவிடாமல், இறைவனையும் உள்ளே இழுத்துக்கொண்டு, வினைக்கும் ஊழுக்கும் இடைநிலை காண முயல்கிறாரா திருமூலர்?

23

திரள்வினைக்குத் தெய்வம் பொறுப்பு

'**ஊ**ழ்' என்பது நாம் அறியமுடியாமல், நம்மைமீறித் தன்போக்கில் நிகழ்ந்து, அதற்குள் நம்மையும் அமிழ்த்திவிடுகிற நிகழ்வுகளின் திரட்சி. ஊழை விளங்கிக்கொள்ள இதைக் கருதலாம்: 'தமிழ்நாட்டு ஆற்றில், அதுவும் சென்னையில் ஓடுகிற ஒரு சிற்றாற்றில் தண்ணீரா வரப்போகிறது?' என்று ஆற்றங்கரையோரம் குடிசை கட்டி வாழ்ந்திருந்தார்கள் எளியவர்கள். மழை பொய்த்த மாநிலத்தில் இதுவரை அறிந்திராத பெருமழைக் காலம் ஒன்று வந்தது. நகருக்கு நீர் வழங்கும் பேரேரிகள் சட்டுச்சட்டென்று நிரம்பித் ததும்பின. அகாலத்தில் தண்ணீரைத் திறந்தார்கள். சிற்றாறு சட்டென்று காட்டாறாயிற்று. கரைபுரண்ட வெள்ளம் கரையோரத்தில் குடியிருந்தவர்களின் வாழ்வாதாரத்தை ஓர் இரவில் அடித்துப் புரட்டியது. ஆட்கள் போயினர்; ஆடுமாடுகள் போயின; சான்றிதழ்த் தாள்கள் போயின; சம்பளம் போயிற்று; சாக்கடை ஓரத்திலும் பூத்துக்கிடந்த வாழ்க்கை ஒரே இரவில் தானும் சாக்கடை ஆயிற்று.

நிகழ்ந்தவற்றுக்கு யார் பொறுப்பு? எந்தத் தனியாளின் தனி வினை இது? யாரைச் சொல்லமுடியும்? கருதியிராத பெருமழை—எதிர்பாராத நீர்ப்பெருக்கு—ஏதேதோ காரணங்களால் அகற்ற முடியாத ஆக்கிரமிப்புகள்—அடைபட்ட நீர்வழிகள்—அதிகாரமில்லாப் பொறியாளர்—உயர்மட்டத்திலோ அவசரத்தை உணரத் தெரியாத அசட்டை—உணர்ந்தபோதோ தானே முடிவெடுக்க முடியாத பலவீனம்—முடிவெடுக்கும் அதிகார மையத்தைத் தொடர்புகொள்ளவோ அச்சம்—காலம் தாழ்ந்துவந்த ஆணை—அளவிறந்த தண்ணீர்—அழிவோ அழிவு—எல்லாம் விதி—என்பதுதான் ஊழ்.

அழிவுக்கு மட்டுந்தான் ஊழ் காரணமாக இருக்கும் என்று கருதவேண்டாம். ஆக்கத்துக்கும் காரணமாக இருக்கும். ஓர் இடத்தைப் பெறுவதற்காகத் தகுதியுடையவர்கள் பல பேர் தவஞ்செய்து கிடக்கும்போது, யானை மாலையிட்டதுபோல, இடையில் வந்த யாரோ ஒருவர்க்கு அந்த இடம் கிடைப்பதும் ஊழ்தான். போவதற்குக் காரணமாக இருக்கிற ஊழ் போகூழ்; ஆவதற்குக் காரணமாக இருக்கிற ஊழ் ஆகூழ்.

திரள்வினைக்கு யார் பொறுப்பு?

ஒரு நிகழ்வுக்கு, ஏதேனும் ஒன்றை அல்லது ஒருவரை மட்டும் பொறுப்பாக்க முடியும் என்றால், அது அந்த ஒன்றின் அல்லது ஒருவரின் தனி வினை. எதைப் பொறுப்பாக்குவது, யாரைப் பொறுப்பாக்குவது என்றே தெரியாத வகையில் உலகத்து இயற்கை, பல பேரின் கூட்டுவினைகள், காலம், இடம், தற்செயல்போன்ற ஏராளமான காரணிகள் ஒன்றுதிரண்டு நிகழ்ந்தால், அது திரள்வினை ஊழ். தனி வினைக்குத் தனி ஆள் பொறுப்பு; திரள்வினைக்கு யார் பொறுப்பு? தனியாட்கள் யாரும் பொறுப்பில்லை. 'எல்லாம் கோளாறு; நேரம் சரி இல்லை; விதிப் பயன்' என்று ஆற்றிக்கொள்ள வேண்டியதுதான்.

ஆனால் அப்படி ஆற்றிக்கொள்ள முடியவில்லை. ஞானிகள் வேண்டுமானால் தன் நெஞ்சோடு தானே பேசிக்கொள்ளலாம்:

...பேயோ? எங்கும் திரிந்துஓடிப் பேணா என்பைப் பேணுகின்ற
நாயோ, மனமே நீ?

(திருவருட்பா, V:19:4)

'ஏ நெஞ்சமே! நீ என்ன நிலைகெட்டு அலையும் பேயா? இல்லை, எங்கெங்கோ தேடித் திரிந்து, கடைசியில் சாரமும் சதையுமில்லாத வெறும் எலும்பைக் கௌவிக்கொண்டு வரும் நாயா? சீச்சீ! சற்றுச் சும்மா இருக்கமாட்டாயா நீ?' என்று வள்ளலாரைப்போல நெஞ்சைக் கடிந்துகொள்ளலாம்.

...பொம்மலாட்டம் என்றே இரு உடலை! அடர்ந்த சந்தைக்
கூட்டம் என்றே இரு சுற்றத்தை! வாழ்வைக் குடம்கவிழ்நீர்
ஓட்டம் என்றே இரு! நெஞ்சே! உனக்கு உபதேசம் இதே!

(சித்தர் பாடல்கள், பட்டினத்தார், பொது, 21)

'பொம்மலாட்டத்தில் கயிற்றை இழுக்கிறவன் இழுப்பதை நிறுத்தும்வரை பொம்மை ஆடும்; அதைப் போலத்தான் உடல். சந்தை நடக்கும்வரை கூடி நிற்கும் கூட்டம், சந்தை முடியும்போது கலைந்துவிடும்; அதைப்போலத்தான் சுற்றம். கவிழ்ந்த குடத்திலிருந்து வழிந்து ஓடிக்கொண்டிருக்கும் நீர், இருப்புத் தீர்ந்து குடம் காலியாகும்வரைக்கும் ஓடும்; அதைப்போலத்தான் வாழ்வு. ஆட்டம் போட்டு அலைக்கழியும் நெஞ்சே! உனக்கு இதுதான் உபதேசம்! பொறுமிக்கொண்டே இருக்காமல் அமைதியாக இரு!' என்று பட்டினத்தாரைப் போல நெஞ்சுக்கு உபதேசம் வழங்கலாம்.

ஊழுக்குப் பெயர் தெய்வம்

இவ்வாறு தன் நெஞ்சோடு தானே பேசித் தன்னைத் தானே அடக்கிக்கொள்ளுதல் அறிவர்களுக்குச் சாத்தியமாகலாம். நம்மைப் போன்ற எளியவர்களுக்கு அது சாத்தியமா? தன்னிடமே தான் புலம்புவதைவிட முன்னிலைப்பட்ட ஒன்றிடம் புலம்புவது எளிதில்லையா? சுமை

உள்ளுக்குள்ளேயே இருந்து நெஞ்சடைக்காமல் வெளியில் இறங்குவது நிலைமையை எளிதாக்கும் இல்லையா? அதற்கு என்ன செய்யலாம்? ஊழ் என்கிற திரட்சியை வடிவநிலைப்படுத்தி, அதைத் தெய்வமாக்கி விட்டால்? ஊழுக்குத் தொல்காப்பியர் கொடுத்த பெயர்களில் தெய்வம் என்பதும் ஒன்று.

காலம், உலகம், உயிரே, உடம்பே,
பால்வரை தெய்வம், வினையே, பூதம்...

(தொல்காப்பியம், சொல்லதிகாரம், கிளவியாக்கம், 57)

இந்த நூற்பாவில் வரும் 'பால்வரை தெய்வம்' என்பது ஊழ். ஊழின் இடத்தில் சமய வழிப்பட்டவர்கள் அவரவர் தெய்வங்களை வைத்துக்கொண்டார்கள். நடக்கின்ற எல்லாவற்றுக்கும் தெய்வமே காரணம் என்று கருதத் தலைப்பட்டார்கள்.

...ஐயா! நீ ஆட்கொண்டு அருளும் விளையாட்டில்,
உய்வார்கள் உய்யும் வகைஎல்லாம் உய்ந்தொழிந்தோம்;
எய்யாமல் காப்பாய் எமையேலோர் எம்பாவாய்!

(திருவாசகம், திருவெம்பாவை 11)

'தெய்வமே! எங்களை உருட்டிப் புரட்டி நீ விளையாடுகிற விளையாட்டில் படவேண்டிய எல்லாப் பாடுகளையும் பட்டுவிட்டோம். இனிமேலும் படுத்தாமல் எங்களைக் காப்பாற்று' என்று வேண்டி வழிபட்டார்கள்.

ஊழ் என்பது தானாகவே தன்போக்கில் நிகழக்கூடிய ஓர் அமைப்பு. இந்த அமைப்பின் பிடரியில் தலைவர்களை உட்கார வைத்தார்கள் மக்கள். பிறகு தலைவர்களே அதை நடத்துவதாகக் கருதிக்கொண்டு தலைவர்களை வழிபடத் தொடங்கினார்கள். கோளாறுகள் வந்தபோது, 'அமைப்பு சரியில்லை; தலைமையை மாற்றினால் அமைப்பு சரியாகும்' என்று தலைமைக்குத் தங்களை முன்னிலைப்படுத்திக்கொண்டு சிலர் வந்தார்கள். சிக்கலே system-த்தை முன்னிலைப்படுத்தாமல் தலைவர்களை முன்னிலைப்படுத்துவதுதான் என்று அவர்கள் அறிவார்களா? System கெட்டுப்போவதைப் பற்றித்திருமூலரும் பேசுகிறார்:

கூடு கெடின்மற்றுஓர் கூடுசெய் வான்உளன்;
நாடு கெடினும் நமர்கெடு வார்இல்லை;
வீடு கெடின்மற்றுஓர் வீடுபுக்கால் ஒக்கும்;
பாடுஅது நந்தி பரிசுஅறி வார்க்கே. (திருமந்திரம் 2852)

உடம்பாகிய கூடு கெட்டுப்போனாலும் ஒன்றும் பிழையில்லை; வேறு ஓர் உடம்பு கிடைக்கும். பெரிய இனத்தவர் சிறிய இனத்தவரை வாழவிடாமல் அடித்து நாட்டைக் கெடுத்தாலும், நம்முடைய ஆட்கள் வாழ்வதற்கு வேறொரு நாடு கிடைக்கும். குடியிருக்கிற வீடு கெட்டுப்போனாலும் ஒன்றும் குடி முழுகிவிடாது; வேறொரு வீடு கிடைக்கும். யோசித்துப் பார்த்தால், சிவனைச் சரண் புகுந்தவர்களுக்கு எதுவும் பெரிய பாடில்லை; இருக்கிற அமைப்பு கெட்டுப்போனாலும் அவன் வேறு ஓர் அமைப்பை மாற்றி வழங்குவான் என்கிறார் திருமூலர்.

'ஆறு உருவாக்கிய மண்ணுக்கு ஆறுதான் பொறுப்பு' என்றும் 'நான் செய்த செயலுக்கு நான்தான் பொறுப்பு' என்றும் வீறார்ந்து பேசிய திருமூலர், ஊழ் என்கிற அதிகாரத்தின் கடைசிப் பாட்டில் கடவுளைச் சரண்புகுந்ததன் காரணம் என்ன என்று கேட்போருக்கு: தன் வினைக்குத் தான் பொறுப்பு; திரள்வினைக்குத் தெய்வம் பொறுப்பு.

24

எவ்வினையை இறைவன் ஒழிப்பான்

ஒரு செயல் நிகழும்போது, அந்தச் செயலில் நான்கு கூறுகள் இணைந்திருக்கின்றன என்கிறது சைவம். அவற்றைத் தெளிவாகப் பிரித்துக் காட்டுகிறார் சேக்கிழார்:

செய்வினையும், செய்வானும், அதன் பயனும், சேர்ப்பானும்
மெய்வகையால் நான்காகும் விதித்த பொருள்... (பெரிய புராணம், 7:35:5)

செய்வினையாகிய செயல் முதலாவது கூறு; அந்தச் செயலைச் செய்தவன் இரண்டாவது கூறு; அந்தச் செயலால் விளையும் பயன் மூன்றாவது கூறு; அந்தப் பயனைச் செயல் செய்தவனிடமே கொண்டுவந்து சேர்ப்பவனாக வேறொருவன் இருப்பது நான்காவது கூறு என்று இவற்றை விளங்கிக்கொள்ளலாம்.

எடுத்துக்காட்டாக, ஒருவரை அடிக்கிறோம் என்று வைத்துக்கொள்ளுங்கள். நம்மிடம் அடிவாங்கியவர் நம்மை உடனடியாகத் திருப்பித் தாக்கும் வலிமை அற்ற எளியவர் என்று வைத்துக்கொள்ளுங்கள். அதற்காக அவர் சும்மா இருந்துவிடுவாரா? மனத்துக்குள் கறுவிக்கொண்டே சரியான வாய்ப்புக்காகக் காத்திருப்பார். வாய்ப்புக் கிடைக்கும்போது நம்மை எக்குத்தப்பாக எதிலாவது சிக்கவைப்பதில் தானும் ஒரு கருவியாகச் செயல்படுவார். எப்போதோ நாம் செய்த செயலுக்கான தண்டனை, எதிர்பார்த்திராத ஏதோ ஒரு நேரத்தில் நமக்கு வந்துசேரும் செய்த செயலுக்கான பயனைச் செய்தவரிடமே கொண்டு வந்து சேர்த்தவர் யார்? கடவுள்.

கடவுள் ஆற்றும் பங்கு

இதென்ன வம்பு? அடித்தவன் நான்; சரியான வாய்ப்புக்காகக் காத்திருந்து, வாய்ப்பு வந்தபோது எனக்குத் தண்டனை பெற்றுக்கொடுத்தவர் என்னிடம் அடி வாங்கியவர். இதில் கடவுள் எங்கிருந்து வந்தார்? அவருக்கு என்ன பங்கு? என்றால், நீங்கள் தண்டனை பெறுவதற்கான வாய்ப்பைக் கனியச் செய்ததுதான் கடவுள் ஆற்றிய பங்கு.

நடக்கிற எல்லாவற்றிலும் கடவுளுக்குப் பங்கு வைப்பது பக்தி மரபின் பாங்கு. ஒருவேளை உங்களால் பாதிக்கப்பட்டவர் உங்களைப் பழி வாங்க எந்த முயற்சியுமே செய்யாமல் இருந்திருந்தாலும், போனால் போகிறது என்று உங்களை மன்னித்து விட்டிருந்தாலும், உங்களது செயலுக்கான பயன் உங்களை வந்துசேரவே செய்திருக்கும். கடவுள் உங்களிடம் அதைக் கொண்டுவந்து சேர்த்திருப்பார் என்கிறது சைவம். 'எளியாரை வலியார் அடித்தால், வலியாரைத் தெய்வம் அடிக்கும்' என்று சொல்வதில்லையா?

செய்வினையின் பயனைச் செய்தவனிடம் சேர்ப்பது கடவுள்தான் என்ற இந்தச் சைவக் கருத்தைப் பௌத்தம்போன்ற கொள்கைகள் ஒப்புக்கொள்வதில்லை. இதற்கு எதற்கு ஒரு கடவுள்? வினைகளின் பயன்கள் தாமாகவே செய்தவனைச் சென்று சேரும் என்று சொல்லி, ஓர் எடுத்துக்காட்டும் வழங்குகிறது பௌத்தம்: நிறையப் பசு மாடுகளைக் கட்டி வைத்திருக்கிற ஒரு தொழுவம். கன்றுகள் தனியாகப் பிரித்துக் கட்டப்பட்டிருக்கின்றன. பால் குடிக்கும் நேரம் கன்றுகளை அவிழ்த்துவிட்டால், கன்றுகள் ஒவ்வொன்றும் தத்தம் தாய்ப் பசுக்களைச் சரியாக அடையாளம் கண்டு, மடி சேர்ந்து, முட்டி முட்டிப் பால் குடிப்பதில்லையா? அதைப்போல, வினையின் பயன்களும் தங்களுக்கு உரியவரைச் சரியாக அடையாளம் கண்டு, தாங்களாகவே அவரைச் சேரும்; சேர்த்து வைப்பதற்குக் கடவுள் தேவையில்லை என்கிறது பவுத்தம்.

பவுத்தம் சொல்கிற அமைப்பு யார் துணையும் இன்றித் தானாகவே இயங்குகின்ற அமைப்பு; சைவம் சொல்கிற அமைப்போ கடவுள் துணையால் இயங்குகின்ற அமைப்பு.

அதிகாரி இல்லையா?

தானாகவே இயங்கும் அமைப்புகள் எப்போதும் அருளற்றவை. மிகவும் கெடுபிடியாக, விதிமுறைகளின்படித் தடம் புரளாமல் செயல்படுகின்றவை. அவற்றிடம் மன்றாடிப் பயனில்லை. பெற வேண்டியதைப் பெற்றுக்கொண்டும் வழங்க வேண்டியதை வழங்கிக்கொண்டும் தம்போக்கில் இயங்குகிறவை. 'எத்தைத் தின்றால் பித்தம் தெளியும்' என்று மருண்டு கிடக்கிற மனிதர்களை இவை மேலும் மருட்டுகின்றன.

அடித்துக்கொண்டு போகிற ஆற்று வெள்ளத்தில் எதையேனும் பற்றிக்கொண்டு கரையேறிவிட மாட்டோமா, பிடிமானமாக ஒரு துரும்பாவது கிடைத்துவிடாதா என்று பரிதவித்துத் துழாவுகிறார்கள் மனிதர்கள். பிடிகொடுக்க மறுக்கிறது பவுத்தம் பேசுகிற அமைப்பு. 'மன்றாடுவதை விட்டுவிட்டு உங்கள் நடவடிக்கைகளைத் திருத்திக்கொள்ளுங்கள்' என்று பேசுகிறது. நீங்கள் நல்வினைகள் செய்தால், உங்களுடைய நல்வினைகளின் பயன்களை நீங்கள் அடையவிடாமல் தடுக்கும் ஆற்றல் ஏதும் இல்லை; அவ்வாறே, நீங்கள் தீவினைகள் செய்தால், உங்களுடைய தீவினைகளின் பயன்களை, அதாவது தண்டனைகளை, உங்களுக்கு வழங்காமல் மன்னித்து

அருள வேண்டும் என்று நீங்கள் மன்றாடினாலும், உங்களை மன்னித்து அருளக்கூடிய அதிகாரி ஒருவரும் இல்லை என்கிறது பவுத்தம்.

இதில் சைவத்துக்கு ஒப்புதல் இல்லை. கடவுள் என்று ஒருவரை முன்வைத்து, அவர் அளவற்ற அருளாளர் என்று அவருக்கு வரையறையும் செய்துவைத்திருக்கும் நிலையில், 'செய்தது பிழைதான்; மன்னித்து ஆட்கொள்ளுங்கள்' என்று மன்றாடுகிறவர்களிடம், பவுத்தத்தைப் போலப் பாராமுகமாக இருக்கச் சைவத்தால் முடியாது.

ஆவியிலே தாழ்மை உள்ளவர்களும், மனம் நைந்து மன்றாடுகிறவர்களும் இறைவனால் மன்னிக்கப் பெறுவார்கள் என்றது சைவம். பவுத்தம் அமைப்பிடம் விட்டுவைத்திருந்த அதிகாரத்தைப் பிடுங்கித் தலைவரிடம் கொடுத்தது சைவம். சைவம் என்றில்லை; எல்லா இறை வழிபாட்டுச் சமயங்களும் இதையே செய்தன.

வசப்படக்கூடியவர் கடவுள்

கெடுபிடியாக இருக்கிற அமைப்பை முன்னிலைப்படுத்தாமல், மன்னிக்கும் இயல்புடைய கடவுளை முன்னிலைப்படுத்துவதைக் குற்றம் சொல்ல முடியாது. கெடுபிடியான அமைப்பென்பது அறிவின் வழியாக அறிந்துகொள்ளக்கூடியது. எனவே விளங்கிக்கொள்ளவும் உள்வாங்கிக்கொள்ளவும் கடினமானது.எல்லோருக்கும் இயலக்கூடியது என்று சொல்ல முடியாது. விட்டுப் பிடிக்கும் கடவுளோ நம்பிக்கை சார்ந்த உணர்வின் வழியாகப் பொசுக்கென்று உள்ளே வந்துவிடக் கூடியவர். நம்ப முடிகிற எல்லோருக்கும் எளிதாக வசப்படக் கூடியவர்.

'சுமை சேர்ந்து சோர்ந்து போயிருக்கிறவர்களே! நான் உங்களுக்கு இளைப்பாறுதல் தருவேன். என்னுடைய நுகத்தை உங்கள்மேல் ஏற்றுக்கொள்ளுங்கள். என் நுகம் மெலியது; என் சுமை எளியது' என்று ஏசுவின் கூற்றாக விவிலியம் சொல்கிறது. வழிபாட்டுச் சமயங்களில் கடவுள் ஒரு சுமைதாங்கி. தங்களை அழுத்தும் சுமைகள் எல்லாவற்றையும் மக்கள் கடவுளின்மேல் இறக்கி வைத்துவிடலாம். பதிலுக்குக் கடவுளைச் சுமந்துகொள்ளலாம். இரண்டு சுமைகளில் எந்தச் சுமை எளிய சுமை என்பதையும் தங்களுக்குள்ளேயே சீர்தூக்கிப் பார்த்துக்கொள்ளலாம்.

பவுத்தத்தின் கெடுபிடிகளை வைத்து, அது வாழ்வையே மறுப்பதாகச் சொல்கிறவர்கள் இருக்கிறார்கள். துன்பத்தை நீக்கும் வகையில் வாழ்வை எளிதாக்கவும் முறைப்படுத்தவுமே முனைகிறது பவுத்தம். 'நடக்கின்றவற்றைத் திருத்தச் சொல்லாதீர்கள்; உங்களைத் திருத்திக்கொள்ளுங்கள்' என்கிறது.

'இப்போது நீங்கள் அனுபவித்து வருகின்ற துன்பத்தை யாரும் நீக்க முடியாது; ஏனென்றால் இது உங்களது பாவக் காவடி; நீங்கள்தான் சுமந்தாகவேண்டும். துணைக் காவடிகளின் தோளுக்கு அதை மாற்றும் அதிகாரம் யாருக்கும் இல்லை. ஆனால், இனி நீங்கள் சுமக்க வேண்டியது இன்பமா, துன்பமா என்று தீர்மானிக்கும் உரிமை உங்களிடம் உள்ளது. ஆகவே நல்லறம் புரிக' என்கிறது பவுத்தம். அதற்கு எதிர் பேசுகிறார் திருமூலர்:

தன்னை அறிந்திடும் தத்துவ ஞானிகள்,
முன்னை வினையின் முடிச்சை அவிழ்ப்பர்கள்;
பின்னை வினையைப் பிடித்துப் பிசைவர்கள்,
சென்னியில் வைத்த சிவன்அரு ளாலே. (திருமந்திரம் 2611)

வினைகளில் மூன்று வகை. முந்தைய பிறப்புகளில் செய்து, சேகரித்து வைத்திருக்கிற முன்வினை; இப்போது அனுபவித்துக்கொண்டிருக்கிற நிகழ்வினை; இப்போது செய்து இனிமேல் அனுபவிக்க இருக்கிற பின்வினை. இவற்றில் இப்போது நிகழ்ந்துகொண்டிருக்கிற வினையை ஒன்றும் செய்ய இயலாது; அதை அனுபவித்துத்தான் கழிக்க வேண்டும். ஆனால், முன்வினையையும் பின்வினையையும் நம் தலையில் திருவடி வைத்திருக்கும் இறைவனின் அருளால் ஒழித்துக்கட்டிவிடலாம் என்கிறார் திருமூலர்.

பவுத்தம் சொல்வதும் ஏறத்தாழ இதைத்தான். பவுத்தம் கடவுளை மறுத்துச் சொல்கிறது; திருமூலர் கடவுளை வைத்துச் சொல்கிறார்.

25

ஊழ் வலியது ஆனாலும் முயல்க

ஒரு குறிப்பிட்ட வேலையைச் செய்து கொடுப்பதில் தொழில்நுட்பியலாளர் ஒருவர் வல்லவர் என்று வைத்துக்கொள்ளுங்கள். அந்த வேலையைத் தனக்காகச் செய்து தரக் கோரி ஒரு நிறுவனம் அவரை வேண்டுகிறது என்று வைத்துக்கொள்ளுங்கள். அவரும் அதை ஒப்புக்கொள்கிறார். இப்போது இரு தரப்பினரும் ஓர் ஒப்பந்தம் செய்துகொள்வார்கள். ஒப்பந்தத்தில், நிறுவனத்தார் வழங்க வேண்டிய ஊதியம் எவ்வளவு, செய்து தரவேண்டிய வசதிகள் என்னென்ன என்பன போன்றவையும், தொழில்நுட்பியலாளர் செய்து தர வேண்டிய வேலை எத்தகையது, வேலையை நிறைவேற்றித் தர வேண்டிய கால அளவு என்ன என்பன போன்றவையும், பிரிவுகளாகக் கண்டு எழுதப்படும்.

ஒப்பந்தத்தை இரு தரப்பினரில் எவர் ஒருவர் மீறினாலும், எழுதிக்கொண்டபடி அதை நிறைவேற்றித் தர வேண்டும் அல்லது இழப்பீடு வழங்க வேண்டும் என்று கோரி, வழக்குத் தொடர்ந்து, சட்டப்படியான நீதியைப் பெறலாம். எனவே, ஒப்பந்தம் என்று ஒன்று செய்துகொள்ளப்பட்ட பிறகு, அதை நிறைவேற்றியே ஆக வேண்டும் என்பது கட்டாயம்.

இந்தக் கட்டாயத்துக்கு ஒரு விதிவிலக்கும் உண்டு. *Force Majeure* அல்லது *Vis Major*, அதாவது, '*Act of God*' அல்லது 'கடவுளின் செயல்' என்ற தலைப்பில், ஒப்பந்தத்தின் பொதுப் பிரிவுகளில் ஒன்றாக இந்த விதிவிலக்கைச் சேர்ப்பார்கள். போர், ஆழிப் பேரலை, நிலநடுக்கம், இனக் கலவரம் போன்ற, இரு தரப்பினரின் கையையும் மீறிய, எதிர்பாராத நிகழ்வுகள் நடைபெறும்போது, நிறுவனத்தார் கொடுக்க வேண்டிய ஊதியம் தடைபடலாம்; அல்லது, தொழில்நுட்பியலாளர் செய்து தர வேண்டிய வேலை தடைப்படலாம். தர வேண்டியதை ஏன் தரவில்லை, செய்ய வேண்டியதை ஏன் செய்யவில்லை என்று இரு தரப்பினரும் ஒருவரை ஒருவர் குற்றம் சாட்டிக்கொள்ளவோ வழக்காடி நீதி பெறவோ முடியாது.

தன் கையை மீறிய இத்தகைய செயலைக் கடவுள் நம்பிக்கையற்ற நம்முடைய அரசியல் தலைவர்கள் சிலரின் சொற்களில் குறிப்பிடுவதானால்,

இது 'காலத்தின் கட்டாயம்.' ஒன்றும் செய்வதற்கில்லை. அவர்களைப் போலவே கடவுள் நம்பிக்கையற்ற வேறு சிலர் அதை 'ஊழ்' என்றோ 'விதி' என்றோ அடையாளப்படுத்திக் கொண்டார்கள்.

திருமூலர் காட்டும் அடையாளம்

திருமூலர் கடவுள் நம்பிக்கை உள்ளவர் அல்லவா? எனவே, இத்தகைய கை மீறிய செயல்களைக் 'காலத்தின் கட்டாயம்,' 'ஊழ்,' 'விதி' ஆகிய சொற்களால் அடையாளப்படுத்தாமல், கடவுளின் செயல் என்று அடையாளப்படுத்துகிறார்:

விதிவழி அல்லதுஇவ் வேலை உலகம்;
விதிவழி இன்பம் விருத்தமும் இல்லை;
துதிவழி நித்தலும் சோதிப் பிரானும்
பதிவழி காட்டும் பகலவன் ஆமே. (திருமந்திரம் 45)

கடல் சூழ்ந்த இந்தப் பேருலகம் விதியின் வழியில்தான் நடக்கிறது. இன்பதுன்பங்கள் எல்லாமே விதியின் வழியில்தான் வருகின்றன. அப்படியானால் என்னை எல்லா வகையிலும் கட்டுப்படுத்தி மூச்சடைக்கச் செய்யும் இந்த விதியை நான் வெல்வது எப்படி என்று கேட்பீர்களேயானால், விதியை வகுக்கிறவன் இறைவன். துதி வழியில் அவனைக் காணலாம். ஆகவே, அவனைப் போற்றித் துதியுங்கள். இருட்டில் கண்டுபிடிக்க முடியாதவற்றையெல்லாம் பகலவன் தன் ஒளியால் காட்டித் தருவதுபோல, நீங்கள் அடைய வேண்டியவற்றையும், அதற்காகச் செய்ய வேண்டியவற்றையும் பதியாகிய இறைவன் பளிச்சென்று காட்டித் தருவான்.

மற்றொரு பாட்டின் வழியாகவும் இந்தக் கருத்தை நிலைநிறுத்துகிறார் திருமூலர்:

ஆவன ஆவ; அழிவ அழிவன;
போவன போவ; புகுவ புகுவன;
காவலன் பேர்நந்தி காட்டித்துக் கண்டவன்,
ஏவன செய்யும் இளங்கிளை யோனே. (திருமந்திரம் 504)

ஆக வேண்டியவை ஆகும்; அழிய வேண்டியவை அழியும்; போக வேண்டியவை போகும்; புக வேண்டியவை புகும். எது ஆகும், எது போகும் என்பதெல்லாம் நம்மால் கண்டறிய முடியாத, நமது சிற்றறிவுக்கு எட்டாத செய்திகள். இறைவன் காட்டித் தந்தால் இவற்றை நாம் காணலாம்; இறைவன் அறிவித்தால் நாம் இவற்றை அறியலாம். அவ்வாறு இறைவனால் காட்டப்பட்டு முழு உண்மையையும் கண்டவர்களே பேரறிவாளிகள்.

மேற்படிக் கடவுள் செயலை அல்லது ஊழை, ஔவையும் ஒப்புக்கொள்கிறாள்:

அடுத்தடுத்து முயன்றாலும் ஆகும்நாள் அன்றி
எடுத்த கருமங்கள் ஆகா - தொடுத்த
உருவத்தால் நீண்ட உயர்மரங்கள் எல்லாம்
பருவத்தால் அன்றிப் பழா. (மூதுரை, 6)

ஒரு காரியம் நிறைவேற வேண்டுமென்று தொடர்ந்து முயற்சிகள் செய்தாலும், ஆக வேண்டிய காலம் வந்தால்தான் ஆகும். மரம் உயரமாக வளர்ந்துவிட்டது என்பதற்காக உடனே பழம் பழுக்கத் தொடங்கிவிடுமா? பூப்பூத்துக் காய் காய்த்துப் பழுக்கிற காலத்தில்தான் பழுக்கும் என்று சொல்வதன்மூலம், உங்கள் அவசரத்துக்கும் முயற்சிக்கும் காரியம் நடந்துவிடாது; நடக்கிற காலத்தில்தான் நடக்கும் என்று துலக்கப்படுத்துகிறாள் ஔவை.

உரிய பயன் உண்டு

தத்துவக்காரர்களே! ஆன்மிகவாதிகளே! நம்புகிறவர்களே! நம்பாதவர்களே! ஊழ், விதி, கடவுள் செயல், காலத்தின் கட்டாயம் என்று எந்தப் பெயரில் வேண்டுமானாலும் அதை நீங்கள் அழைத்துக்கொள்ளுங்கள். ஒரே ஒரு கேள்விக்கு மட்டும் விடை சொல்லுங்கள்:

எது நிகழ்ந்தாலும் அதற்குக் காரணம் அதைச் செய்தவர் அல்லர்; கடவுள், அல்லது ஊழ், அல்லது விதி, அல்லது காலத்தின் கட்டாயம் என்று சொல்வது நல்ல சிந்தனையா? அவ்வாறு சொல்வது தனிமனிதச் செயலூக்கத்தை முறித்துப் போட்டுவிடாதா? எல்லாமே விதித்தபடிதான் நடக்கும் என்றால், நான் ஏன் செயலைச் செய்ய வேண்டும் என்று மனம்

சோர்ந்து ஒருவன் படுத்துக்கொண்டுவிட மாட்டானா என்றால், சார்புகளைக் கடந்த பேராசான் திருவள்ளுவர் விடை சொல்கிறார்:

ஊழையும் உப்பக்கம் காண்பர், உலைவுஇன்றித்
தாழாது உஞற்று பவர். (குறள் 620)

ஊழ் வலியதுதான். நீங்கள் ஆற்றுகிற செயலின் பயனை நீங்கள் அடைய முடியாமல் தடைப்படுத்தும் அளவுக்கு வல்லமை உள்ளதுதான். ஆனாலும், தளர்ச்சியடையாமல் தொடர்ந்து முயல்க. ஒரு முறை, இருமுறை அல்ல, ஓராயிரம் முறையானாலும் முயல்க. அயராமல் செய்கிற முயற்சி உரிய பயனைத் தரும்.

தெய்வத்தான் ஆகாது எனினும் முயற்சி தன்
மெய்வருத்தக் கூலி தரும். (குறள் 619)

செய்த வேலைக்கான பயனைப் பெறவிடாமல் ஊழ் அல்லது தெய்வம் தடுத்தாலும், முயற்சியின் அளவுக்கான கூலியாவது கிடைக்காமல் போகாது.

வள்ளுவரும் ஊழை முன்னிறுத்திப் பேசியவர்தாம். 'ஊழைவிடப் பெரியது வேறு என்ன இருக்கிறது?' என்று மலைத்தவர்தாம். ஆனால், அதற்காக முயற்சியை விட்டுக் கொடுக்காதவர்.

'உடம்பு முழுக்க எண்ணெயைத் தடவிக்கொண்டு உருண்டாலும் ஒட்டுகிற மண்தான் ஒட்டும்' என்று இந்தச் சிக்கலான சிந்தனையை மிக எளிமைப்படுத்திப் புரிந்துகொள்வார்கள் நம் மக்கள். உருளோ உருளென்று உருண்டாலும் ஒட்டுகிற மண்தான் ஒட்டும் என்பது ஊழ். உருளவே இல்லை என்றால் ஒன்றுமே ஒட்டாது என்பதும் தெளிவு.

கை மீறிய காரியங்களைக் 'கடவுள் செயல்,' 'ஊழ்,' 'விதி' என்று என்ன பெயரில் வேண்டுமானாலும் நியாயப்படுத்திக் கொள்க. ஆனால், அதற்காக மனம் தளர்ந்து தேங்கிவிடாது தொடர்ந்து முயல்க. முயற்சி திருவினை ஆக்கும்.

26

கடலுக்கும் வானுக்கும் நடுவிலேயே பற

தனக்கு முன்னிருக்கும் வாய்ப்புகளில் ஏதேனும் ஒன்றைத் தேர்வு செய்தாக வேண்டிய நெருக்கடியான சூழலில் சிக்கிக்கொள்கிறார் நல்லவனாகிய கதைநாயகன். தீயவனாகிய எதிர்நிலையாளனால் தனக்குப் பிச்சையாக அளிக்கப்பட்ட ஒற்றை ரூபாய் நாணயத்தைச் சட்டைப் பையிலிருந்து எடுத்துக் கையில் வைத்துக்கொண்டு பக்கத்திலிருக்கும் தோழனிடம், "பூ விழுந்தா பூப் பாதை; தலை விழுந்தா சிங்கப் பாதை. கடவுளோ தற்செயலோ, என் வாழ்க்கையை இது தீர்மானிக்கட்டும்" என்று காசை மேலே சுண்டிவிடுகிறார். பார்த்திருப்பவர்களின் இதயங்கள் படபடக்க, தலை விழுகிறது. "சிங்கப் பாதைடா" என்று தலைகுலுக்கிச் சீறிச் சினந்து எழுந்திருக்கும் கதைநாயகன் சிங்கப் பாதையில் அடியெடுத்து வைப்பதாக ஒரு பெருவெற்றித் திரைப்படத்தின் இடைவேளைக் காட்சி.

திரைப்படங்கள், பார்க்கிறவர்களின் சுவையுணர்ச்சியை முதன்மையாகக் கொண்டவை. எனவே, தனக்கு முன்னிருக்கும் வாய்ப்புகளைத் தீர ஆராய்ந்து முடிவெடுக்காமல் காசைச் சுண்டிப்போட்டுப் பூவா, தலையா? என்று தேர்வு செய்கிற மேற்படிக் காட்சியில் குற்றஞ்சொல்ல ஏதுமில்லை.

நடுநிலை என்ற நிலை

ஆனால், உண்மையாகவே தேர்ந்தெடுக்க வேண்டிய சூழ்நிலை ஒன்று உருவாகும்போது, இரண்டில் ஒன்றைத்தான் தேர்வு செய்ய வேண்டும் என்று கட்டாயமில்லை. தேர்ந்தெடுப்பதற்கு இரண்டு வாய்ப்புகள் மட்டுமே இருக்கின்றன என்று நம்புவதும், உலகத்தை அது அல்லது இது, அப்படி அல்லது இப்படி என்று இரண்டாக மட்டுமே வகுத்துக்கொண்டு பார்ப்பதும் மிகவும் மோசமான, பழுதுள்ள பார்வை. உலகம் இரண்டால் ஆனதன்று; பலவற்றால் ஆனது. நேர் x எதிர், நீ x நான் என்பனபோன்று வெறும் இரண்டு எதிர்வுகளை மட்டுமே வைத்துக்கொண்டு யாரும் உலகத்தை எதிர்கொள்ள முடியாது. எதிர்வுகளுக்கு இடையில் மற்றொரு நிலையும் இருக்கிறது: நடுநிலை.

தமிழ்நாட்டுச் சமூக ஊடகங்களில் மிகவும் பழிக்கப்பட்ட நிலை என்று ஒன்று உண்டென்றால், அது இந்த நடுநிலைதான். ஒரு விவகாரம் வெடிக்கும்போது, அதற்கு ஆதரவு நிலை எடுத்தவர்கள் ஒரு பக்கம் முழங்கிக்கொண்டிருக்க, எதிர்நிலை எடுத்தவர்கள் மற்றொரு பக்கம் முழங்கிக்கொண்டிருக்க, வேறு சிலரோ முழங்குகிற முனைப்பை ஒத்திவைத்துவிட்டு முன்னிருக்கும் விவகாரத்தைத் தீர விசாரித்துக்கொண்டிருப்பார்கள். விசாரணைக்குப் பிறகு அவர்கள் இரண்டில் ஒரு தரப்பைத் தேர்வுசெய்யலாம்; அல்லது இரு தரப்புகளும் பொய் என்று கருதி இரண்டையுமே மறுதலித்து, உண்மை எதுவோ அதைப் பேசலாம்; அல்லது இரு தரப்புகளிலுமே பாதியளவு உண்மை இருப்பதாகக் கருதி இரண்டையும் தழுவிப் புதியது புனையலாம்; அல்லது இரு தரப்புகளுமே அவற்றைத் தாண்டிய, பிற தரப்புகளைக் கவனத்தில் கொள்ளாமல் விட்டுவிட்டன என்று கருதி, விடுபட்ட தரப்புகளை முன்வைத்துப் பேசலாம். இவையெல்லாம், அவர்கள் செய்த விசாரணையையும், அதனால் பெற்ற விளக்கத்தையும், வாய் திறப்பதால் பயனுண்டா என்று எண்ணிப்பார்த்து அவர்கள் எடுக்கும் முடிவையும் பொறுத்தவை.

ஆனால், தங்களுக்கான தரப்புகளைத் தேர்வு செய்துகொண்டு அவற்றைச் சார்ந்து நின்று பொங்குகிறவர்களோ நடுநிலையாளர்களைப் பழிப்பார்கள். 'நடுநிலை என்று ஒரு நிலையே கிடையாது; நடுநிலை என்று சொல்கிறவனெல்லாம் தீமையின் பக்கமே நிற்கிறான்' என்று ஏசுவார்கள். அவ்வாறு ஏசுவதன்மூலம் நடுநிலையாளர்களை ஏதேனும் ஒரு தரப்பின் பக்கம் தள்ள முயல்வார்கள். இவர்களைப் பொறுத்தவரை உலகத்தில் உள்ளவர்கள் எல்லோரும் ஆமென்போர் அல்லது இல்லையென்போர்; அவ்வளவுதான். 'தராசுக்கோல் ஒன்று இந்தப் பக்கம் சாய வேண்டும் அல்லது அந்தப் பக்கம் சாய வேண்டுமே தவிர, நடுவில் நிற்கக் கூடாது' என்று முழங்குகிறவர் பொருளின் எடையை எப்படி அறிவார்? வள்ளுவர் நடுநிலை வகிப்பவர்களை 'சான்றோர்கள்' என்று வாழ்த்துகிறார்.

குஞ்சி அழகும் கொடுந்தானைக் கோட்டுஅழகும்
மஞ்சள் அழகும் அழகுஅல்ல – நெஞ்சத்து
நல்லம்யாம் என்னும் நடுவு நிலைமையால்
கல்வி அழகே அழகு. (நாலடியார், 131)

சீவிக் கொண்டையிட்ட தலைமுடியின் அழகோ, மேலை மறைத்திருக்கும் சேலை முந்தானையின் கரைக்கோட்டு அழகோ, மஞ்சளை அரைத்துப் பூசித் தங்கம்போலத் தகதகக்கும் முகத்தின் அழகோ, அழகே அல்ல; ஆராயாமல் ஒரு தரப்பை ஆதரிக்கும் பிழையை நான் செய்துவிடாமல் என்னைத் தடுத்தாட்கொண்டு, எதையும் ஆராய்ந்து முடிவு செய்யும் நடுநிலை ஆளாக என்னை ஆக்கி வைத்த கல்வியின் அழகே அழகு என்று கல்வியை வாழ்த்துகிறது நாலடியார். கல்வியை வாழ்த்துவதன்மூலம் கல்வியின்

சாரமாக இருக்கும் நடுநிலைப்பாட்டையும் ஆராய்ந்து முடிவெடுத்தலையுமே அது வாழ்த்துகிறது.

சூரியச்சூடு மெழுகை உருக்கியது

கிரேக்கத்தில், தைதலாசு என்னும் கலைஞனும் அவன் மகன் இக்காரசும் மன்னனால் சிறைப்படுத்தப்பட்டிருந்தார்கள். சிறையிலிருந்து தப்பிக்க வேண்டும் என்ற நிலையில், கலைஞனாகிய தைதலாசு சிறையில் சிதறிக் கிடந்த பறவை இறகுகளைத் தைத்தும் மெழுகுகொண்டு ஒட்டியும் சிறகுகள் தயார் செய்கிறான். அவற்றைக் கட்டிக்கொண்டு தைதலாசும் இக்காரசும் சிறையிலிருந்து பறந்து வெளியேறத் தீர்மானிக்கிறார்கள். அப்போது தைதலாசு தன் மகன் இக்காரசிடம் சொல்கிறான்: "தம்பி, கடலுக்கும் வானத்துக்கும் இடையில் பறக்கும்போது கடலுக்கு அருகில் சென்றுவிட வேண்டாம்; ஏனென்றால், கடல்நீர் பட்டுச் சிறகுகள் கனத்துவிடும்; பறக்க முடியாது. வானத்துக்கு அருகிலும் சென்றுவிட வேண்டாம்; ஏனென்றால், சூரியச் சூடுபட்டு இறகுகளை ஒட்டியிருக்கும் மெழுகு உருகிச் சிறகுகள் சிதைந்துவிடும்; பறக்க முடியாது. எனவே, கடலுக்கும் வானுக்கும் நடுவிலேயே பற." இருவரும் பறந்து சிறையைவிட்டு வெளியேறினார்கள். விடுதலை பெற்ற இக்காரசுக்கு மகிழ்ச்சி தாங்கவில்லை. உற்சாக மிகுதியில் உயரப் பறந்தான். சூரியச் சூடு மெழுகை உருக்க, சிறகுகள் சிதைந்து, கடலில் விழுந்து இறந்தான்.

பல்வேறு மரபுகளும் நடுவுநிலைமையை வாழ்த்திப் பேசுகின்றன. 'முரட்டுத்தனத்துக்கும் கோழைத்தனத்துக்கும் நடுவில் உள்ளது துணிவு;

பல்லிளிப்புக்கும் சிடுமூஞ்சித்தனத்துக்கும் நடுவில் உள்ளது நட்பு' என்று நடுநிலை போற்றினார் அரிஸ்டாட்டில். அவர் போற்றிய நடுநிலை 'சிங்கப் பாதை' என்றல்ல, 'தங்கப் பாதை' என்று அழைக்கப்பட்டது.

'ஆம் என்பாரின் பாதை ஒருபுறம்; இல்லை என்பாரின் பாதை மறுபுறம்; இரண்டுக்கும் இடையில் போகிறது தர்மத்தின் நடுப்பாதை. இன்பத்தைத் தேடுவதே வாழ்வு என்பாரின் பாதை ஒருபுறம்; இன்பத்தை மறுப்பதே வாழ்வு என்பாரின் பாதை மறுபுறம்; இரண்டுக்கும் இடையில் போகிறது தருமத்தின் நடுப்பாதை (மச்சிமாப் படிபதா)' என்று நடுப்பாதையைத் தேர்ந்துகொள்ளச் சொல்லி அறிவுரைக்கிறார் புத்தர். சீனத்தின் தாவோயியத்திலோ பாதை என்றாலே நடுப்பாதைதான்.

நடுவுநின் றார்க்குஅன்றி ஞானமும் இல்லை;
நடுவுநின் றார்க்கு நரகமும் இல்லை;
நடுவுநின் றார்நல்ல தேவரும் ஆவர்;
நடுவுநின் றார்வழி நானும்நின் றேனே (திருமந்திரம் 320)

என்று நடுநிலைமை பாடுகிறார் திருமூலர். எந்த ஒன்றிலும் தோய்ந்து உணர்ச்சிவசப்பட்டுத் தன்னை இழந்துவிடாமல், ஒரு சாட்சியைப்போலத் தள்ளி நின்று, நடுநிலையோடு பார்க்கிறவர்களுக்கு மட்டுமே பேரறிவு பிறக்கிறது. நடுநிலையோடு பார்க்கிறவர்கள் விவகாரத்தில் தோய்வதில்லை ஆதலால் அவர்கள் துன்பத்தில் சிக்குவதில்லை. துன்பத்தில் சிக்காமல் இருப்பதே இன்பந்தான் இல்லையா? எனவே, நடுநிலையாளர்களின் வழியையே நானும் தேர்வு செய்துகொண்டேன் என்கிறார்.

'என் தரப்பைத் தேர்ந்தெடு' என்று ஊடகங்களில் அதட்டுகிறார்கள் உலகியல்வாதிகள்; 'ஆராய்ந்து, உண்மையின் தரப்பையே முன்னெடு' என்று ஏடகங்களில் பரிந்துரைக்கிறார்கள் மெய்யியல்வாதிகள். அதட்டுகிறவர்களுக்கு அஞ்சி இதுவே என் தரப்பு என்று நாடகங்கள் நடிக்காமல், ஆய்ந்து ஆய்ந்து நிலைகொள்க.

27

மதமும் மதுவும் ஒன்று

திருவருட்பிரகாச வள்ளலார் தனக்காகச் சிலவற்றைக் கடவுளிடம் வேண்டுகிறார்:

... பெருநெறி பிடித்துஒழுக வேண்டும்; மதமான

பேய் பிடியாது இருக்க வேண்டும்; (திருவருட்பா, தெய்வமணிமாலை, 8)

'மதம்' ஒரு பேய். அது யாரைப் பிடித்துக்கொண்டதோ அவர்களின் அறிவழிக்கும்; ஆட்டிவைக்கும். அவர்களுக்குச் சொந்தமாகவே எண்ணத் தெரிந்திருந்தாலும் எண்ண விடாது; ஒன்றிரண்டாக எண்ணியவற்றைப் பேசத் தெரிந்திருந்தாலும் பேசவிடாது. தன் எண்ணத்தை அவர்கள்மேல் திணிக்கும்; அதை அவர்கள் வாயால், வெறிகொண்டு பேசத் தூண்டும். அவர்களின் தலைவிரித்துத் தான் ஆடும். எனவே மதம் என்கிற பேய் பிடிக்காமல் இருக்க வேண்டும்.

மதத்தின் குற்றம் என்னவென்றால், அது தன்னிடம் பிடிபட்டவர்களைக் குறுக்கும்; சிறுமைப்படுத்தும். இந்த உலகத்தை, உலகத்தின் இயக்கத்தைப் பரந்தும் பகுத்தும் எவ்வளவு தூரம் அறிய முடியுமோ அவ்வளவு தூரம் அறிவதுதான் அறிவு என்ற நிலைக்கு மாறாக, தன்னை மட்டுமே அறிந்தால் போதும்—அப்படிக்கூடச் சொல்லக் கூடாது—தன்னை மட்டுமே 'நம்பினால்' போதும் என்ற நிலைக்கு மதம் மனிதர்களை ஆட்படுத்தும். ஆகவே, பிற எல்லாவற்றையும் நம் பார்வையிலிருந்து மறைத்து, தன்னை மட்டுமே முன்னிலைப்படுத்திக் காட்டுகிற மதம், ஒரு பேய்; அது உங்களைப் பிடித்து ஆட்ட விட்டுவிடாதீர்கள்; மாறாக, எல்லாவற்றையும் பார்க்க வகை செய்கிற பெருநெறியைப் பிடித்துக்கொள்ளுங்கள்.

'பெருநெறி' என்பது தொல்காப்பியம் புழங்கிய சொல். 'வேளாண் பெருநெறி' என்று உணவிட்டு விருந்தோம்பும் பெருநெறியைக் குறிக்கிறது தொல்காப்பியம்.

தரும தலைவன் தலைமையில் உரைத்த
பெருமைசால் நல்அறம் பெருகாது ஆகி,
இறுதியில் நற்கதி செல்லும் பெருவழி
அறுகையும் நெருஞ்சியும் அடர்ந்துகண் அடைத்துஆங்குச்
செயிர்வழங்கு தீக்கதி திறந்து கல்என்று
உயிர்வழங்கு பெருநெறி ஒருதிறம் பட்டது

(மணிமேகலை, அறவணர்த் தொழுத காதை, 57-62)

தருமத்தின் தலைவனாகிய புத்தன் நல்லறம் சொன்னான்; அது பல்கிப் பெருகவில்லை. விடுதலைக்கு வழிநடத்தும் பெருவழியைக் காட்டினான்; அந்தப் பெருவழியில் அருகம் புல்லும் நெருஞ்சி முள்ளும் படர்ந்து பாதையை மறைத்தன. துன்பத்தை வழங்கும் பாதை ஒன்று மட்டுமே பாதையாகத் தெரிய, உயிர்கள் அதையே பெருநெறியாகக் கொண்டு ஒழுகத் தொடங்கின என்று பெருநெறியை எதிர்மறையாகக் குறிக்கிறது மணிமேகலை.

முந்தை எழுத்தின் வரவுஉணர்ந்து, பிற்பாடு
தந்தையும் தாயும் வழிபட்டு - வந்த
ஒழுக்கம், பெருநெறி சேர்தல், இம்மூன்றும்
விழுப்பநெறி தூரா ஆறு. (திரிகடுகம், 56)

கசடு அறக் கற்றல், தந்தை தாய்ப் பேணுதல், கற்றும் கண்டும் உணர்ந்தும் அறிந்த சான்றோர்கள் சென்ற பெருநெறியில் செல்லுதல் ஆகிய இம்மூன்றும் ஒருவனுக்கு உயர்வைத் தரும் என்று ஒழுக்கத்தின் அடிப்படையில் பெருநெறியைப் பற்றிப் பேசுகிறது திரிகடுகம்.

முரண்டு பிடிப்பது சிறுநெறி

தமிழ் நெடுகப் பலரும் பலவிதமாய்க் கையாண்ட பெருநெறி என்னும் சொல்லை வள்ளலார் கையாண்ட விதம் புதிது. தமிழை ஆய்ந்து, அதன் தன்மை அறிந்தோர் எல்லோர்க்கும் விரிந்து இடம் கொடுக்கும் சங்கப் பலகை என்ற பழங்கதைபோல, உண்மையை ஆய்ந்து, அதன் இயல்பை உணர்ந்தோர் எல்லோர்க்கும் அகன்று இடம் கொடுக்கும் நெறி பெருநெறி. 'என் மதம் ஈது, உன் மதம் தீது' என்பது முரண்டு பிடிப்பது சிறுநெறி. அறிவற்று அயர்வோரை அது பேய் பிடிப்பதுபோலப் பிடித்துக்கொண்டு ஆட்டும். ஆனால், பெருநெறி என்பது பொய்தீர் ஒழுக்க நெறி. மதம் பிடிப்பதைப்போல் பெருநெறி உங்களைப் பிடிக்காது; அறிவோடு அணுகி, நீங்கள்தாம் பெருநெறியைப் பிடித்துக்கொள்ள வேண்டும்.

வள்ளலாரின் முன்னோடியாகிய திருமூலரும் பெருநெறி பேசுகிறார்; ஆனால் இவர் பேசும் விதம் வேறு:

பெற்றார் உலகில் பிரியாப் பெருநெறி;
பெற்றார் உலகில் பிறவாப் பெரும்பயன்;
பெற்றார்அம் மன்றில் பிரியாப் பெரும்பேறு;
பெற்றார் உலகுடன் பேசாப் பெருமையே. (திருமந்திரம் 132)

'ஆடுகின்றானடி தில்லையிலே, அதைக் காண வந்தேன் அவன் எல்லையிலே' என்று ஆடும் கூத்தனின் ஆட்டம் பார்க்கத் தில்லைக்குச் செல்கிறவர்கள் எண்ணிக்கையால் பெரும்பான்மையினர் என்றாலும், நெறியால் சிறுநெறியினர்; ஏனென்றால், அவர்கள் தில்லையம்பலத்தைவிட்டு நகர்ந்த அடுத்த நொடியிலேயே கூத்தனை விட்டும் நகர்ந்து விடுகிறார்கள். ஆனால் கூத்தன் புறவெளியில் ஆடவில்லை; தனக்குள்ளேயே இருக்கிற அகவெளியில்தான் ஆடுகிறான் என்று கண்டுகொண்டவர்களோ எண்ணிக்கையால் சிறுபான்மையினர் என்றாலும், நெறியால் பெருநெறியினர்; ஏனென்றால் அவர்கள் சிற்றம்பலத்தையும் அதில் ஆடும் கூத்தனையும் எப்போதும் தங்களுடனேயே வைத்திருக்கிறவர்கள்; பிரியாத பெருநிலை பெற்றவர்கள். உயிர் விடுதலை என்பது உலகம் உள்ளிட்ட அனைத்தையும் விட்ட பிறகுதான் கிடைக்கும் என்பதற்கு மாறாக, உள்ளத்தால் இறைவனைத் தொட்ட உடனேயே கிடைத்துவிடும் என்று இந்தப் பாட்டில் முன்வைக்கிறார் திருமூலர். இறைவனைப் பிரியாதிருக்கும் நெறி அனைவருக்கும் கிடைத்துவிடக்கூடிய எளிய நெறி அன்று; அரிதிலும் அரிதாய்க் கிடைப்பது. ஆகவே அது பெருநெறி.

இருவரும் ஒருவரே

பெருநெறி எது என்பதை விளக்கப்படுத்துவதில் திருமூலரும் வள்ளலாரும் வேறுபடுகிறார்களே ஒழிய, மதம் பிடித்து அலைவதைக் கண்டனம் செய்வதில் இருவரும் ஒன்றுபட்டே நிற்கிறார்கள்.

சாதியிலே, மதங்களிலே, சமயநெறி களிலே,
சாத்திரச்சந் தடிகளிலே, கோத்திரச் சண்டையிலே,
ஆதியிலே அபிமானித்து அலைகின்ற உலகீர்!
அலைந்துஅலைந்து வீணேநீர் அழிதல்அழகு அலவே...

(திருவருட்பா VI, புனிதகுலம் பெறுமாறு புகலல், 1)

சாதிச் சண்டை, மதச் சண்டை, சமயநெறிச் சண்டை, சாத்திரச் சண்டை, கோத்திரச் சண்டை, எல்லாவற்றிற்கும் ஆதியிலே வந்தது எது என்பது குறித்து எள்ளளவு விவரமும் இல்லாமல், 'கோழிதான் முதல்,' 'முட்டைதான் முதல்' என்று நீங்களே செய்துகொண்ட ஊகங்களுக்காகப் போடுகிற வெட்டிச் சண்டை—எத்தனை எத்தனை சண்டைகள்? சமாதானத்தைக் கட்டி வைப்பதற்கு அல்லாமல் சண்டையிட்டு முட்டி நிற்பதற்கே அலைகிற மனிதர்களே! இது அழகா என்று மதம் முதலியவற்றை அழுத்தந்திருத்தமாகக் கண்டனம் செய்து பாடுகிறார் வள்ளலார்.

மயக்கும் சமய மலம்மன்னும் மூடர்,
மயக்கும் மதுஉண்ணும் மாமூடர், தேரார்;
மயக்குஉறு மாமாயை மாயையின் வீடு
மயக்கில் தெளியின் மயக்குஉறும் அன்றே (திருமந்திரம் 329)

மதமும் மதுவும் ஒன்று. ஏனென்றால் இரண்டுமே அறிவைக் கெடுப்பவை. உலக வாழ்வில் வரும் துன்பங்களைவிட்டு நீங்க நினைக்கிறவர்களில் சிலர், உலகத்தை மறந்துவிட்டால் தம்முடைய துன்பங்கள் நீங்கிவிடும் என்று நினைக்கிறார்கள். உலகத்தை மறப்பதற்கு மது உதவும் என்று கருதி மதுவெறி கொண்டு மயங்குகிறார்கள். வேறு சிலரோ உலகத்தை மறப்பதற்கு மதம் உதவும் என்று கருதி மதவெறி கொண்டு மயங்குகிறார்கள். ஒரு வகையினர் முட்டாள்கள் என்றால் மற்றொரு வகையினர் அடிமுட்டாள்கள். துன்பத்திலிருந்து நீங்க விரும்புகிறவர்கள் துன்பத்தின் உற்பத்தி எங்கிருந்து தொடங்குகிறது என்று பார்க்க வேண்டும்; அதற்கு அறிவை விழிப்பாகக் கூர் தீட்டி வைத்திருக்க வேண்டுமே அன்றி, அறிவை மதுவாலும் மதத்தாலும் மயக்கக் கூடாது. காலில் முள் ஏறித் துன்பப்படுத்துகிறது என்றால் முள்ளை எடுத்துத் தூர எறிவதுதான் வழியே தவிர, வலியை மறப்பது அன்று. அறிவை மறைப்பது எதுவாக இருந்தாலும் அதைச் சைவம் மலம் என்று அழைக்கும். மதம் அறிவை மறைத்து உங்களை வெறிகொள்ளச் செய்யுமானால் மதத்தை மலம் என்று அழைப்பதற்கும் திருமூலர் தயங்குவதில்லை.

28

ஒன்று அது பேரூர்

நாய் ஒன்று, குன்றைப் பார்த்துக் குரைக்கிறது. என்ன நோக்கம்? இதற்கென்ன நோக்கம் வேண்டி இருக்கிறது? நாய்க்குக் குன்றைப்பற்றி ஒரு சுக்கும் தெரியாது; ஆகையால் குரைக்கிறது. 'நாய்க்கு என்ன வேலை? கஞ்சியைக் கண்டால் குடிக்க வேண்டியது; கதுப்பைக் கண்டால் குரைக்க வேண்டியது' என்று சொல்வழக்குகூட உண்டு. நாய் பசியே இல்லாமலும் கஞ்சி குடிக்கும்; தெரிந்துகொள்ளவே முயலாமலும் குன்றைப் பார்த்துக் குரைக்கும்.

ஒன்றுஅது பேரூர்; வழிஆறு அதற்குஉள;
என்றது போல இருமுச் சமயமும்;
நன்றுஇது, தீதுஇது என்று உரை யாளர்கள்,
குன்று குரைத்துஎழு நாயைஒத் தார்களே. (திருமந்திரம் 1557)

ஓர் ஊருக்குப் போவதற்கு ஆறு வழிகள் உள்ளன. எந்த வழியில் போனாலும் ஊரை அடையலாம். யார் யாருக்கு எந்தெந்த வழி தோதான வழியோ அந்த வழியாக, அவரவர் வசதிக்கேற்ப ஊரை அடைவார்கள். 'எனக்குத் தெரிந்த வழி இந்த வழி ஒன்றுதான்; ஆகவே, இதன் வழியாகத்தான் அந்த ஊரை நீங்கள் அடைந்தாக வேண்டும்; வேறு வழிகளில் அடைந்தால் உங்கள் அடைவை நான் ஒப்புக்கொள்ள மாட்டேன்' என்று அடம் பிடிக்கிற மூடரை என்னவென்று சொல்வது? எதைப் பற்றியும் தெரிந்துகொள்ளவே முயலாமல், இந்த மதம் நல்லது, அந்த மதம் தீயது என்று கிறுக்குத்தனமாக நெஞ்சை நிமிர்த்திக்கொண்டு பேசுகிறவர்களைக் குன்றைப் பார்த்துக் குரைக்கும் நாயோடு ஒப்பிடாமல் வேறென்ன செய்வது?

திருமந்திரக் கருத்தை அப்படியே வழிமொழிகிறது சைவ சித்தாந்த சாத்திரங்களுள் ஒன்றான சிவஞான சித்தியார்.

...ஒருபதிக்குப் பலநெறி கள்உள ஆனாற்போல்
பித்தர் குணம்அது போல ஒருகால் உண்டாய்ப்

பின்ஒருகால் அறிவுஇன்றிப் பேதை யோராய்க்
கத்திடும் மாக்கள்உரைக் கட்டில் பட்டோர்
கனகவரை குறித்துப்போய்க் கடற்கே வீழ்வார்.

(சிவஞானசித்தியார், மங்கல வாழ்த்து, 8)

ஓர் ஊருக்குப் பல வழிகள் இருக்கலாம். எந்த வழியில் போனாலும் ஊரை அடைவதுதான் நோக்கம் என்பது விளங்காத பேதைகள், 'வழி என்றால் என்ன தெரியுமா? அந்த வழியில் எப்படிப் போக வேண்டும் தெரியுமா?' என்று எல்லாம் தெரிந்ததுபோல முழங்குகின்ற முட்டாள்களின் பேச்சில் மயங்கி அவர்கள் பின்னால் போவார்கள். இவ்வாறாகப் பொன்மலைக்குப் போகக் கிளம்பியவர்கள் கடைசியில் கடலில் போய் விழுவார்கள்.

நம்பினார்கள் நம்பினார்கள்

மதம் என்பது அச்சத்தில் காலூன்றி நிற்பதாக ஒரு பொதுக் கருத்து உண்டு. முன்பின் அறிந்திராத (கடவுள் என்ற) ஒன்றைப்பற்றிய அச்சம், தோல்வியைப்பற்றிய அச்சம், சாவைப்பற்றிய அச்சம் என்று அச்சமே மனிதர்களை ஆட்டுகிறது. இந்த அச்சம்தான் மனிதர்களை மதத்தை நோக்கிச் செலுத்துகிறது. எதைக் கண்டெல்லாம் மனிதர்கள் அஞ்சினார்களோ அதையெல்லாம் வணங்கத் தொடங்கினார்கள். பாம்புக்கு அஞ்சினார்கள்; பாம்பை வணங்கினார்கள். தீயைக் கண்டு அஞ்சினார்கள்; தீயை வணங்கினார்கள். தலைவர்களுக்கு அஞ்சினார்கள்; தலைவர்களையும் தலைவர்களின் வாகனங்களையும்கூட வணங்கினார்கள். கடவுளுக்கு அஞ்சினார்கள்; கடவுளை வணங்கினார்கள். வணங்கியவர்கள் பாதுகாக்கப்படுவார்கள் என்றும் வணங்காதவர்கள் தண்டிக்கப்படுவார்கள் என்றும் நம்பினார்கள்.

அச்சத்தை அடிப்படையாகக் கொண்டே மதங்கள் கட்டமைக்கப்பட்டன. எதை வணங்க வேண்டும், எங்கே வணங்க வேண்டும், எப்படி வணங்க வேண்டும், எதைப் படைத்து வணங்க வேண்டும் என்றெல்லாம் சடங்குகள் வரைமுறைப்படுத்தப்பட்டன. இந்தச் சடங்கு வரைமுறைகளை மீறினால் என்ன ஆகும்? ஒன்றும் ஆகிவிடாது. என்றாலும், ஏதாவது ஆகிவிடுமோ என்ற அச்சம் சடங்குகளை நிலைப்படுத்தியது. சடங்குகள் மதத்தைக் கெட்டிப்படுத்தின. கெட்டிப்படுத்தப்பட்ட மதங்கள் நெகிழ மறுத்தன. மக்கள் சண்டையிட்டுக்கொள்ளத் தொடங்கினர்.

பேரன்பு, பெருவியப்பு, பெருமகிழ்ச்சி

இந்த வகையாக மதங்களை உருவாக்கியதில் அச்சத்துக்கு ஒரு மறுக்க முடியாத பங்கு உண்டு என்றாலும், அச்சம் என்ற ஒற்றை உணர்ச்சி மட்டுமே மதத்தை நிரப்பிவிடவில்லை. அச்சத்துக்கு அப்பால் பேரன்பு, பெருவியப்பு, பெருமகிழ்ச்சி என்று பல்வேறு உணர்ச்சிகளாலும் ஆனது மதம்.

அச்சத்துக்கு மாற்று அன்பு. அச்சத்தை முறிப்பது அன்பு. அன்பைத் தங்கள் மத உணர்ச்சியாகக் கொண்டவர்கள் அச்சத்தையும் ஆணவத்தையும் எதிர்த்துச் சண்டையிடுவார்கள். அச்சத்தைத் தங்கள் மத உணர்ச்சியாகக் கொண்டவர்களோ மாற்று மதத்தவரை எதிர்த்துச் சண்டையிடுவார்கள். அன்பு எல்லா உணர்ச்சிகளையும் ஆதரித்து நெகிழச் செய்கிறது; அச்சமோ எல்லா உணர்ச்சிகளையும் மறுதலித்து இறுகச் செய்கிறது.

'அச்சம் குரூரத்தை வளர்க்கிறது' என்கிறார் மேலைநாட்டு மெய்யியல் அறிஞரான பெர்ட்ரண்ட் ரசல். கடும்நெரிசலில் சிக்கிக்கொண்டவர்கள், 'நெரிசல் நெகிழட்டும், ஒவ்வொருவராகப் போவோம்' என்று பொறுமை காப்பதில்லை. பதற்றமும் பரபரப்பும் அடைவார்கள். 'வெளியேற முடியாமல் போய்விடுமோ, நெரிசலில் மூச்சடைத்தோ மிதிபட்டோ செத்துவிடுவோமோ' என்ற அச்சத்தில் தம்மைக் காப்பாற்றிக் கொள்வதற்காகப் பக்கத்திலிருப்பவர் பெரியவரா குழந்தையா குட்டியா என்றும் பார்க்காமல் குரூரமாக எக்கித் தள்ளித் தமக்கு வழியை உண்டாக்கிக்கொண்டு வெளியேறவே

முயல்வார்கள். வாய்ப்பிருந்தால், தான் மீண்டு வந்த ஆபத்தை வரலாற்றில் பதிவுசெய்வதற்காக, நெரியும் கூட்டத்தைப் பின்னாலும் தன்னை முன்னாலும் வைத்து, தப்பிப் பிழைத்த சாகச உணர்ச்சி முகத்தில் தொனிக்க, ஒரு ‘தற்படம்’ (செல்ஃபி) எடுத்துக்கொள்வார்கள்.

அந்த மயக்கம் ஒழிக

அச்சத்தில் வளர்ந்த மதங்கள், அச்சத்தை வளர்க்கும் மதங்கள், நெகிழ்ச்சியின்றிக் கெட்டிப்பட்டு நிறுவனமயமான மதங்கள் பிறரைப் பற்றிக் கருதியும் பார்க்காத குரூரத்தையே விளைபயனாக்கித் தருகின்றன. ‘நான் முன்னால், நீ பின்னால்; இதை மீறி நீ முண்டினால் உனக்கும் எனக்கும் முரண்; உன்னை எக்கிப் பின்னுக்குத் தள்ளுவேன்; நீ நெரிபட்டுச் சாவாய்’ என்று வன்முறைகள் வழியாகப் பிறருக்குப் பாடம் படித்துக் கொடுக்கின்றன.

‘காணாப் பொருளாகிய கடவுளை நாங்கள் கண்டோம் கண்டோம்’ என்று கூத்தாடுகின்றன மதங்கள். ‘கண்ட கடவுளை எங்களுக்கும் காட்டு’ என்று கேட்போருக்குக் கடவுளைச் சொற்களாலும் கற்களாலும் வடிவநிலைப்படுத்திக் காட்ட முயல்கின்றன. அவ்வாறு முயல்கின்ற மதங்களைப் பற்றித் திருமூலர் சொல்கிறார்:

ஆன சமயம் அதுஇது நன்றுஎனும்
மான மனிதர் மயக்க மதுஒழி
கானம் கடந்த கடவுளை நாடுமின்;
ஊனம் கடந்த உருஅது ஆமே (திருமந்திரம் 1545)

அந்தச் சமயம் நல்லது, இந்தச் சமயம் நல்லது என்று மக்கள் பல திறமாய்ப் பற்று வைத்து மயங்குவார்கள். அந்த மயக்கம் ஒழிக. கடவுள் சொற்களைக் கடந்தவன்; தன் உருவம் எழுதிய கற்களையும் கடந்தவன். அவனை நாடும் வகையில் நாடுக.

நாடும் வகை எது? சொற்களில் ததும்புகிற கானத்தையும் கற்களில் ததும்புகிற ஊனத்தையும் கடந்து நிற்கிற கடவுளை எங்கே கண்டுகொள்வது?

ஆயத்துள் நின்ற அறுசமய யங்களும்
காயத்துள் நின்ற கடவுளைக் காண்கிலா;
மாயக் குழியில் விழுவர் மனைமக்கள்
பாசத்தில் உற்றுப் பதைக்கின்ற வாறே. (திருமந்திரம் 1530)

கடவுளின் இருப்பிடத்துக்கு உங்களை அழைத்துச் செல்வதாகக் கூறும் மதங்களுக்கு உண்மையிலேயே கடவுளின் இருப்பிடம் தெரியாது. அவற்றிடத்தில் கடவுள் இல்லை. கடவுள் உங்களிடத்தில் இருக்கிறார்; உங்களுக்குள் இருக்கிறார். மனைவி மக்களையே பார்த்துக்கொண்டிருப்பதால் கடவுளைப் பார்க்கத் தெரியாமல் பரிதவிக்கிறவர்களே! அகப்பட்டு நிற்கிற கடவுளுக்கு அகப்படுங்கள்.

29

சுத்த சிவன் எங்கும் தோய்வுற்று நிற்கிறான்

திருமூலர் மதப்பற்றைக் கண்டனம் செய்கிறார். 'மதம் மயக்கும் என்றால், மதம் அறிவிழக்கச் செய்யும் என்றால், மதம் வெறி பிடிக்கச் செய்யும் என்றால் அந்த மதம் மதம் அன்று, மலம்' என்றார். நல்லது. அப்படியானால் திருமூலர் மதச் சார்பின்மை பேசுகிறார் எனலாமா? 'மதம் பிடித்து அலையாதே' என்று அன்பொழுக அறிவுரைக்கிற திருமூலரும் சைவம் என்ற மதத்தைப் பிடித்துக்கொண்டு அலையவில்லையா?

சிவம்அல்லது இல்லை இறையே; சிவம்ஆம்
தவம்அல்லது இல்லை; தலைப்படு வார்க்குஇங்கு
அவம்அல்லது இல்லை அறுசம யங்கள்;
தவம்அல்ல; நந்திதாள் சேர்ந்துஉய்யும் நீரே. (திருமந்திரம் 1534)

சிவத்தை விட்டால் வேறு கடவுள் யாரும் கிடையாது; சிவமாகவே ஆகிவிடுகிற தவத்தை விட்டால் வேறு தவம் ஏதும் கிடையாது; பிற மதங்களின் வழியாகக் கடவுளைக் கண்டுகொள்வோம் என்று முயல்கிறவர்களின் முயற்சி வீண் முயற்சியே அல்லாமல் வேறில்லை. ஆகவே வேண்டாத வேலைகள் செய்வதைவிட்டு, நல்லபடியாகச் சிவத்தின் திருவடி சேர்ந்து விடுதலை பெறத் தலைப்படுங்கள்—என்று திருமூலர் பேசவில்லையா?

இவ்வாறு ஒரு கையால் சைவம் என்ற மதத்தையும் மறுகையால் மதச் சார்பின்மையையும் தழுவிக்கொள்வது முறையான செயலா? உள் ஒன்று வைத்துப் புறம் ஒன்று பேசுகிற கள்ளச் செயல் இல்லையா இது? என்று கேள்விகள் எழலாம். இந்தக் கேள்விகளுக்குத் திருமூலரின் விடை என்ன என்று பார்ப்பதற்கு முன்னால், 2018, ஏப்ரல் 15-ம் நாளிட்ட *The Hindu* (*Section 1, p.15*), *Column Width* என்ற பகுதில் இடம்பெற்ற இரண்டு பத்திகளின் சாரத்தை இங்கே வழங்க விருப்பம்.

"*A silver lining in an age of religious extremism*" (மதத் தீவிரவாதக் காலத்தில் ஒரு வெளிச்சக் கீற்று) என்னும் தலைப்பில் *Tabish Khair* எழுதியிருந்த பத்தியின் சாரம்:

'மதம் ஒன்றும் முற்றாகக் கண்டனம் செய்து களையப்பட வேண்டியதன்று. மதம் என்பது மக்களின் தேவை. மதத்தைக் கண்டிப்போர் மார்க்ஸ் எழுதிய

சொற்றொடர் ஒன்றைச் சுட்டிக் காட்டுவர்: 'மதம் மக்களுக்கு ஓப்பியம் போன்றது'. ஆனால் இந்தச் சொற்றொடரைமட்டும் சொல்லிவிட்டு நிறுத்திக்கொள்வது நீதியாகாது. மார்க்ஸ் எழுதியதை முழுமையாகப் படித்துப் பார்த்தால், மார்க்ஸ், மதத்தைத் தவிர்க்கமுடியாத ஒரு வலி நீக்கியாகத்தான் பார்க்கிறார் என்பது விளங்கும். எளிய மக்களின் வலிய துன்பங்களைப் போக்குவதற்கு 'உண்மையான மருந்துகள்' (உண்மையான மருந்து என்று புரட்சியில் விளையும் பொதுமைச் சமுதாயத்தைக் குறிக்கிறார் மார்க்ஸ்) இன்னும் கிடைக்காத நிலையில், மக்களின் துன்பத்தை ஆற்றும் இடைக்கால வலிநீக்கியே மதம்.

சிந்தனையாளர்களிடமிருந்து மூடநம்பிக்கையாளர்களிடம்

இருபதாம் நூற்றாண்டின் அறிஞர்கள் மதத்தைக் குறித்து அறிவுபூர்வமாக உரையாடத் தயங்கினார்கள். மதத்தைக் கடுமையாகக் குற்றப்படுத்திப் பேசுவதற்கு மட்டுமே முன்வந்தார்கள். அதன் விளைவாக, மதம்பற்றிய உரையாடல்கள், மதத்தைச் சீர்தூக்கிப் பார்த்துச் செப்பனிடும் வேலைகள் தேங்கிப் போயின. மதம், சிந்தனையாளர்களிடமிருந்து சிந்திக்கும் திறனற்ற மூட நம்பிக்கையாளர்களுக்குக் கைமாறியது. இசுலாத்தை, இந்து மதத்தை, யூத மதத்தை, கிறித்தவத்தை என்று அறிஞர்களால் கைவிடப்பட்ட எல்லா மதங்களையும் பக்தர்கள் எனப்படும் அடிப்படைவாதிகள் கைப்பற்றிக்கொண்டார்கள். பக்தர்களின் மூடத்தனத்தைச் சகிக்க முடியாதவர்கள் கடவுளைக் கண்டனம் செய்தார்கள். ஆனாலும் கடவுளின் தேவை தொடர்ந்துகொண்டே இருக்கிறது.'

மதம் சார்ந்த மூட நம்பிக்கைகளுக்கும் மனம் சார்ந்த கடவுள் நம்பிக்கைக்கும் இடையில் ஒரு வெள்ளிக்கோடு வரையப்பட வேண்டியிருக்கிறது என்று முன்னிறுத்தும் இந்தக் கட்டுரையின் தொடர்ச்சியாக, "Secular Hindu, secular *Muslim*" (மதச் சார்பற்ற இந்து, மதச் சார்பற்ற முஸ்லிம்) என்னும் தலைப்பில் *Rajeev Bhargava* எழுதிய பத்தியின் சாரத்தைக் கோக்கலாம்:

'மதச்சார்பின்மை என்பது என்ன என்ற கேள்வி எழும்போது, மதச் சார்பின்மை என்பது மதத்தை முற்றாக மறுதலிப்பது என்று சிலர் கருதுகிறார்கள். இந்தக் கருத்தை ஏற்றுக்கொண்டால், இந்துவாகவோ முஸ்லிமாகவோ இருக்கிறவர்கள் மதச் சார்பற்றவர்களாக இருக்கவே முடியாது என்று ஆகி விடுகிறது. இந்துவாகவும் முஸ்லிமாகவும் இருந்துகொண்டே மதச் சார்பில்லாமலும் இருக்கிறவர்களை இந்தப் பார்வை கண்டுகொள்ளாமல் விடுகிறது.

மதச்சார்பின்மை என்பது பல்வேறு மதங்களையும் ஒரே தன்மையுடன் ஆதரிப்பது என்று சிலர் கருதுகிறார்கள். இந்தக் கருத்தை ஏற்றுக்கொண்டால், மதம் என்பது மிகவும் புனிதமானது, எனவே ஆதரிக்கத் தகுந்தது என்று ஆகிவிடுகிறது. மதம் உண்டாக்குகிற சண்டைகள், சுரண்டல்கள், ஏற்றத்தாழ்வுகள் ஆகியவற்றை இந்தப் பார்வை கண்டுகொள்ளாமல் விடுகிறது.

மதம் என்னும் அதிகார அமைப்பு

இரண்டு கருதுகோள்களுமே முழுமையானவையாக இல்லை. மதச்சார்பின்மை என்பதற்கு வேறு ஒரு வரையறை தரவேண்டியிருக்கிறது. அதன்படி மதச்சார்பின்மை என்பது நிறுவனமயமாக்கப்பட்ட, கெட்டிப்படுத்தி இறுக்கப்பட்ட மத வகைமைக்கு எதிராக நிற்றல்.

கெட்டிப்படுத்தப்பட்ட மதங்கள் உறுப்பினர்களின்மேல் தங்களுடைய விதிமுறைகளைத் திணிக்கின்றன. நமக்கு விருப்பம் இருக்கிறதோ இல்லையோ, அவற்றைச் செய்தே ஆகவேண்டும். செய்ய முடியாது என்று தலை சிலுப்பிப் புரட்சிக் கொடி தூக்கும் சிலருக்கு அதிகார மத அமைப்பு முரட்டுத்தனமான தண்டனைகள் வழங்கும்.

எனவே மதச்சார்பின்மை என்பது கடவுளுக்கு வழிகாட்டுகிற மதத்தைவிட்டு விலகி நிற்பதோ அதைக் கண்டனம் செய்வதோ அன்று; சடங்குகளாலும் விதிமுறைகளாலும் கெட்டிப்படுத்தப்பட்டு, அதிகாரம் செலுத்தி அனைவரையும் ஆட்படுத்த நினைக்கிற மத அமைப்பைக் கண்டிப்பதும் தட்டிக் கேட்பதும்தான். மதத்தின் பெயரால் அடாவடி செய்கிறவர் தன்னுடைய மதத்தைச் சார்ந்தவர் என்பதற்காகப் பொறுத்துக்கொண்டு இருக்காமல், அவரை, அவருடைய அரக்கத்தனமான அதிகாரத்தைக் கண்டிப்பதும் தட்டிக் கேட்பதும்தான் மதச் சார்பின்மை. திருமூலர் சொல்ல முனைவதும் இதைத்தான்:

கத்தும் கழுதைகள் போலும் கலதிகள்
சுத்த சிவன்எங்கும் தோய்வுஉற்று நிற்கின்றான்
குத்தந் தெரியார்; குணம்கொண்டு கோதாட்டார்;
பித்துஏறி நாளும் பிறந்துஇறப் பாரே (திருமந்திரம் 1538)

தங்களுடைய குரலைக் கேட்டு உலகம் கடுப்பாவது கழுதைகளுக்குத் தெரியாது. உலகத்தின் கருத்தைக் கவனத்தில் கொள்ளாது தம்பாட்டுக்கு இன்பமாகக் கத்திக்கொண்டிருக்கும் அவை. அந்தக் கழுதைகளைப் போலவே காள் காளென்று கத்துகிறார்கள் மூதேவிகள் (கலதிகள்). என்ன இவ்வளவு கடுமையாகச் சொல்கிறார்? வேறு எப்படிச் சொல்வார்? பார்க்குமிடம் எங்கும் ஒரு நீக்கம் அற நிறைந்திருந்திருக்கிறது பரிபூரண ஆனந்தமாகிய சுத்த சிவம். அதனை உணர மாட்டாமல், 'எங்கள் வழிக்கு வா, எங்கள் விதிகளைப் பின்பற்று, அப்போதுதான் இறையருள் பெறுவாய்' என்று பாழ்த்த குரல் எடுத்துப் பாடினால், திருமூலர் கடுமையாகச் சொல்லாமல், பின் என்ன கொஞ்சுவாரா? தங்களுடைய குற்றத்தை உணர்கிற அறிவும்கூட இவர்களுக்குக் கிடையாது. இவர்களெல்லாம் பிறப்பார்கள், சாவார்கள், வேறேதும் ஆக மாட்டார்கள், பைத்தியக்காரர்கள்!

30

தித்திப்பு என்கிறார் திருமூலர்

ராமநாதபுரம் மாவட்டத்தின் கீழக்கரை, தொண்டிப் பகுதிகளில் ‘துதல்’ என்றோர் இனிப்பு வகை மிகவும் புகழ் பெற்றது. கோதுமை மாவு, தேங்காய்ப் பால், கருப்பட்டி ஆகியவற்றைக் கொண்டு செய்யப்படுவது. ‘துதலின் சுவை எப்படி இருக்கும்?’ என்று அதைத் தின்று பார்க்காதவர்கள் கேட்கலாம். ‘தேவ அமுதமாய் இருக்கும்!’ என்று அதைத் தின்று பார்த்தவர்கள் சொல்லலாம். ‘எனில் தேவ அமுதம் என்பது எப்படி இருக்கும்?’ என்று தின்று பார்க்காதவர்கள் அடுத்த கேள்வியைக் கேட்கலாம். யாருக்குத் தெரியும்? தேவ அமுதத்தைச் சுவைத்துப் பார்த்த தேவர்களையும் அசுரர்களையும் எங்கே தேடிக் கண்டுபிடிப்பது? ஒருவேளை தேடிக் கண்டுபிடித்துக் கேட்டாலுந்தான் அவர்கள் என்ன சொல்வார்கள்? ‘மெய்ம்மறக்க இனிக்கும்’ என்று சொல்வார்களாய் இருக்கும். கேட்கிறவர்களோ ‘மெய்ம்மறக்க இனித்தல் என்றால் என்ன?’ என்று அடுத்த கேள்வி கேட்பார்கள்.

கருப்பூரம் நாறுமோ? கமலப்பூ நாறுமோ?
திருப்பவளச் செவ்வாய்தான் தித்தித்து இருக்குமோ?
மருப்புஒசித்த மாதவன்தன் வாய்ச்சுவையும் நாற்றமும்
விருப்புற்றுக் கேட்கின்றேன் சொல்!ஆழி வெண்சங்கே!
(நாச்சியார் திருமொழி, 64)

‘ஏ வெண்சங்கே! ஆனைக் கொம்பை ஒடித்த மாதவன், உன் வாயில் தன் வாய் வைத்து ஊதுகின்றானே! ஊதுகின்ற அந்தத் திருப்பவளச் செவ்வாய், கருப்பூரம் மணக்குமா? தாமரைப்பூ மணக்குமா? தித்திப்பாய் இருக்குமா? அறியார்வத்தை அடக்கமாட்டாமல் கேட்கிறேன்! சொல்!’ என்று சங்கை விசாரிக்கிறாள் ஆண்டாள்.

சுவையையும் மணத்தையும் சங்கு சொல்லுமா என்பது ஒருபுறம் இருக்கட்டும். சொன்னாலும் கேட்கிறவரால் அதைத் தன்னுடைய அனுபவமாக ஆக்கிக்கொள்ள முடியுமா? இன்பங்களானாலும் சரி, துன்பங்களானாலும் சரி, தானே பட்டு அனுபவித்துத் தெரிந்துகொள்ளப்பட வேண்டியனவே தவிர, படித்தோ கேட்டோ தெரிந்துகொள்ளத் தக்கன அல்ல.

என் பாடு உனக்குத் தெரிந்திருக்கும்

    மாணவர்கள் ஒரு தேர்வு எழுத வேண்டும். என்ன காரணம்பற்றியோ, பல நூறு காதங்கள் பயணம் செய்து போய், வேறோர் இடத்தில் அந்தத் தேர்வை எழுதுமாறு விதிக்கின்றன தேர்வுக்குப் பொறுப்பேற்றிருக்கிற அமைப்புகள். தாங்கள் படுகிற பாட்டைப் புலம்புகிறார்கள் மாணவர்களும் பெற்றோரும். வீக்கதூக்கம் பார்க்காமல் எல்லோருக்கும் நடுநிலையாக இருக்க வேண்டிய அமைப்புகளோ 'யாம் அறியோம் பராபரமே' என்று பொறுப்பு மறந்து வேடிக்கை பார்த்துக்கொண்டிருக்கின்றன. படுகிறவர்களின் துன்பம், படாதவர்களுக்குத் தெரியாது.

கெடுவேன் கெடுமா கெடுகின்றேன்; கேடு இலாதாய்! பழி கொண்டாய்!
படுவேன் படுவது எல்லாம்நான் பட்டால் பின்னைப் பயன்என்னே?
கெடுமா நரகத்து அழுந்தாமே காத்துஆட் கொள்ளும் குருமணியே!
நடுவாய் நில்லாது ஒழிந்தக்கால் நன்றோ எங்கள் நாயகமே?

(திருவாசகம், ஆனந்தமாலை, 4)

நான் எளியவன்; படுவதெல்லாம் படுகின்றேன்; பட்டுக் கெட்டு நாசமாகிக் கொண்டிருக்கின்றேன். துன்பக் கேணியில் நான் அழுந்தாமல் கைதூக்கிவிட வேண்டிய குருமணியே, நீயோ என்னைக் காப்பாற்றாமல், 'எனக்கென்ன?' என்று வேடிக்கை பார்த்துக் கொண்டிருக்கிறாய். வேண்டுதல் வேண்டாமை இல்லாதவன், நல்லதுக்கும் பொல்லதுக்கும் நடுவில் நிற்கின்றவன் என்று உனக்குப் பெயர். ஆனால் நீயோ நடுநிலையில் நில்லாது, விரும்புகிற சிலரைச் சேர்த்துக்கொள்கிறாய்; விரும்பாத சிலரைக் கைவிடுகிறாய். இது நல்லதா? அது சரி. படுவதைப்பற்றியும் கெடுவதைப்பற்றியும் உனக்கு என்ன தெரியும்? நான் படுகின்றவற்றையெல்லாம் நீயும் பட்டிருந்தால், நான் கெடுவது மாதிரி நீயும் கெட்டிருந்தால், என் பாடு உனக்குத் தெரிந்திருக்கும்.

பட்டால்தான் தெரியும் பல்லிக்கு

ஆகவே, துதலின் இன்பமாய் இருந்தாலும் சரி, திருப்பவளச் செவ்வாயின் தித்திப்பாய் இருந்தாலும் சரி, பல நூறு காதம் தாண்டிப் போய்த் தேர்வெழுதும் மாணவர்களின் துன்பமானாலும் சரி, அவரவர் பட்டால்தான் தெரியும். 'தலைவலியும் காய்ச்சலும் தனக்கு வந்தால்தான் தெரியும்' என்று நம்முடைய மக்கள் பேசுவதில்லையா? 'பட்டால்தான் தெரியும் பல்லிக்கு; சுட்டால்தான் தெரியும் நண்டுக்கு' என்று வழங்குவதில்லையா?

துதலின் சுவையை அறிய விரும்பினால், துதலை வாங்கிச் சுவைத்துப் பார்த்துவிடுவதுதான் வழி. 'மருப்பு ஒசித்த' மாதவனின் வாய்ச்சுவையையும் நாற்றத்தையும் அறிய விரும்பினால், மாதவனை வளைத்திழுத்து இதழோடு இதழ் வைத்து முத்தாடிப் பார்த்துவிடுவதுதான் வழி. அல்லாது சுவைத்தவர்களிடம் கேட்டுக் கொண்டிருப்பதன்று.

ஒன்றுகண் டீர்உல குக்குஒரு தெய்வமும்
ஒன்றுகண் டீர்உல குக்குஉயிர் ஆவதும்
நன்றுகண் டீர்இனி நமச்சிவா யப்பழம்
தின்றுகண் டேற்குஇது தித்தித்த வாறே (திருமந்திரம் 2962)

பல்வேறு பெயர்களில் தெய்வத்தைக் குறித்தாலும் தெய்வம் என்பது ஒன்றுதான். அது உலகத்துக்கு அப்பாலே நின்று, உலகத்தைத் தன் அதிகாரத்தால் ஏவிக் கொண்டிருக்கவில்லை; மாறாக, உடம்புக்குள் உயிர்போல உலகத்துக்குள்ளேயே நின்று எல்லாவற்றையும் இயக்கிக்கொண்டிருக்கிறது. அதை நமச்சிவாயப் பழம் என்க. மிக நல்ல சுவை உடையது. என்ன சுவை

என்பீர்களேயானால், அனுபவித்துத் தின்று பார்த்தவன் என்ற வகையில் சொல்கிறேன்—தித்திப்பு என்கிறார் திருமூலர்.

எங்ஙனம் சொல்வேன்

தித்திப்பு என்பது சரி. என்ன மாதிரியான தித்திப்பு? திகட்டுகின்ற தித்திப்பா அல்லது திகட்டாத தித்திப்பா? விளக்குக என்றால், எவ்வாறு விளக்க? திருமூலர் தன் இயலாமையைக் காட்சிப்படுத்திக் காட்டுகிறார்:

முகத்தில் கண்கொண்டு காண்கின்ற மூடர்காள்!
அகத்தில் கண்கொண்டு காண்பதே ஆனந்தம்!
மகட்குத் தாய்தன் மணாளனோடு ஆடிய
சுகத்தைச் சொல்என்றால் சொல்லுமாறு எங்ஙனே? (திருமந்திரம் 2944)

மகளுக்குத் திருமணம். நாற்றைப் பிடுங்கி நடுவதைப்போல வேற்றுக் குடும்பத்துக்குள் புகுத்தப் போகிறார்கள் மகளை. புகுந்த வீட்டில் மாமி இருப்பாள்; நாத்தூண் நங்கை இருப்பாள்; வேறொரு சூழல் இருக்கும். தக்கவாறு தன்னைத் தகவமைத்துக் கொள்ளாவிட்டால் சங்கடப்பட்டுப் போவாள் மகள். எனவே எந்தச் சூழலை எப்படி எதிர்கொள்ள என்று தான் வாழ்ந்த வாழ்வை முன்வைத்து மகளுக்கு வாழ்க்கைப் பாடம் எடுக்கிறாள் தாய். எல்லாவற்றையும் சொல்லிக் கொடுத்தவள், மகள் தன் மணாளனோடு உறவாடித் தோய்ந்து பெறவேண்டிய இன்பத்தின் தன்மையை மட்டும் சொல்லிக் கொடுப்பதில்லை. அந்த அனுபவம் தாய்க்குக் கிடையாது என்பது அன்று. அந்த அனுபவத்தைச் சொல்லிக் கொடுக்க முடியாது என்பதே.

‘கணவனோடு உறவாடி மகளைப் பெற்றவளே! அந்த உறவாட்டத்தில் நீ பெற்ற இன்பத்தை உன் மகளுக்குச் சொல்’ என்றால் தாய் எவ்வாறு சொல்வாள்? கருதிப் பார்க்க விரும்பாமல் எல்லாவற்றையும் கண்ணில் பார்க்க விரும்புகிறவர்களே! தனிநிலை அக அனுபவங்களை வெளிப்படுத்திக் காட்டச் சொல்லாதீர்கள். யாரும் அப்படிக் காட்ட முடியாது. எனவே, உங்கள் முகக் கண்களை மூடிவிட்டு அகக் கண்களைத் திறந்து பாருங்கள். எதைப் பெற விரும்புகிறீர்களோ அதைத் தேடுங்கள்; அதில் தோயுங்கள். கண்டுகொள்வீர்கள் என்று கடவுளைத் தேடுதலைத் தனிநிலை அக அனுபவமாக்குகிறார் திருமூலர்.

துதலின் சுவை அறியும் அனுபவம்கூடத் தனிநிலை அனுபவம் என்ற நிலையில், தட்சிணைகளோடு தக்கவகையில் வழிபட்டால் கடவுள் அனுபவத்தையே கைவசப்படுத்தித் தருவதாகச் சொல்கிற மத நிறுவனங்களையும் மத ஆசிரியர்களையும்பற்றி என்ன சொல்ல?

பார்த்தவர் சொல்லவில்லை; சொன்னவர் பார்க்கவில்லை.
கண்டவர் விண்டிலர்; விண்டவர் கண்டிலர்.

31

எல்லோர்க்கும் ஒரே குரல்

'மதச் சார்பின்மை' என்ற சொல் கடவுளின்மீது ஈடுபாடு கொண்டவர்களிடத்தில் ஒரு பதற்றத்தை ஏற்படுத்துகிறது. ஏனென்றால் 'கடவுள் என்பவர் மதத்தில் குடிகொண்டிருப்பவர்; மதச் சார்பின்மை என்பதோ மதத்தைவிட்டு விலகி நிற்கச் சொல்வது; மதத்தைவிட்டு விலகி நிற்பது என்பது மதம் கையகப்படுத்தி வைத்திருக்கிற கடவுளை விட்டே விலகி நிற்பது; நாத்திகம் பேசுவதை ஒத்தது' என்று அவர்கள் ஒருவேளை கருதக்கூடும்.

மேலைநாட்டுச் சூழலில் உருவாக்கப்பட்ட 'மதச் சார்பின்மை' என்பது, அடிப்படையில் ஓர் அரசியல் கருதுகோள். அரசு என்பது மக்களுக்கிடையில் எந்த வகையிலும் ஏற்ற இறக்கம் பாராமல், மதத்தின் பெயரால் பாகுபாடு பாராட்டாமல், அனைவரையும் சமமாகக் கருதிக் கடமைகள் செய்வதற்கான ஒரு பொது அமைப்பு.

எனவே, அரசும் அரசைச் செலுத்துகிறவர்களும், மக்களை ஏதோ ஓர் அடிப்படையில் பாகுபடுத்துகிற மத நிறுவனங்களிடமிருந்தும் மதப் பீடாதிபதிகளிடமிருந்தும் விலகி நிற்க வேண்டும் என்று பேசுவது மதச் சார்பின்மை. தேவாலயம் என்னும் அதிகாரப் பீடம், மதத்தின் பெயரால் மேலைநாட்டு அரசுகளை ஆக்கிரமித்து வைத்திருந்தபோது முன்னிறுத்தப்பட்ட கருதுகோள் இது.

அரசியல் அதிகாரத்தை மதத்திடமிருந்து விலக்கி வைப்பதற்காக முன்வைக்கப்பட்ட இந்த மதச் சார்பின்மைக் கருதுகோள், பின்னாளில், மக்கள் அனைவருக்கும் பொதுவாக இருக்க வேண்டிய எல்லாவற்றையுமே மதத்திடமிருந்து விலக்கி வைப்பதற்குப் பயன்படத் தொடங்கியது. எடுத்துக்காட்டாக, மதச் சார்பற்ற கல்வி, மதச் சார்பற்ற இசை, மதச் சார்பற்ற சமூகம், மதச் சார்பற்ற மானுடம் ஆகியவற்றைக் கருதலாம்.

மதச் சார்பற்ற மதம் உண்டா

'மதச் சார்பற்ற' என்ற முன்னொட்டு, மேற்சொன்ன பொது நிறுவனங்களோடு மட்டும் நின்றுவிடவில்லை. அது மதங்களோடும் வந்து ஒட்டிக்கொண்டது.

மதச் சார்பற்ற மதம்! அட, என்ன இது? மதச் சார்பற்ற மானுடம் என்பது சரி; மதச் சார்பற்ற மதம் என்பது சரியா? சொல்லிப் பார்க்கவே வேடிக்கையாகவும் முரணாகவும் இல்லையா?

மதம் என்பது என்ன? மதம் என்பது ஒரு நம்பிக்கை மரபு. கட்டமைக்கப்பட்ட ஏதேனும் ஒன்றை அளவிறந்த நம்பிக்கையோடு கட்டித் தழுவிக் கொள்வது. நமக்கான விடுதலையை அது கட்டாயம் வழங்கும் என்ற நம்பிக்கையில், விசாரணையே இல்லாமலுங்கூட, எல்லா நிலைகளிலும் தன்னை அதனோடு பிணைத்துக்கொள்வது. அந்த வகையில் கடவுளை நீக்கிய நம்பிக்கை மரபுகளையும் மதம் என்று அழைக்கலாம். முதலாளித்துவம், பொதுவுடைமைத்துவம், வல்லாண்மைத்துவம், தேசியம், நாத்திகம் என்பனவும்கூட மதங்கள்தாம்.

பிரெஞ்சுப் புரட்சிக் காலத்தில் பிரான்சில் கத்தோலிக்க மதத்தை எதிர்த்துப் பகுத்தறிவு மரபு (Cult of Reason) என்றொரு கடவுளற்ற மதம் உருவாக்கப்பட்டு அரசால் ஆதரிக்கவும் பட்டது. இவை எல்லாமே மதச் சார்பற்ற மதங்கள்; அதாவது கடவுளை நீக்கிய நம்பிக்கை மரபுகள். ஆனால், கடவுளை நம்புகிற மதங்களைப் போலவே இவற்றுக்கும் தனியான புனித நூல்கள், வழிபாட்டு நிலைகள், சடங்குகள், சண்டைகள், திருவிழாக்கள், ஊக்குவிப்புகள், தடைகள் என்று எல்லாமே இருக்கும்.

வைணவத்துக்கு நம்மாழ்வார்; சைவத்துக்குத் திருமூலர்

கடவுளை நம்பாத மதங்களை விடுங்கள்; கடவுளை நம்புகிற மதங்களுக்குள்ளும் மதச் சார்பின்மை ஊடாடியிருக்கிறது. கத்தோலிக்க மரபில் 'மதச் சார்பற்ற குருத்துவம்' (secular clergy) என்ற வகைமை ஒன்று உண்டு. மதத்தோடு பிணைந்தவர்கள், மதத்தை விட்டுக் கொடுக்காதவர்கள் என்று கருதப்படுகிற யூதர்களிடையே மதச் சார்பற்ற யூதத்துவம் பேசுகிறவர்கள் இருக்கிறார்கள்; மதத்தின் அடிப்படையில் அல்லாமல் பண்பாட்டின் அடிப்படையில் தங்களை யூதர்களாக அடையாளம் காண்கிறவர்கள் இவர்கள்.

இசுலாமியர்களிலும் மத நம்பிக்கைகளை முன்மொழியாமல் பண்பாட்டு நடைமுறைகளை மட்டுமே முன்மொழிந்து, பண்பாட்டு முஸ்லிம்களாகத் தங்களை முன்னிறுத்துகிறவர்கள் இருக்கிறார்கள். இதே அடிப்படையில் தங்களை அடையாளப்படுத்திக்கொள்கிற பண்பாட்டு இந்துக்களும் உண்டு. மதத்தை ஆதிக்க நிறுவனமாக அல்லாமல் கடவுள் நெறியாக மட்டுமே பார்க்கிறவர்களுக்கு மதச் சார்பற்ற மதம் வாய்க்கக் கூடியதுதான்.

தமிழ்நாட்டுக் கடவுள் நெறியில் சைவத்திலும் சரி, வைணவத்திலும் சரி, மதச் சார்பற்ற மதம் ஒன்றை உருவாக்கும் முயற்சிகள் நடந்திருக்கின்றன. வைணவத்துக்காக நம்மாழ்வாரும் சைவத்துக்காகத் திருமூலரும் அந்த முயற்சியை முன்னின்று செலுத்தியிருக்கிறார்கள். நம்மாழ்வார் பாடுகிறார்:

உளன் எனில் உளன் அவன் உருவம் இவ்உருவுகள்;
உளன் அலன் எனில் அவன் அருவம் இவ்அருவுகள்;
உளன் என இலன் என இவை குணம் உடைமையில்
உளன் இரு தகைமையொடு ஒழிவு இலன் பரந்தே. (திவ்வியப் பிரபந்தம், 2907)

இறைவன் உண்டென்று சொன்னால், நீங்கள் காண்கின்ற எல்லாமே அவன்தான்; இறைவன் இல்லையென்று சொன்னால், நீங்கள் காணாத எல்லாமே அவன்தான். உண்மை, இன்மை ஆகிய இவ்விரண்டு தன்மைகளோடு எங்கெங்கும் நீக்கமற நிறைந்திருக்கிறான் இறைவன்.

திருமூலர் பாடுகிறார்:

உள்ளத்தும் உள்ளன், புறத்துஉள்ளன் என்பவர்க்கு
உள்ளத்தும் உள்ளன், புறத்துஉள்ளன் எம்இறை;
உள்ளத்தும் இல்லை, புறத்துஇல்லை என்பவர்க்கு
உள்ளத்தும் இல்லை, புறத்துஇல்லை தானே. (திருமந்திரம் 1532)

இறைவன் நம் உள்ளத்தில் இருக்கிறான் என்றால் உள்ளத்தில் இருக்கிறான்; புறத்தில் இருக்கிறான் என்றால் புறத்தில் இருக்கிறான்; அவன் உள்ளத்திலும் இல்லை, புறத்திலும் இல்லை என்பவர்க்கு இறைவன் எங்கும் இல்லை.

ஆகவே இறைவன் இருக்கிறானா, இல்லையா, எவ்வாறு இருக்கிறான், எங்கே இருக்கிறான், என்ன வடிவம், எது வழிபாடு என்பனவெல்லாம் அவரவருடைய தனி விவகாரங்கள். இவற்றை மதம் ஆக்கி, பின் மதத்தை அரசியல் ஆக்கி, பின் அதற்கு அதிகாரம் கோரி அரசுக்குள் மதத்தை இழுக்கிற வேலைகள் வேண்டாதவை. அருளாளர்களைப் பொறுத்தவரையில் அரசியல் மட்டுமல்ல; மதமுமே மதச் சார்பற்றதாகத்தான் இருக்க வேண்டும். அதாவது அதிகாரச் சார்பற்றதாக, ஆதிக்கச் சார்பற்றதாக இருக்க வேண்டும்.

ஏசு கலகக்காரரா?

அதிகாரச் சார்புள்ள மத நிறுவனத்துக்கு மாறாகப் பல இடங்களிலும் பேசுகிறார் ஏசுநாதர். மதப் பழைமைவாதிகளுக்குப் பொறுக்க முடியவில்லை. ஏசுவை இடக்குமுடக்காகச் சிக்க வைத்துக் கதையை முடித்துவிட வேண்டும் என்று திட்டமிடுகிறார்கள். ஏசுவிடம் போய் 'யூதர்கள், அவர்களுடைய நாட்டை ஆக்கிரமித்திருக்கிற உரோமாபுரிப் பேரரசுக்கு வரி செலுத்த வேண்டுமா? தேவையில்லையா?' என்று கேட்கிறார்கள்.

'வரி செலுத்தத்தான் வேண்டும்' என்று விடை சொன்னால், 'ஏசு யூதர்களுக்கு எதிரானவர், ஆதிக்கப் பேரரசின் ஏவல் அடிமை, யூதத் தேசியத்துக்கு எதிரான இனத் துரோகி' என்று தூற்றி, யூதர்களை அவருக்கு எதிராகத் தூண்டிவிடலாம். 'வரி செலுத்தத் தேவையில்லை' என்று சொன்னாலோ, 'ஏசு யூத தேசியம் பேசுகிறவர், கலகக்காரர், பேரரசுக்கு எதிரான தேசத் துரோகி' என்று ஏற்றி, ரோமாபுரிப் பேரரசிடம் அவரைக் காட்டிக்கொடுக்கலாம் என்பது மதப் பழைமைவாதிகளின் திட்டம்.

அவர்களது திட்டத்தை விளங்கிக்கொள்ளும் ஏசு, 'வரி செலுத்த நீங்கள் பயன்படுத்தும் காசைக் காட்டுங்கள்' என்றார். அவர்கள் வெள்ளிக் காசு ஒன்றைக் காட்டினார்கள். 'இதில் யாருடைய உருவம் பதிக்கப்பட்டிருக்கிறது? யாருடைய பெயர் பொறிக்கப்பட்டிருக்கிறது?' என்றார். 'இது சீசருடைய படம்; இதில் சீசரின் பெயர் பொறிக்கப்பட்டிருக்கிறது' என்று விடை சொன்னார்கள். ஏசு சொன்னார்: 'சீசருக்கு உரியதை சீசருக்குக் கொடுங்கள்; தேவனுக்கு உரியதை தேவனுக்குக் கொடுங்கள்!' (மாற்கு 12:13-17)

'சீசருக்கு இசைய நினைக்கிறவர்கள் சீசருக்கு இசையுங்கள்! தேவனுக்கு இசைய நினைக்கிறவர்கள் தேவனுக்கு இசையுங்கள்! யாருடைய குடியாக உங்களைக் கருதுகிறீர்கள் என்பதைப் பொறுத்தது அது.'

'நாம் ஆர்க்கும் குடி அல்லோம்' என்கிறார் அப்பர். கடவுளை மறுக்காமல், கடவுளின் பெயராலான ஆதிக்கத்தை மறுக்கிறார்கள் இவர்கள். எல்லோர்க்கும் ஒரே குரல்.

32

மலை, மரம், உடம்பு

உலகம் எப்படி உருவானது என்ற கேள்விக்கு மாந்தர்கள் விடை சிந்தித்திருக்கிறார்கள். அறிவியல் கூரோடு சிந்தித்த ஆசீவகவாதி இப்படியாகச் சொல்கிறான்.

அவ்அணு உற்றும் கண்டும் உணர்ந்திடப்
பெய்வகை கூடிப் பிரியவும் செய்யும்;
நிலம்நீர் தீக்காற்று எனநால் வகையின
மலைமரம் உடம்புஎனத் திரள்வதும் செய்யும்;
வெவ்வேறு ஆகி விரிவதும் செய்யும்.
(மணிமேகலை, சமயக் கணக்கர்தம் திறம் கேட்ட காதை, 114-118)

நிலம், நீர், தீ, காற்று என்று நால்வகை அணுக்கள். புலன்களால் நேரடியாக அறிய முடியாத அளவுக்கு நுணுக்கமாக இருக்கும் இந்த நால்வகை அணுக்கள், நாம் தொட்டும் கண்டும் உணர்ந்துகொள்ளும் வகையில், ஒன்றோடு ஒன்று கலக்கும் வீதத்தில் கலந்து, மலை, மரம், உடம்பு என்று பல்வேறு பொருள்களாக ஆகித் திரளவும் செய்கின்றன; தங்களுக்குள்ளாகவே பகுப்படைந்து, பிரிந்து, பல்வேறாகிப் பெருகவும் செய்கின்றன.

மதங்கள் உருவான கதையும் இதுதான். கடவுள், உயிர், இவ்வுலகம், அவ்வுலகம் என்ற நான்கும் ஒன்றோடு ஒன்று கலக்கும் வீதத்தில் கலந்து பெருமதங்களாகித் திரளவும் செய்கின்றன; தங்களுக்குள்ளாகவே பகுப்படைந்து, பிரிந்து, பல்வேறாகிப் பெருகவும் செய்கின்றன. கடவுள் உட்பட ஒன்றுமே இல்லை என்று ஒரு மதம்; கடவுளைத் தவிர வேறு ஒன்றுமே இல்லை என்று ஒரு மதம்; உலகம் மட்டுமே உண்டு என்று ஒரு மதம்; உலகமும் உயிரும் மட்டுமே உள்ளன என்று ஒரு மதம்; கடவுள், உயிர், இவ்வுலகம், அவ்வுலகம் என்று எல்லாமே உண்டு என்று ஒரு மதம்; கடவுள் இருக்கிறார் என்பது சரி, ஆனால் யார் கடவுள் என்று வரும்போது கடவுளை வெவ்வேறாக அடையாளம் காட்டும் பல மதங்கள்;

ஒரே கடவுளை அடையாளம் காட்டினாலும் அவரை வழிபடும் முறையால் தனித்தனியாக வேறுபட்டு நிற்கும் சில மதங்கள்; கடவுள் உயிரை எவ்வாறு ஆட்கொள்வார் என்று வகைவகையாக விளக்கப்படுத்தும் பல மதங்கள்— என்று இவ்வாறாகத் திரண்டும் பெருகியும் நிற்கின்றன மதங்கள்.

பிரிந்து பெருகிக் கிடக்கிற மதங்கள் ஒருங்கிணைந்து ஒன்று திரள்வது நல்லதா, திரண்டு கிடக்கிற மதங்கள் பிரிந்து பெருகுவது நல்லதா? அது காலத்தின் தேவையைப் பொறுத்தது. பானை செய்கிற குயவரின் விரல்கள் எந்தப் போக்கில் வளைகின்றனவோ அந்தப் போக்கிலேயே வளைந்து பானை உருப்பெறுவதைப்போல, காலம் வகிர்ந்துவிட்டால் ஒன்றிக் கிடப்பவை பிளந்துபடுகின்றன; காலம் குழைத்துவிட்டால் பிளந்து கிடப்பவை ஒருங்கிணைகின்றன.

சைவத்தில் இத்தனை திறங்களா?

திருமூலர் காலத்தில் சைவம் ஒற்றை மதமாக இல்லை. வாமம், வயிரவம், பாசுபதம், மாவிரதம் என்ற காபாலிகம், காளாமுகம், ஐக்கியவாத சைவம் என்று ஆறு பெரும் பிரிவுகளாகப் பிரிந்து கிடந்தது. இவை தவிரத் தமிழ்நாட்டில் வழங்கும் சித்தாந்த சைவம், காசுமீரத்தில் வழங்கும் காசுமீர சைவம், லிங்காயத்தை உடன்வைத்துக் கருநாடகத்தில் வழங்கும் வீரசைவம்.

இவையும் போகப் பேதவாத சைவம், பாடாணவாத சைவம், சிவசங்கிராந்த சைவம், ஈசுவர அவிகார சைவம், சிவாத்துவைத சைவம், ஊர்த்துவ சைவம், அனாதி சைவம், ஆதி சைவம், மகா சைவம், பேத சைவம், அபேத சைவம், அந்தர சைவம், குண சைவம், நிர்க்குண சைவம், அணு சைவம், கிரியா சைவம், நாலுபாத சைவம் என்று எண்ணற்றுப் பெருகிக் கிடந்த சைவக் குறும்பிரிவுகள். 'சைவத்தில் இத்தனை திறங்களா!' என்று மலைப்பாக இருக்கிறதல்லவா? வழிபடும் கடவுள் ஒன்று; அந்தக் கடவுளைப்பற்றிய கருத்து நிலைகள், வழிபடும் முறைகள் வேறு வேறு.

'இருப்பது ஒன்றே ஒன்று; ஆகவே கையைக் கட்டு, வாயைப் பொத்து' என்று இறுக்கிப் பிடிப்பதைக் காட்டிலும், 'இருப்பது எதுவோ அதை நீ எண்ணிய வண்ணம் கருதிக்கொள்ளலாம்; ஆகவே வசதிபோலக் கையைக் காலை நீட்டு; கிடக்க விரும்பினால் கிட; இருக்க விரும்பினால் இரு; நிற்க விரும்பினால் நில்; இயல்பாக இரு' என்று விட்டுப் பிடிப்பதுதானே நல்லது? குட்டையும் நெட்டையுமாய், கனமும் மெலிவுமாய், கரவும் செறிவுமாய், கறுப்பும் வெளுப்புமாய் மனிதர்கள் பல சாயல்கள் உடையவர்கள் இல்லையா? அவர்களுடைய கருத்து நிலைகளும் அப்படித்தானே?

அங்கையுள் அனலும் வைத்தார்; அறுவகைச் சமயம் வைத்தார்;
தம்கையில் வீணை வைத்தார்; தம்அடி பரவ வைத்தார்;
திங்களைக் கங்கை யோடு திகழ்தரு சடையுள் வைத்தார்;
மங்கையைப் பாகம் வைத்தார் மாமறைக் காடனாரே (தேவாரம் 4:33:6)

-என்று பாடுகிறார் அப்பர். திங்களையும் கங்கையையும் தலையில் வைத்துக்கொண்ட இறையனார், மங்கையைத் தன்னில் ஒரு பாகமாகவே வைத்துக்கொண்டார்; ஒரு கையில் வீணை வைத்துக்கொண்டார்; ஒரு கையில் அனலை வைத்துக்கொண்டார். எதையும் தள்ளவில்லை. ஒவ்வொன்றுக்கும் ஒவ்வோர் இடம். இவற்றையெல்லாம் தனக்காக வைத்துக்கொண்டவர், மனிதர்களுக்காக ஆறு வகைச் சமயம் வைத்தார். 'எவ்வண்ணம் கருத விரும்புகிறாயோ அவ்வண்ணமே என்னைக் கருது; எவ்வண்ணம் என்னைப் பரவ விரும்புகிறாயோ அவ்வண்ணமே என்னைப் பரவு' என்று, கைகட்டி வாய்பொத்தச் சொல்லாமல், தன்னையும் தந்து என்னையும் விடுதலையாக்கினார் வான்கருணை வள்ளல்.

ஒருமை பாடும் திருமூலர்

சனங்களுக்காகச் சிவனார் வைத்த நெறி ஆறு என்று அப்பர் பன்மை பாட, சிவ நெறி ஒன்றே ஒன்று என்று ஒருமை பாடுகிறார் திருமூலர்:

சைவ சமயத் தனிநா யகன்நந்தி
உய்ய வகுத்த குருநெறி ஒன்றுஉண்டு;
தெய்வச் சிவநெறி, சன்மார்க்கம், சேர்ந்துஉய்ய
வையத்து உளார்க்கு வகுத்து வைத்தானே. (திருமந்திரம் 1567)

சைவ சமயத்தின் தனித் தலைவனாகிய இறையனார் சனங்கள் உய்வதற்காகத் தானே வகுத்து வைத்த அறிவு நெறி ஒன்று உண்டு. அது உண்மை நெறியாகிய சிவநெறி. உய்வடைய நினைப்பவர்களுக்கு அதுவே வழி.

ஒரே சமயத்தைத் தழுவி, ஒரே இறைவனைப் பாடிய இருவர் பார்வையிலும் எவ்வளவு வேறுபாடு! உண்மையில் அது வேறுபாடுதானா? தோண்டிப் பார்க்கலாம்.

மெய்யியலில் கடைப்பிடித்தே ஆக வேண்டிய மரபு ஒன்று உண்டு. பேசுவது எதைப்பற்றியானாலும் முதலில் தான் அதைக் கருதிய விதம் எவ்வாறு என்பதை வரையறை செய்துவிட்டுப் பிறகு பேச வேண்டும்; பயன்படுத்தும் பதங்கள் என்ன பொருளில் பயன்படுத்தப்படுகின்றன என்பதைத் தெளிவுபடுத்திவிட்டுப் பிறகு பேச வேண்டும். பொருள் குழப்பம் இல்லாமல் இருக்க இந்த வழிமுறை.

சைவம் என்றால் என்ன என்பதைத் தெளிவாக வரையறை செய்தவர் திருமூலர்.

சைவம் சிவனுடன் சம்பந்தம் ஆகுதல்;
சைவம் தனைஅறிந் தேசிவம் சாருதல்;
சைவம் சிவம்அன்றிச் சாராமல் நீவுதல்;
சைவம் சிவானந்தம்; சாயுச் சியமே. (திருமந்திரம் 1512)

இதற்கென்ன வரையறை? சிவனைக் கும்பிட்டால் சைவம். இதைப் போய் வரையறை செய்ய வேண்டுமா என்றால், சிவனைக் கும்பிட்டால் மட்டுமே சைவம் கிடையாது; சிவனோடு சம்பந்தம் ஆனால்தான் சைவம். தான் யார் என்று அறிந்து, சிவம் யார் என்று உணர்ந்து, சிவத்தையே சார்ந்து கொள்ளுதல் சைவம். சிவத்தைச் சார்ந்துகொண்டபின் வேறெதையும் சாராமல் விலகி நிற்றல் சைவம். சிவ இன்பத்தில் தோய்ந்திருத்தல் சைவம். சிவத்துக்குள் ஒன்றிப்போதலே சைவம். முரட்டுச் சைவம் பேசுகிறாரோ திருமூலர்?

33

ஊர் புகுவோர் ஊர் புகுக

தமிழை மையமாக வைத்துக்கொண்டு யார் தமிழர் என்று பல தினுசுகளில் வரையறுக்கப்படுவதுபோல, சிவத்தை மையமாக வைத்துக்கொண்டு யார் சைவர் என்பதும் பல தினுசுகளில் வரையறுக்கப்பட்டிருந்தது.

திருநீறு, உருத்திராக்கம் ஆகிய சிவச் சின்னங்கள் பூண்டு சிவவேடம் தரித்தவர்கள்தாம் சைவர்கள் என்றால், சிவவேடம் இவற்றுடன் நின்றுவிடுகிறதா? கையில் கபாலம் ஏந்துதல், மண்டையோட்டு மாலை புனைதல் போன்றவை சிவ வேடம் ஆகாதா? பிட்சாடனக் கோலத்தில் உடையேதும் இன்றிக் 'கொக்கின் இறகோடு குளிர்வெண் பிறைசூடும்' நக்கனாகத் திரிந்த சிவனைப்போலத் திரிவது சிவ வேடம் ஆகாதா?

சிவதீட்சை பெற்றவர்தாம் சைவர் என்றால் நாயன்மார்களில் பாதிப் பேர் சிவதீட்சை பெறவில்லையே, அவர்களைத் தள்ளிவிடலாமா? குலப் பிறப்பாளர்தாம் சைவர் என்றால் நந்தனாரைக் கொளுத்திவிடலாமா? புலால் உண்ணாதவர் சைவர் என்றால் தானும் புலால் உண்டு அதையே தன் தலைவனுக்கும் படைத்த ஒப்பிலா அன்புடைய கண்ணப்பனைக் கைகழுவி விடலாமா? சைவத் திருமுறைகளை நாளும் ஓதுகிறவர்கள், சைவச் சடங்குகளை நாள் தவறாமல் செய்கிறவர்கள்தாம் சைவர்கள் என்றால் சாக்கிய நாயனார் சைவ நீக்கம் செய்யப்பட்டுவிட மாட்டாரா?

காந்தியம் கதர் மட்டுமா?

இவையெல்லாம் புற அடையாளங்கள். இவையா ஒரு சைவனை அடையாளம் காட்டும்? ஆம் என்றால், 'காந்தியர் என்பவர் யாரெனில் நாளும் கதர் அணிபவர்தாம்' என்று சொல்வதற்கு நிகர் இல்லையா அது? காந்தியம் என்பது கதர் மட்டுந்தானா?

புறத்துஉறுப்பு எல்லாம் எவன்செய்யும் யாக்கை
அகத்துஉறுப்பு அன்புஇல் அவர்க்கு. (குறள் 79)

மனித உடம்பு கன்ம இந்திரியங்கள் என்று சொல்லப்படுகிற ஐந்து தொழிற் கருவிகள் உடையது. கருத்துப் பரிமாறிப் பேச்சுத் தொழில்

செய்வதற்கு வாய், கொடுத்து அறத் தொழில் செய்வதற்குக் கைகள், நடந்து இடம் பெயரும் தொழில் செய்வதற்குக் கால்கள், கழிவை வெளியேற்றும் தொழில் செய்வதற்கு எருவாய், இனப் பெருக்கம் தொழில் செய்வதற்குக் கருவாய். அறத் தொழில் செய்யவே புறத்து உறுப்புகள். ஆனாலும் அகத்து உறுப்பாகிய அன்பு தூண்டாவிட்டால், புறத்து உறுப்புகள் என்ன செய்யும்? அவற்றால் என்ன பயன்?

'ஆஜானுபாகு' என்று வடமொழியில் ஒரு சொல்வழக்கு. முழங்கால்வரை நீண்ட கைகள் என்று பொருள். நீண்ட அகன்ற கைகள் இருந்தால் நிறைய அள்ளிக் கொடுக்கலாந்தான்; பெருவீச்சாக வாள் வீசலாந்தான். ஆனால் அள்ளிக் கொடுப்பதற்கும் பெருவீச்சாய் வீசுவதற்கும் அகம் துணியாவிட்டால், புறம் ஆஜானுபாகுவாக இருந்து என்ன பயன்?

கண்டது வேறென்ன?

கொடைக்கு அடையாளம் நீளமான கைதான் என்றால் உலகின் மிகப்பெரிய கொடையாளியாக யானைதான் இருக்கும். எவ்வளவு நீளத் தும்பிக்கை அதற்கு? அவ்வளவு நீளத் தும்பிக்கையை வைத்து அது வாங்கும் தொழில்மட்டும் செய்கிறதே ஒழியக் கொடுக்கும் தொழில் செய்வதில்லை.

இருகை யானையை ஒத்திருந்து என்உளக்
கருவை யான்கண்டி லேன்; கண்டது எவ்வமே!
வருக என்றுப ணித்தனை; வான்உளோர்க்கு
ஒருவ னே!கிற்றிலேன்! கிற்பன் உண்ணவே! (திருவாசகம், திருச்சதகம், 41)

- என்று தன்னை இருகை யானையாக உருவகித்துப் பாடுகிறார் மாணிக்கவாசகர். யானைக்கு ஒரு கை; தன் ஒற்றைக் கையால் எடுத்துத்

தின்கிறது; நெற்றியில் கையிட்டு வணக்கம் வைக்கிறது. எனக்கோ இரு கைகள். என் இரு கைகளாலும் எடுத்துத் தின்றேன்; கும்பிட்டு வணக்கம் வைத்தேன். என் இறைவா! 'உனக்குள்ளே இருக்கிறேன் வா, வா' என்று என் மனத்துக்குள் உட்கார்ந்து மணியடித்தாய்! வந்தேனா? இல்லையே? அள்ளி அள்ளித் தின்றேன்! அடங்காது துன்புற்றேன்! கண்டது வேறென்ன?

ஓர் ஆளின் சாரத்தை அவனுக்குப் புறத்தில் இருப்பனவா தீர்மானிக்கின்றன? அகத்தில் இருப்பதல்லவா? வேடமும் சடங்குகளுமா ஒருவரை அடையாளம் காட்டுகின்றன? நெஞ்சு எங்கே நெக்குருகும், உள்ளம் எதனோடு இசைந்தோடும், அன்பு எப்போது கரை புரளும், இருதயம் யாருக்கு இதழ் மலரும் என்பன அல்லவா எவரையும் அடையாளம் காட்டுகின்றன?

திருமூலருக்கும் அதுதான் கருத்து. புற வேடங்களின் வழியாகச் சைவரை அடையாளம் காட்டிச் சண்டையிட்டுக் கொண்டிருந்த அனைவரையும் மறுதலித்து அக அடையாளத்தை முன்னிறுத்துகிறார் திருமூலர்:

பிறைஉள் கிடந்த முயலை எறிவான்
அறைமணி வாள்கொண் டவர்தமைப் போலக்
கறைமணி கண்டனைக் காண்குற மாட்டார்;
நிறைஅறி வோம்என்பர், நெஞ்சிலர் தாமே. (திருமந்திரம் 2512)

கண்டம் கறுத்த இறைவனைக் காணும் வகை தெரியாதவர்களே! எதுவுமே தெரியாமல் எல்லாம் தெரிந்ததுபோல, 'என் வழி தனி வழி' என்று பிதற்றித் திரிகிற, நெஞ்சிலா மூடர்களே! 'நிலாவிடத்தில் ஒரு கறை இருக்கிறது. அந்தக் கறை முயல்போல இருக்கிறது. பிறைக்குள் கறையாக இருக்கும் அந்த முயலை இங்கிருந்தே வெட்டுகிறேன் பார்' என்று வாளை எடுத்து ஒருவன் வீசினால் அவன் மடையன் இல்லையா? இறைவனைச் சார்ந்து நிற்கும் வழி எது என்று தெரியாமல், 'இதுதான் வழி; அதுதான் வரையறை' என்று சொல்லித் திரிகிற நீங்களும் அவனையே போன்றவர்கள் இல்லையா?

இத்தவம் அத்தவம் என்றுஇரு பேர்இடும்
பித்தரைக் காணில் நகும்எங்கள் பேர்நந்தி;
எத்தவம் ஆகில்என்? எங்குப் பிறக்கில்என்?
ஒத்துஉணர் வார்க்குஒல்லை ஊர்புகல் ஆமே. (திருமந்திரம் 1568)

இந்த நெறி, அந்த நெறி என்று வெவ்வேறு பெயரிட்டு இரண்டுபட்டு நின்று அடித்துக்கொள்கிறவர்களைக் கண்டால் எங்கள் இறைவன் சிரிப்பான். எந்த வழி வந்திருந்தால் என்ன? எங்குப் பிறந்திருந்தால் என்ன? உள்ளத்தில் ஒத்துணர்ந்தால் ஊருக்குள் புகலாம். ஊர் புகுவார் ஊர் புகுக; பேர் புகுவார் பேர் புகுக.

34

கடவுள் கோப்பையாகவே இருக்கிறார்

மால்அறியா நான்முகனும் காணா மலையினைநாம்
போல்அறிவாம் என்றுஉள்ள பொக்கங்களே பேசும்
பால்ஊறு தேன்வாய்ப் படிறீ கடை திறவாய்... (திருவாசகம், திருவெம்பாவை, 5)

- என்று ஒரு மணிவாசகப் பாட்டு. தெரிந்த கதைதான். திருமாலுக்கும் நான்முகனுக்கும் யார் பெரியவர் என்று சண்டை வந்தது. 'நான்', 'நான்' என்றார்கள் இருவரும். யார் என்று இறுதி செய்துகொள்வதற்காகச் சிவனாரிடம் போனார்கள். அண்ணாமலையாய் எழுந்து நின்ற சிவனார், 'ஒருவர் அடியைத் தேடுக; மற்றவர் முடியைத் தேடுக; முதலில் கண்டு வந்தவர் முதல்வர்' என்றார். முதல்வராகும் தகுதியை இருவருமே பெறவில்லை என்று கதை.

நிலவரம் அப்படியிருக்க, 'திருமாலும் நான்முகனும் கண்டறிய முடியாத அண்ணாமலையினை நான் அறிவேன்' என்று சொன்னாளாம் ஒருத்தி. 'அடி வஞ்சகீ! எவ்வளவு பெரிய பொய்? உப்புச்சப்பில்லாத பச்சரிசி மாவுக் கொழுக்கட்டையை, வெல்லப்பாகும் தேங்காய்ப்பாலும் ஊற்றிப் பால் கொழுக்கட்டை ஆக்கிச் சுவையுணவாக ஆக்குவதைப்போல, உன்னுடைய பச்சைப் பொய்யைப் பாலும் தேனும் கலந்த இனித்த சொற்களில் ஊறப் போட்டுப் மெய்போலத் தோற்றுவிக்கிறாயேடீ, புளுகுணி மட்டை! வெள்ளென எழுந்திருந்து மார்கழி நீராடிச் 'சிவனே சிவனே' என்று நினைந்து வழிபடத் துப்பில்லாதவள், எட்டு ஊருக்குப் பேசும் பேச்சைப் பார்த்தாயா, வெண்கலக் கட்டை, கதவைத் திறடீ!' என்று சினந்தார்களாம் தோழிமார்கள்.

'பொக்கம்'—அழகாக இருக்கிறது இல்லையா இந்தச் சொல்? பொக்கம் என்றால் பொந்து. மரத்திலும் கல்லிலும் உள்ள பொந்து. உள்ளீடாக ஒன்றுமே இல்லாமல் வெற்றுக் குடைவாக இருப்பது. பல் என்கிற உள்ளீடு இல்லாமல் வெறும் பொந்தாக இருக்கும் வாய் பொக்கை வாய்; உள்ளீடு இல்லாத வெற்றுக் கடலைக்குப் பெயர் பொக்குக் கடலை; உள்ளீடு இல்லாத சிறிய கொப்புளத்துக்குப் பெயர் பொக்குளம்; கருதத்தக்க உள்ளீடாக ஒன்றுமில்லாமல் எதையோ நிரப்பி வைத்திருக்கும் பிச்சைக்காரனின்

பைக்குப் பெயர் பொக்கணம்; உள்ளீடற்றுச் செய்யப்படும் சம்புடத்துக்குப் பெயரும் பொக்கணம்; உள்ளீடற்ற பொக்கணங்களில் அரும்பெரும் பொருள்களைப் பதுக்கி வைத்தால் அது பொக்கிஷம்.

சாம்பல்தானே பொக்கம்தானே?

சம்புடம்போலவே உள்ளீடு இல்லாமல் உட்குழிந்திருக்கும் மண்டையோடும் பொக்கணந்தான். இந்தப் பொக்கணத்தைச் சம்புடமாகப் பாவித்துத் திருநீறு வைத்துக்கொள்வார்கள் சில சைவர்கள். திருநீறும் உள்ளீடற்று, வெறும் அடையாளமாக, வெண்ணிலையாக இருக்கிற சாம்பல்தானே? பொக்கம்தானே?

நக்கன்காண்; நக்கரவம் அரையில் ஆர்த்த
நாதன்காண்; பூதகணம் ஆடஆடும்
சொக்கன்காண்; கொக்குஇறகு சூடி னான்காண்;
துடிஇடையாள் துணைமுலைக்குச் சேர்வதுஆகும்
பொக்கன்காண்; பொக்கணத்த வெண்நீற் றான்காண்... (தேவாரம், 6:87:2)

உடுத்த உடை இல்லாத நக்கன்; அரைஞாணாகக் கட்டிக்கொள்ள வெள்ளிக் கொடியோ பட்டுக் கயிறோ இல்லாது நச்சுப் பாம்பெடுத்து இடையில் சுற்றிக்கொண்ட நாதன்; குற்றேவல் பூதங்களை ஆட்டத் தானே நின்றாடும் சொக்கன்; சூடிக்கொள்ள மயிலிறகும் கிடைக்காமல் கொக்கின் இறகைச் சூடிய திக்கன். ஆகமொத்தம் ஆண்டி. போகட்டும். இவ்வளவு சொன்ன திருநாவுக்கரசர் மேலும் சொல்கிறார்: அவன் உள்ளீடே இல்லாத பொக்கன். 'இதென்ன கதை? இறைவனாக இருக்கிறவன் உள்ளீடே இல்லாத பொக்கனாக எப்படி இருக்க முடியும்? என்றால், அவன் மங்கை பாகன் இல்லையா? துடி இடையாளின் துணை முலைக்குத் தன்னில் ஒரு பாதி இடம் கொடுத்த பங்கன் இல்லையா? இடம் கொடுப்பது எப்போது நிகழமுடியும்? ஓர் இடத்தில் வேறு ஏதும் இல்லாமல், அந்த இடம் பொக்கமாக இருந்தால்தானே ஒரு பொருளுக்கு இடம் கொடுக்க முடியும், அந்தப் பொருள் அந்த இடத்தை நிரப்ப முடியும்? இறைவி இறைவனை நிரப்புகிறாள் என்றால் அவன் உள்ளீடற்ற பொக்கன்தானே? பொக்கனாகிய அவன் பொக்கணமாகிய மண்டையோட்டுச் சம்புடத்தில் பணமதிப்பற்ற பொக்கமாகிய திருநீற்றை வைத்திருக்கிறான் என்று பேசுகிறார் திருநாவுக்கரசர்.

பொக்கம் என்றால் பொய் அல்லவா? வஞ்சகம் அல்லவா? இறைவன் பொக்கன் என்றால் அவன் பொய்யனா? வஞ்சகனா என்றொரு கேள்வி எழக்கூடும். உள்ளீடற்ற ஒன்று உள்ளீடு உள்ளதாகத் தன்னைக் காட்டிக்கொண்டால் அது பொய்; வஞ்சகம். எம்பாவைப் பெண் அதனால்தான் 'பொக்கம் பேசும் வஞ்சகி' என்று தோழிகளால் செல்லம் கொஞ்சப்படுகிறாள். ஆனால் உள்ளீடற்ற ஒன்று உள்ளீடற்றதாகவே தன்னை முன்வைத்தால்

அது எப்படிப் பொய்? எப்படி வஞ்சகம்? அதுதானே மெய்? தான் உள்ளீடற்ற பொக்கன் என்பதைக்கூட வெளிப்படக் காட்டும் இந்த இறைவன் பொய்சொல்லா மெய்யன் இல்லையா?

தனக்குள் இருத்திக்கொள்கிற இறைவன்

உள்ளீடற்ற கடவுள் என்கிற கருதுகோள் எவ்வளவு பெரிய வரம்! கோப்பை உள்ளீடற்றதாக இருந்தால் அதில் நம் விருப்பம்போல எதை வேண்டுமானாலும் ஊற்றி நிரப்பிக்கொள்ளலாம் அல்லவா? தேநீர் ஊற்றி நிரப்ப விரும்புகிறவர் தேநீரை ஊற்றிவிட்டு, இது தேநீர்க் கோப்பை எனலாம்; மது ஊற்றி நிரப்ப விரும்புகிறவர் மதுவை ஊற்றிவிட்டு, இது மதுக்கோப்பை எனலாம்; தண்ணீர் ஊற்றி நிரப்ப விரும்புகிறவர் தண்ணீரை ஊற்றிவிட்டு, இது தண்ணீர்க் கோப்பை எனலாம். ஆனால் கோப்பையோ இவற்றில் எந்தக் கோப்பையும் அன்று; அது உள்ளீடற்ற காலிக் கோப்பை; எதை வேண்டுமானாலும் நிரப்பிக்கொள்ளுமாறு எல்லாவற்றுக்கும் இடம்தந்து நிற்கிற பொக்கணம்.

ஆதாரம், ஆதேயம் என்று திருமந்திரத்தில் பேசப்படும். ஆதாரம் என்பது எல்லாவற்றையும் தாங்குவது. ஆதேயம் என்பது அதில் தங்குவது. இறைவன் ஆதாரம். ஏனைய எல்லாம் ஆதேயங்கள். இறைவன் ஆதாரமாக இருந்து, அதாவது உள்ளீடற்றவனாக இருந்து எல்லாவற்றையும் தாங்குகின்றான்; தனக்குள் இருத்திக்கொள்கின்றான்.

இறைவன் ஒன்றுமற்றவன். பொக்கன். எல்லாவற்றுக்கும் இடம் தருகிறவன் எனில் அப்படித்தானே இறைவனைப் பார்க்க வேண்டும்? நம் விருப்பத்தின்பேரில் அவனுக்குள் எது எதையோ ஊற்றி நிரப்பிவிட்டு, 'இவன்தான் இறைவன்; இனிதே காண்க' என்றால் அது சரியா? வண்ணங்களற்ற

இறைவனுக்குச் சமயங்கள் தத்தமக்குத் தோன்றிய வகையில் 'மஞ்சள் போடு, சிவப்புப் போடு, நீலம் போடு' என்று வண்ணம் பூசி விடுகின்றன. ஆறு சமயங்கள்; ஆறு வண்ணங்கள்; ஆறு இறைவர்கள் என்றால் அது முறையா? ஆறாகவும் பத்தாகவும் பிரிந்து நிற்க, இறைவன் என்ன ஐபிஎல் கிரிக்கெட்டின் வண்ணத் தூதுவனா அல்லது அணி முதலாளியா?

இமையங்க ளாய்நின்ற தேவர்கள் ஆறு
சமையங்கள் பெற்றனர்; சாத்திரம் ஓதி,
அமைஅறிந் தோம்என்பர் ஆதிப் பிரானும்
கமைஅறிந் தார்உள் கலந்துநின் றானே. (திருமந்திரம் 1550)

மலைகளைப்போல வணங்காமல் நிற்கிற தேவர்கள் அவரவர் சார்புகளுக்கு ஏற்ப ஆறு சமயங்களின் வழியாகக் கடவுளைத் தேடினர். அந்தந்தச் சமயங்களின் சாத்திரங்களைக் கற்றனர்; ஓதினர். ஓதிவிட்டதாலேயே கடவுளை அறிந்துவிட்டோம் என்று கூவினர். ஆனால் கடவுளோ அவர்களுக்குத் தோன்றாமல், யார் என்ன சொல்லிக் கூவினாலும் பொறுத்துக்கொண்டு வண்ணத்தை அல்லாமல் சாரத்தை நாடுகிறவர்களின் உள்ளத்தில் தோன்றி நின்றான். அப்படியென்றால் அந்த ஆறு சமயங்கள்?

நூறு சமயம் உளவா நுவலுங்கால்;
ஆறு சமயம்அவ் வாறுஉள் படுவன;
கூறு சமயங்கள் கொண்ட நெறிநில்லா
ஈறு பரநெறி இல்லா நெறிஅன்றே. (திருமந்திரம் 1537)

ஆறென்ன ஆறு? பார்க்கப் போனால் நூறு சமயங்கள் இருக்கின்றன; அதற்கு மேலும்கூட இருக்கலாம். எல்லாமே ஆளுக்கொரு கோப்பையைக் கையில் வைத்துக்கொண்டு, அதில் எதையோ ஊற்றி நிரப்பிக்கொண்டு, கடவுள் எங்கள் கோப்பைக்குள் இருக்கிறார் என்கின்றன. ஆனால் கடவுள் கோப்பைக்குள் இல்லை; கோப்பையாகவே இருக்கிறார் என்று அவற்றுக்குப் புரியவே இல்லை. இவற்றின் நெறிகள் எதுவும் இறைவனுக்கு இட்டுச் செல்லும் நெறிகள் இல்லை.

நெக்கு நெக்கு நினைப்பவர் நெஞ்சுளே
புக்கு நிற்கும் பொன்னார்சடைப் புண்ணியன்,
பொக்கம் மிக்கவர் பூவும்நீ ரும்கண்டு
நக்கு நிற்பர் அவர்தம்மை நாணியே. (தேவாரம், 5:90:9)

- என்கிறார் திருநாவுக்கரசர். எந்தப் பாவனையும் இல்லாமல் நெகிழ்ந்து நிற்பவர்களின் நெஞ்சுக்குள் தானாகவே நுழைந்துவிடுகின்ற இறைவன், நெஞ்சில் பொய்யோடும் கையில் பூவோடும் நிற்பவர்களைக் கண்டு கேலியாகச் சிரிப்பானாம்.

பொக்கம் விட்டால் பக்கம் வருவான் பொக்கன்.

35

ஏல நினைப்பவருக்கு இன்பம் செய்தானே

இயற்சொல், திரிசொல், திசைச்சொல், வடசொல் என்று சொற்களை நால்வகைப்படுத்துகிறார் தொல்காப்பியர். இயற்சொல் என்பது இயல்பான வழக்குச் சொல்; கற்றவர், கல்லாதவர் அனைவருக்கும் விளங்கும் சொல். நீர், மலை என்பதைப்போல. திரிசொல் என்பது பொருள் திரிந்த சொல். ஒரு சொல் பல பொருள்களைச் சுட்டலாம்; அல்லது பல சொற்கள் ஒரு பொருளைச் சுட்டலாம்; வெற்பு (மலை), கிள்ளை (கிளி) என்பதைப்போல. கல்லாதவர்கள் பொருள் உணர்வது கடினம். படித்தவர்கள் யாராவது பொருள் சொல்ல வேண்டும். திசைச்சொல் என்பது செந்தமிழ் நிலத்தின் பக்கத்து நிலங்களில் வழங்கும் சொற்கள். தாயைத் தள்ளை என்றும் தந்தையை அச்சன் என்றும் வழங்குவதைப் போல. வடசொல் என்பது வடமொழிகளில் வழங்கும் சொல். அந்தச் சொல்லில் வட எழுத்து இருந்தால் அந்த எழுத்தை நீக்கித் தமிழ் ஒலிப்பு முறைக்குப் பொருந்துமாறு அதை மாற்றி வழங்குதல். பங்கஜத்தைப் பங்கயம் என்றும் பக்ஷி என்பதைப் பட்சி என்றும் வருஷத்தை வருடம் என்றும் வழங்குதைப்போல.

சில திரிசொற்களை நம் ஆட்கள் தமிழ் என்றே நம்ப மாட்டார்கள். அவை தமிழ் ஒலிப்பு முறைக்கு மாற்றப்பட்டுவிட்ட வடசொற்கள் என்று உறுதியாக நம்புவார்கள். 'சலம்' என்பது அவற்றில் ஒன்று. 'சலம்' என்றால் நீர். வடமொழிச் சொல்லான 'ஜலம்' என்பதைத்தான் ஒலி பெயர்த்துச் 'சலம்' என்று தமிழில் எழுதுவதாகப் பெரும்பாலானவர்கள் கருதுகிறார்கள். ஆனால், சலம் என்பது ஒலிபெயர்ப்புச் சொல் அன்று; அது தமிழ்ச் சொல்லே.

'சலசல' என்னும் ஓசையுடன் ஓடியது 'சலம்' என்று அறிஞர்கள் சொல்கிறார்கள். அதெப்படிப் பொருந்தும் என்றால், 'காகா' என்று ஒலி எழுப்பும் பறவையைக் காக்கை என்று வழங்கவில்லையா? 'குர்குர்' என்று ஒலி எழுப்பும் விலங்கைக் 'குரங்கு' என்று வழங்கவில்லையா? அப்படித்தான் 'சலசல' என்று ஒலியெழுப்பி ஓடிய நீரைச் 'சலம்' என்று வழங்கினோம்.

தண்அம்துவர் பல ஊட்டிச் சலம் குடைவார்... (பரிபாடல், 10:90)

சிலுசிலுவென்று தண்மையாக இருக்கிற செந்நிறப் பொடிகளைப் பூசிக்கொண்டும், கலகலவென்று சிரித்துக்கொண்டும், சலசலவென்று ஓடுகிற வைகைச் சலத்தில் குடைந்து குடைந்து ஆடுகிறார்கள் மதுரைக் குமரிகள் என்று குறிக்கிறது பரிபாடல்.

அசைவது சலம்

சலம் வருகிற வழிக்குப் பெயர் சலவாய். 'சிறுநீர் கழித்துவிட்டு வருகிறேன்' என்பதைச் 'சின்னச் சலவாய்க்குப் போய்வருகிறேன்' என்று ஒரு காலத்தில் இடக்கரடக்கிப் பேசியிருக்கிறார்கள். நீர்க்கடுப்பைச் சலக்கடுப்பு என்றும் நீரிழிவைச் சலக்கழிச்சல் என்றும் குறித்திருக்கிறார்கள். சிரங்கிலிருந்து வரும் நீர்ப்பொருளுக்குச் சலம் என்று பெயர். சலக்கோவை பிடித்தால் சளி வரும். ஒரு பங்கு நைட்ரிக் அமிலமும் மூன்று பங்கு ஹைட்ரோகுளோரிக் அமிலமும் கொண்ட இராசத் திராவகம் என்ற அமிலக் கலவை தங்கத்தை நீரைப்போலக் கரைப்பதற்குப் பயன்படுகிறது. இந்த அமிலக் கலவைக்குத் 'தங்கம் சலமாக்கி' என்று தமிழில் பெயர் வைத்திருக்கிறார்கள்.

சலசலத்துக்கொண்டும் அசைந்துகொண்டும் இருப்பது 'சலம்' என்றால், சலசலக்காமலும் அசையாமலும் இருப்பது 'அசலம்,' அதாவது மலை. அருணாசலம் அண்ணாமலை; விருத்தாசலம் பழமலை; தணிகாசலம் தணிகைமலை; வேங்கடாசலம் வேங்கடமலை.

ஓடுகின்ற நீருக்கு, சலசலக்கிற ஓசைபற்றி வந்த 'சலம்' என்கிற பெயர், நீரின் அசைவுபற்றி, அதாவது நிலையில்லாமல் ஓடுகின்ற தன்மைபற்றி வேறு புதிய பொருள்களைப் பெறுகிறது. அசைவு என்பது மாற்றத்தை, நிலையில்லாத தன்மையைக் குறிக்கிறது. சங்க இலக்கியத்தில் நிலையாமைக் கருதுகோளைச் சித்திரிப்பதற்கான பின்புலமாகக் கடலும் கடல்சார்ந்த பகுதியுமான நெய்தலைத்தான் முன்வைக்கிறார்கள். அந்த அடிப்படையில் பார்த்தால் சலம் என்பது நிலையின்றி அசைகிற, மாற்றத்துக்கு உள்ளாகிற எல்லாவற்றையும் குறிக்கிற சொல் ஆகிறது. இவ்வாறாகச் சலம் என்பது நீரை மட்டும் குறிக்கிற இயற்சொல்லாக இல்லாமல், அசைவு, சுழற்சி, நடுக்கம், பொய், வஞ்சகம், கோபம் ஆகியவற்றையும் குறிக்கிற திரிசொல்லாக உருவெடுக்கிறது.

சலம்புணர் கொள்கைச் சலதியோடு ஆடி...
(சிலம்பு, புகார்க் காண்டம், கனாத்திறம் உரைத்த காதை, 69)

'மாதவி நிலையான உள்ளம் கொண்டவள் அல்லள்; நேற்றொரு கொள்கை, இன்றொரு கொள்கை என்று தேவைக்குத் தகுந்தாற்போலக் கொள்கைகளை மாற்றி அலைபாயும் உள்ளம் கொண்ட வஞ்சகி' என்று மாதவியைக் கண்ணகியிடம் பழிக்கிறான் 'சலம்புணர் கொள்கைச் சலவன்' கோவலன்.

சலத்தால் பொருள் செய்து ஏமார்த்தல் பசுமண்
கலத்துள்நீர் பெய்திரீஇ அற்று. (குறள் 660)

அரசைப் பாதுகாக்க வேண்டிய அமைச்சன், களவாணித்தனம் செய்து, வஞ்சனையான தீய வழிகளில் பொருள் சேர்த்து, கறை படிந்த அந்தக் காசைக் கொண்டு அரசைப் பாதுகாப்பேன் என்பது, இன்னும் சூளையில் சுட்டு இறுக்கப்படாத பச்சை மண் பாண்டத்தில் தண்ணீர் ஊற்றி வைப்பதைப் போன்றது. பானையும் கரைந்து போகும்; தண்ணீரும் வீணாய்ப் போகும்.

இறைவன் சலமயன்

கோவலன் மாதவியைச் 'சலதி' என்றான். வள்ளுவர் திருட்டு வழியில் பணம் சேர்க்கும் அமைச்சனைச் 'சலவன்' என்றார். திருமூலரோ இறைவனையே 'சலமயன்,' 'சலவியன்' என்கிறார்.

தான்ஒரு கூறு சதாசிவன் எம்இறை;
வான்ஒரு கூறு மருவியும் அங்குஉளான்;
கோன்ஒரு கூறுஉடல் உள்நின்று உயிர்க்கின்ற
தான்ஒரு கூறு சலமயன் ஆமே. (திருமந்திரம் 112)

கடவுள் என்று பேசினால் அவனது இருப்பு எப்படி, அவனது வண்ணம் எவ்வண்ணம், யார் அவன் என்ற கேள்விகள் வரும். 'இப்படியன் இந்நிறத்தன் இவ்வண்ணத்தன் இவன் இறைவன் என்று எழுதிக் காட்ட ஒண்ணாதே' என்று, விடை சொல்ல முடியாமல் கைவிரித்த தருணங்களும் உண்டு. திருமூலரைப்போல முரட்டுத் துணிச்சலுடன் சுட்டிக்காட்ட முயன்ற

தருணங்களும் உண்டு. இறைவன் எங்கிருக்கிறான், எப்படி இருக்கிறான் என்று கேட்பவர்களே! நீங்கள் பார்க்கின்ற எல்லாவற்றிலும் அவன் இருக்கிறான். நீங்கள் பார்க்காதவற்றிலும் அவன் இருக்கிறான். உங்களுக்கு உள்ளே நின்று இயக்குகின்றவனாகவும் அவன் இருக்கிறான். அவனே இயக்கமாகவும் இருக்கிறான். இறைவன் அசைவில்லாமல் நிலைகுத்தி நிற்கிறவன் அல்லன். அசையாமல் இருந்த இடத்தில் இருக்க அவன் என்ன ஜவுளிக் கடைப் பொம்மையா? அவன் இயக்கமயமாக இருக்கிற சலமயன். ஆடிக்கொண்டே இருக்கிறவன். கூத்தன். சிவமயம் என்பது சலமயம். அறிக.

காலை எழுந்தவர் நித்தலும் நித்தலும்
மாலை படுவதும் வாழ்நாள் கழிவதும்
சாலும்அவ் ஈசன் சலவியன் ஆகிலும்
ஏல நினைப்பவர்க்கு இன்பம்செய் தானே. (திருமந்திரம் 182)

காலையில் எழுகிறோம்; உண்கிறோம்; உடுத்துகிறோம்; திரிகிறோம்; மாலையில் விழுகிறோம்; உறங்குகிறோம். வாழ்நாள் கழிகிறது. வீழ்நாள் வருவதற்குள் அவனைத் தேடிக்கொள்ளுங்கள் என்றால், அவன் சுடுகாட்டையே அரங்கமாக்கி ஆடிக்கொண்டிருக்கிற சலவியன். எந்தச் சுடுகாட்டில் ஆடிக்கொண்டிருக்கிறானோ? எங்கே தேடுவது என்கிறவர்களே! நினையுங்கள்! உங்கள் உள்ளக் காட்டிலும் ஆட அவன் வருவான்.

தமிழ் எனும் அளப்பரும் சலதி தந்தவன்...
(கம்ப ராமாயணம், பாலகாண்டம், மிகை. 85)

தமிழ் என்ற அளவிட முடியாத சலதியைத் தந்தவன் அகத்தியன் என்று பெருமை பேசுகிறது கம்ப ராமாயணத்தின் மிகைப் பாடல் ஒன்று. சலதி என்றால் அசைந்துகொண்டே இருக்கிறவள்.

எது அசைகிறதோ அதுதான் உயிர்ப்போடு இருக்கிறது; எது அசையவில்லையோ அது பிணம். தமிழ் சலதி; சிவன் சலவியன். தமிழும் சரி, சிவமும் சரி, வெள்ளத்துக்குத் தகுந்தாற்போல மலர் தன்னை நீட்டிக்கொள்வதைப் போல, மக்களின் உள்ளங்களுக்கும் உயரங்களுக்கும் தகுந்தாற்போலத் தங்களை நிலைமாற்றி நீட்டிக்கொள்கின்றன.

36

உள்ளமும் உயிரும் ஒன்றானால்

'ஓகம்' என்றொரு தமிழ்ச் சொல். யோகம் என்றும் அறியப்படும். ஓகம் என்றால், ஒன்று மற்றொன்றுடன் இணைதல்; கலத்தல்; ஒன்றுதல். இணைதல், கலத்தல், ஒன்றுதல் என்ற பொருள் மாறாமல். இடக்கான சொல்லாகப் பதிவில் ஏறிவிட்டதாலோ என்னவோ அந்தச் சொல்லின்மேல் கவனம் செலுத்தாமல் விலக்கிக்கொண்டுவிட்டோம்.

இரண்டாகப் பிரிந்து கிடப்பவை ஒன்றாக இணைவது 'ஓகம்' என்று பொதுவில் வரையறுக்கப்படும். நம்முடைய உள்ளமும் உடலும் இரண்டாக இருக்கின்றன. அவை ஒருங்கிணைந்து இயங்காமல், தத்தம் போக்கில் தனித்தனியாக இயங்கினால், எண்ணிய செயலை எண்ணியவாறு செய்ய முடியாமல் போகும். "மாடு ரெண்டு; பாதை ரெண்டு; வண்டி எங்கே சேரும்?" என்று ஒரு திரைப்பாட்டு வரி உண்டல்லவா? இரட்டை மாட்டு வண்டியில் மாடுகளுக்கிடையே ஒருங்கிணைவு இல்லாவிட்டால் வண்டி குடை சாய்ந்துவிடாதா?

விசைஉறு பந்தினைப்போல்-உள்ளம்
வேண்டிய படிசெலும் உடல்கேட்டேன்

- என்று உள-உடல் ஒருங்கிணைவைச் சிவசத்தியிடம் வேண்டுகிறான் பாரதி.

வாய்ஒன்று சொல்லி, மனம்ஒன்று சிந்தித்து,
நீஒன்று செய்யல்! உறுதி, நெடுந்தகாய்!
தீஎன்றுஇங்கு உன்னைத் தெளிவன்! தெளிந்தபின்
பேய்என்றுஇங்கு என்னைப் பிறர்தெளி யாரே. (திருமந்திரம் 1683)

உன்னுடைய சொல்லுக்கும் மனத்துக்கும் செயலுக்கும் ஒருங்கிணைவு இல்லை என்றால், உன்னை மிகமோசமான ஆளுமை என்றே கருத்தில் வைப்பேன்; அவ்வாறு வைப்பதற்காக என்னை யாரும் இகழப்போவதில்லை என்று ஒருங்கிணைவை முதன்மைப்படுத்துகிறார் திருமூலர்.

ஓகம் செய்தவர் ஓகி

உள்ளமும் உடலும் ஒருங்கிணைவது மட்டுந்தான் ஓகம் என்று கருத வேண்டாம்; உயிரும் உயிரும் ஒருங்கிணைவதும் ஓகந்தான் (உயிர்-இறை). உடலும் உடலும் ஒருங்கிணைவதுங்கூட ஓகந்தான் (ஆண்-பெண்). உடலைக் கருவியாக்கி அதன்வழியாக உள்ளத்தை / உயிரைக் கட்டியாள்கிற எல்லா முயற்சிகளுமே ஓகந்தான். அவ்வாறு கட்டியாண்டு ஓகம் செய்தவர்கள் ஓகிகள். அவ்வண்ணம் ஓகுதலைப் பேசும் நூல் ஓக நூல்.

தமிழ்நாட்டுக்கு ஓகமும் புதிதன்று; ஓகிகளும் புதியவர்கள் அல்லர். ஓகம் பழகிய ஓகிகள் சங்க காலந்தொட்டே இருந்து வந்திருக்கிறார்கள் என்பதைச் சொல்லாய்வு அறிஞர் ப.அருளியார் எடுத்துக்காட்டுகிறார்: ஓரம்போகியார் என்று ஒரு சங்கப் புலவர். இவரது பெயரை விளக்குகையில் ‘ஓரம் போகியார்’ என்று பிரித்துதெழுதிப் ‘பாதையில் போகும்போது ஓரமாகப் போகிறவர்’ என்று பொருள் சொல்லிவிட்டார்கள். அது அவ்வாறல்ல. அவரது பெயரைச் சரியாகப் பிரித்தெழுத வேண்டுமானால் ‘ஓர்+அம்பு+ஓகியார்’ என்று எழுத வேண்டும். பட்டினத்தார் தம் கையில் ஒற்றைக் கரும்பை வைத்துக்கொண்டு சுற்றியதைப் போல, இவர் தம் கையில் ஒற்றை அம்பை வைத்துக்கொண்டு சுற்றியிருப்பார்போலத் தெரிகிறது. ஆகவே ‘ஓர் அம்பு ஓகியார்’ என்று வழங்கப்பெற்றிருக்கலாம்.

‘ஓர் அம்பு’ என்பது ஏதேனும் கொள்கையைக் குறிக்கும் அடையாளச் சின்னமாக இருந்திருக்கலாம்—அத்துவைதக் கொள்கையைக் கடைப்பிடிக்கிற துறவிகள் ‘நாங்கள் ஒற்றை உண்மையை நம்புகிறவர்கள்’ என்று காட்டுவதற்காக ஒற்றைக் குச்சியையும் விசிட்டாத்துவைதக் கொள்கையைக் கடைப்பிடிக்கிற துறவிகள் ‘நாங்கள் மூன்று உண்மைகளை நம்புகிறவர்கள்’ என்று காட்டுவதற்காக முக்குச்சிகளை ஒருங்கிணைத்தும் கையில் வைத்திருப்பதைப்போல. அல்லது அம்பைப் போலத் தன் உடம்பை இருத்திக்கொண்டவராக இருக்கலாம். அதனால் ஓர் அம்பு ஓகியார் என்று அழைக்கப்பெற்றிருக்கலாம்.

ஓரம்பு ஓகியாரைப்போலவே கொக்கோகர் என்று ஒரு ஓகியார் இருந்திருக்கிறார். கொக்கோகர் என்றால் கொக்கு+ஓகர், அதாவது, கொக்கைப்போல ஓகம் செய்தவர். அதென்ன கொக்கு ஓகம் என்றால், கொக்கைப்போலத் தன் உடம்பை இருத்திக்கொள்வது கொக்கு ஓகம்.

ஓகத்தின் உட்கிடை

உடம்பு என்ற ஒன்று இருப்பதே தெரியாமல் இருப்பது ஓகம். அவ்வாறு இருக்க முடிந்தால், ‘உள்ளம் வேண்டியபடி செல்லும் உடல்’ நமக்குக் கிடைத்துவிட்டதாக மகிழ்ந்து கொள்ளலாம்.

நம்மை எவ்வாறு இருத்திக்கொண்டால் உடம்பு என்ற ஒன்று இருப்பது தெரியாமல் இருக்கலாம் என்று தேடுகிற முயற்சியில், மனிதர்கள்

தங்களைப் பல்வேறு வகைகளில் இருத்திப் பார்த்துக்கொண்டார்கள்—கொக்கைப்போல, மீனைப்போல, முதலையைப்போல, விட்டிலைப்போல, பாம்பைப்போல, தேளைப்போல, பருந்தைப்போல, மயிலைப்போல. உயிர்களைப்போல மட்டுமல்லாது, கலப்பையைப்போல, வில்லைப்போல, அம்பைப்போல, சக்கரத்தைப்போல, படகைப்போல, தாமரையைப்போல, மரத்தைப்போல, பிணத்தைப்போல என்று பலவற்றைப் போலவும் இருத்திப் பார்த்திருக்கிறார்கள்.

இவற்றில் எந்த இருக்கை முறை உடம்பு என்ற ஒன்று இருப்பதே தெரியாமல், உடம்பைச் சுகமாக இருக்க வைத்ததோ அதைத் தனக்கான இருக்கை முறையாகத் தேர்ந்துகொண்டிருக்கிறார்கள். ஓர் அம்பு ஓகியும் கொக்கு ஓகியும் அப்படித் தேர்ந்துகொண்டவர்களாகவே இருக்க வேண்டும். உடம்பை ஒரு நிலையில் இருத்திவிட்டால் உள்ளத்தை இருத்துவது எளிதாகிவிடுகிறது. உடம்பும் உள்ளமும் வசப்பட்டுவிட்டால், எண்ணியதை எண்ணியாங்கு எய்தலாம் என்பதுதான் ஓகத்தின் உட்கிடை.

உள்ளியது எய்தல் எளிதுமன் மற்றும்தான்
உள்ளியது உள்ளப் பெறின் (குறள் 540)

நெஞ்சுறுதியோடும் ஊக்கத்தோடும் ஒருவன் தான் எண்ணியதையே எண்ணிக்கொண்டிருந்தால், எண்ணியதை அடைவது எளிதல்லவா என்று முன்வைக்கிற திருக்குறளும் சிற்சில இடங்களில் ஓகம் பேசுகிற நூல்தான் என்றாலும், ஓகத்தைச் செறிவாகப் பேசிய நூல் திருமந்திரம்தான்.

நெறிவழியே சென்று நேர்மையுள் ஒன்றித்
தறிஇருந் தாற்போலத் தம்மை இருத்திச்
சொறியினும் தாக்கினும் துண்என்று உணராக்
குறிஅறி வாளர்க்குக் கூடலும் ஆமே. (திருமந்திரம் 1457)

உடலும் உள்ளமும் யானையைப்போல அசைந்துகொண்டே இருக்கின்றன. நிலைகுத்தி நிற்பது என்பது அவற்றுக்கு ஏறத்தாழ இயலாததாக இருக்கிறது. உடலும் உள்ளமும் ஒருங்கிணைய வேண்டும்; நிலைகுத்த வேண்டும். எதைப்போல என்றால் யானையைக் கட்டி வைக்கிறார்களே தூண், அதைப்போல. யானை உரசினாலும் முட்டினாலும் இழுத்தாலும் அதிராமல், அசையாமல் நிற்கும் அந்தத் தூண். யானையையும் கட்டுப்படுத்தும். அவ்வாறு நிலைகுத்தி நிற்கத் தெரிந்தவர்கள் எதைக் குறித்து எண்ணினார்களோ, அதை எண்ணியவாறே எய்துவார்கள்.

அடிமையாக ஏன் இருக்க வேண்டும்

எனவே, உள்ளத்தில் உடம்பைக் கட்டுவீர்களோ அல்லது உடம்பில் உள்ளத்தைக் கட்டுவீர்களோ, அது உங்கள் பாடு. கட்டுத்தறி உறுதியாக நின்றால் அதில் கட்டப்பட்டது அலைபாயாமல் நிற்கும். அலைபாய்ச்சல் அடங்கினால் கவனம் மிகும். கவனம் மிகுந்தால் எண்ணியது ஈடேறும். எண்ணியது ஈடேறுதல் ஓகம்; குறி அறிவதும் அதைக் கூடுவதும் ஓகம்.

எழுத்தொடு பாடலும் எண்எண் கலையும்
பழித்தலைப் பாசப் பிறவியை நீக்கா;
அழித்தலைச் சோமனோடு அங்கி அருக்கன்
வழித்தலைச் செய்யும் வகை உணர்ந் தேனே. (திருமந்திரம் 1461)

நூற்கல்வி, மந்திரங்களை ஓதுதல், அறுபத்து நான்கு கலைகளை அறிதல், இவையெல்லாம் உங்களுக்கு விடுதலை வழங்காது. மாறாக, அவை உங்களைக் கட்டுப்படுத்துகின்றன. இதுதான் என் நூல்; இதுதான் என் மந்திரம், இதுதான் என் கலை, இதுதான் என் கொள்கை என்று ஏதேனும் ஒரு சட்டகத்துக்குள் உங்களை அடைபடச் செய்கின்றன. அடைபட வைக்கிற அமைப்புகள் எப்படி விடுதலைப்படுத்தும்? ஓகம்தான் உங்களை விடுதலைப்படுத்தும். ஓகம் பயில்வதற்கு யாரும் எதற்குள்ளும் அடைபட வேண்டிய கட்டாயமில்லை. இடகலை, பிங்கலை, சுழிமுனை என்று ஏறியும் இறங்கியும் சுழித்தும் ஓடுகிற மூச்சை ஆளத் தெரிந்தால் போதும். உங்கள் தளைகளை அழித்து விடுதலை பெறலாம். ஆள்கிறவராக இருக்க வாய்ப்பிருக்கும்போது, அடிமையாக ஏன் இருக்க வேண்டும்?

37

காண்பது சக்தி இந்தக் காட்சி நித்தியம்

சடங்குகளை முன்னிறுத்துகிற சமய நெறிகளுக்குள் மக்களை அடைத்து வைப்பதைக் காட்டிலும், ஓகம்போன்ற கட்டற்ற விடுதலை நெறிகளின் வழியாக ஆற்றுப்படுத்துவதில்தான் திருமூலருக்குப் பெருவிருப்பம் இருந்திருக்க வேண்டும்.

அந்நெறி, இந்நெறி என்னாது அட்டாங்கத்
தன்நெறி சென்று சமாதியி லேநின்மின்;
நன்னெறி செல்வார்க்கு ஞானத்தில் ஏகலாம்;
புன்னெறி ஆகத்தில் போக்கில்லை ஆகுமே (திருமந்திரம் 551)

- என்று ஓகத்தைச் சிறப்பித்துப் பேசுகிறார் திருமூலர். ‘இந்த நெறி புது நெறி; இங்கே வா; வேண்டியவற்றைப் பெறுவாய்’ என்று ஒரு பக்கம் அழைக்கிறார்கள். ‘அந்த நெறி சக்கை; எங்கள் நெறியில்தான் இருக்கிறது சாரம்’ என்று மற்றொரு பக்கம் அழைக்கிறார்கள். அந்த நெறியில் போவதா, இந்த நெறியில் போவதா, எந்த நெறி நல்ல நெறி என்று நமக்குத் தடுமாற்றம் வருகிறது. ‘தடுமாறவே வேண்டாம்; அவை அவர்களுடைய நெறிகள்; அவற்றில் அவர்கள் செல்வார்கள்; நீங்கள் ஏன் செல்ல வேண்டும்? நீங்கள் செல்வதற்கு உங்கள் நெறியே இருக்கிறதே? பிறகென்ன? உங்கள் நெறி வழியே நீங்கள் செல்லுங்கள்! அவரவர்க்கு அவரவர் நெறி!’ என்று திருமூலர் சொல்லும்போது நமக்குக் குழப்பம் வருகிறது: ‘எனக்கென்று ஒரு நெறி இருக்கிறதா? அது என்ன நெறி?’ என்றால், ‘தன் நெறி என்பது ஒருவருக்கு அட்டாங்க நெறியே ஆகும்’ என்று அடையாளம் காட்டுகிறார் திருமூலர். அட்டாங்க நெறி என்பது எட்டு உறுப்புகளால் ஆகிய நெறி. அந்த நெறியில் செல்கிறவர்கள் புலன்களின் வழியில் சிக்கித் தடுமாறாமல் தெளிந்த அறிவைப் பெறுவார்கள்.

புலன்களின் வழிச் செல்வது அவ்வளவு பெரிய குற்றமா? அப்படித்தான் சொல்கின்றன பல்வேறு இந்திய மெய்யியல் கருதுகோள்கள். புலன்கள் பொய்யாக வழிநடத்தும்; எனவே, புலன்கள் வழியாக வருகிற எதையும் ஏற்றுக்கொள்ள வேண்டாம் என்பது ஒரு பொதுக் கருத்து.

கண்ணை நம்பாதே;
உன்னை ஏமாற்றும்
நீ காணும் தோற்றம்;
உண்மை இல்லாதது!

- என்று மருதகாசி எழுதிய திரைப்படப் பாட்டில் இந்தப் பொதுக்கருத்தின் செல்வாக்கு வெளிப்படவில்லையா?

புலன்களின்மீது ஏன் இவ்வளவு பெரிய கண்டனம் என்றால், உயிர் வளர்க்கும் தொழிலில் ஆதாரமாகக் கருதப்படுபவை எல்லாமே காட்சிக்கு அப்பாற்பட்டவை—உயிர், கடவுள், அவ்வுலகம் என்று எல்லாம். காண்பதுதான் மெய் என்றால் கடவுளைக் காட்டு என்று கேட்க மாட்டார்களா? காட்டுவதற்குக் கடவுள் என்ன காட்சிப் பொருளா? கருத்துப் பொருள் இல்லையா? எனவே, புலன்களின்மீதான சார்புணர்ச்சி, புலன்களின் வழியாக வருவதே உண்மை என்று நம்புகிற எண்ணம் அடித்து நொறுக்கப்பட வேண்டியிருக்கிறது. அப்போதுதான் கருத்துப் பொருட்களை நிலைநிறுத்த முடியும்.

பாரதி செய்த விசாரணை

இந்த மரபில், புலன்களின் வழி வருவன எல்லாம் மாயை என்று எல்லை கடந்து பேசுகிறது அத்துவைதம். உலகே மாயம்; வாழ்வே மாயம். இவை எல்லாம் உண்மைபோலத் தோன்றுகின்றனவே தவிர, உண்மையில்லை, வெறும் சொப்பனம் என்று அந்தக் கொள்கை அழுத்திச் சொல்கிறது. அதனை முற்கோளாக எடுத்துக்கொண்டு விசாரணை செய்கிறான் பாரதி:

நிற்பதுவே! நடப்பதுவே! பறப்பதுவே! நீங்கள்எல்லாம்
சொற்பனம்தானோ? – பல தோற்ற மயக்கங்களோ?
கற்பதுவே! கேட்பதுவே! கருதுவதே! நீங்கள்எல்லாம்
அற்பமாயைகளோ – உம்முள் ஆழ்ந்த பொருள்இல்லையோ?

(பாரதியார் பாடல்கள், உலகத்தை நோக்கி வினவுதல்)

- என்று கேட்டுக்கொண்டே போனவன், இறுதியில் இவையெல்லாம் சொப்பனமாக, தோற்ற மயக்கங்களாக, அற்ப மாயைகளாக இருக்க முடியாது என்ற முடிவுக்கும் வருகிறான். அந்த முடிவுக்கு வருவதற்கு அவன் ஒரு நியாயம் வழங்குகிறான்:

காண்பஎல்லாம் மறையும்என்றால் மறைந்ததுஎல்லாம் காண்பம்அன்றோ?

(மேற்படி)

காண்பன எல்லாம் அழியக்கூடியவை; ஆகவே அவை நிலையில்லாதவை; எனவே மாயை என்கிறீர்களே, அழியக்கூடியவை எல்லாம் மீண்டும் உருவாகாவா? அப்போது அவற்றை மீண்டும் பார்க்க மாட்டோமா? மீண்டும் அவை நம் காட்சிக்குக் கூடி வரும் என்ற நிலையில் அவை எப்படிப்

பொய்யாகும்? எந்த அடிப்படையில் அவற்றை மாயை—முழுப் பொய் என்கிறீர்கள்?

வீட்டுத் தோட்டத்தில் மாமரம் ஒன்று இருந்தது; காலஞ் சென்று அழிந்தது; அதன் கொட்டை ஒன்று விழுந்து முளைத்து மரமானது; என்றால் மாமரத்தை முழுப் பொய் என்று முற்றாகத் தள்ளிவிட முடியுமா? உண்மையின் சாரம் கொஞ்சம்கூட இல்லாமலா ஒன்று மீண்டும் மீண்டும் முளைத்து வரும்?

அத்துவைதம் சொல்கிறது: இருப்பது ஒன்றே ஒன்றுதான்; மற்ற எல்லாம் அதனுடைய நிழல்கள்; ஆகவே பொய்கள். பாரதி சொல்கிறான்:

சோலையிலே மரங்கள்எல்லாம் தோன்றுவதுஓர் விதையில்என்றால்
சோலை பொய்யாமோ?-இதைச் சொல்லொடு சேர்ப்பாரோ?

மரங்கள் எல்லாம் விதையில் இருந்து தோன்றின. இவற்றில் விதை மெய்; விதையில் இருந்து வந்த மரங்கள் பொய் என்றால், இது என்ன அநியாயம்? விதை மெய்யென்று கொண்டால், விளைவையும் மெய்யென்று கொள்ளத்தானே வேண்டும்? விளைவைப் பொய்யென்று கொண்டால், விதையையும் பொய்யென்று தள்ளத்தானே வேண்டும்? ஒன்று மெய், மற்றொன்று பொய் என்றால், இதை ஒரு பேச்சென்று யாரேனும் மதிப்பார்களா? எனவே,

காண்பதுவே உறுதிகண்டோம் காண்பதுஅல்லால் உறுதிஇல்லை
காண்பது சக்தியாம் – இந்தக் காட்சி நித்தியமாம்!

- என்று விசாரணையை முடித்துக்கொள்கிறான். அத்துவைதத்தில் தொடங்கிய பாரதியின் விசாரணை சைவ சித்தாந்தத்தில் வந்து முடிகிறது.

நல்லது. திருமூலர் என்ன சொல்கிறார்? அத்துவைதத்தைப்போலப் புலன்களின் வழியாக வரும் அறிவைத் தள்ளுபடி செய்யச் சொல்கிறாரா என்றால், இல்லை. அதற்கு நேர்மாறாகப் பேசுகிறார்:

அஞ்சும் அடக்குஅடக்கு என்பர் அறிவுஇலார்;
அஞ்சும் அடக்கும் அமரரும் அங்குஇலை;
அஞ்சும் அடக்கில் அசேதனம் ஆம்என்றிட்டு
அஞ்சும் அடக்காது அறிவுஅறிந் தேனே. (திருமந்திரம் 2033)

மெய், வாய், கண், மூக்கு, செவி ஆகிய ஐந்து கருவிகள்தாம் உங்களை அலைக்கழிக்கின்றன; இவற்றால் வருகிற இன்பங்களுக்காகத்தான் நீங்கள் அலைபாய்கிறீர்கள்; நீங்கள் நிலைகுத்த வேண்டுமானால் இவற்றை அடக்குங்கள் என்பார்கள். ஆனால் நானோ உங்களுக்குச் சொல்கிறேன்: இந்த ஐந்தையும் அடக்கியாண்ட விண்ணாதி விண்ணன் எவனுமே இல்லை என்பதற்கு அகலிகையைத் தேடி வந்த விண்ணவனாகிய இந்திரனே போதுமான சாட்சி.

கடினந்தான் என்றாலும் ஐந்தையும் அடக்கித்தான் ஆக வேண்டும் என்பவர்களுக்கு வேறொன்று சொல்கிறேன்: ஐந்தையும் அடக்கினால் அடிமுட்டாள் ஆவீர்கள்; அறிவிலி ஆவீர்கள்; சடப்பொருள் ஆவீர்கள். நாற்காலி நீங்கள் அதன்மேல் உட்கார்ந்திருப்பதை அறிவதில்லை; எனவே அது ஐம்புலன்களையும் அடக்கிப் பிரம்மத்தை அறிந்துவிட்டதாக அறிவித்துவிடலாமா? சமையல் பாத்திரம் தனக்குள் சமைக்கப்படும் உணவின் சுவையை அறிவதில்லை; எனவே அதை முற்றும் துறந்த ஞானி என்று பாராட்டுப் பத்திரம் வழங்கலாமா? அறிக நண்பர்களே: புலன்கள் இயங்காத நிலை என்பது உயிரற்ற சடப்பொருள்களுக்கு மட்டுந்தான் வாய்க்கும். உயிர்களோ அறிவுப் பொருட்கள்.

அவை எதை அறிந்தாலும் தங்கள் புலன்களின் வழியாகவே அறிகின்றன. புலன்கள்தாம் நமக்குள் அறிவு வருவதற்கான வாயில்கள். அவற்றை அடைத்துவிட்டால் அறிவு வராது. எனவே புலன்களைத் திறந்து வையுங்கள்; அறிவு வரட்டும் என்கிறார் திருமூலர்.

திருமூலர் மட்டுந்தான் இப்படிச் சொல்கிறார் என்று நினைக்கவேண்டாம். திருவள்ளுவரும் சொல்கிறார்:

சுவைஒளி ஊறுஓசை நாற்றம்என்று ஐந்தின்
வகைதெரிவான் கட்டே உலகு. (குறள் 27)

ஐந்து புலன்களின் வகை தெரிந்தவனுக்குத்தான் உலகத்தின் வகை தெரியும்.

38

மண்ணில் நல்ல வண்ணம் வாழலாம்

புலன்களின்வழி போவது குற்றம் என்றும், புலன்களின் போக்கை மறுப்பதும் மறிப்பதுமே விடுதலைக்கான வழிமுறை என்றும்தான் துறவு நெறிகள் பேசுகின்றன. புலன்களின்வழி போகும் உள்ளத்தை மறித்து இழுப்பது மிகவும் கடினம். பள்ளத்தை நோக்கிப் பாய்வது நீரின் இயல்பாவதுபோல, எப்போதும் இன்பத்தை நோக்கிப் பாய்வதே உயிரின் இயல்பு.

புலன்கள் தங்கள் செய்திகளை மனத்தில் கொண்டுவந்து சேர்க்கின்றன. ஒரு குளத்தைப் போல இருக்கும் மனத்தில் புலன்கள் கற்களை வீசி அலை எழுப்பிக்கொண்டே இருக்கின்றன. அலை பாய்கிற மனக்குளம் யாரையும் நிலைகொள்ள விடாமல் செய்கிறது. மனம் அடங்காமல் ஏதொன்றும் இயலாது.

தான்என்ற ஆணவத்தை நீக்க மாட்டார்;
சண்டாளக் கோபத்தைத் தள்ள மாட்டார்;
ஊன்என்ற சுகபோகம் ஒழிக்க மாட்டார்;
உற்றுநின்ற சையோகம் விடுக்க மாட்டார்;
பான்என்ற ஞானவெள்ளம் உண்ண மாட்டார்;
பதறாமல் மவுனத்தே இருக்க மாட்டார்;
வான்என்ற பொருள்என்ன எளிதோ மைந்தா?
மகத்தான மனம்அடங்க எய்யும் காணே!
(சட்டைமுனி முன்ஞானம் நூறு, 32)

- என்கிறார் சட்டைமுனிச் சித்தர். ஆணவம், கோபம், சுகபோகம், பெண் இன்பம் எதையும் கைவிடுவதில்லை; குறைந்தபட்சம் அமைதி காக்கவும் முடிவதில்லை; விடுதலையைத் தேடுகிற முயற்சியும் இல்லை; அதற்கான விருப்பமும் இல்லை; எதுவுமே இல்லாமல் விடுதலை எப்படிக் கிடைக்கும்? அது என்ன அவ்வளவு எளியதா? அக்கா வந்து கொடுக்கச் சுக்கா மிளகா சுதந்திரம்? மனம் அடங்க வேண்டும்; அடங்கினால் விடுதலை கைகூடும் என்கிறார். ஆனாலும்,

தெளிவதுதான் எளிதல்ல வாய்ப்பேச்சல்ல
சிங்காரப் பெண் கண்டால் ஞானம் போச்சே!
(சட்டைமுனி முன்ஞானம் நூறு, 89)

என்ற சிக்கலையும் சொல்கிறார்.

மாறுஆன பெண்ஆசை விட்டேன் என்பார்;
மருவிஅவள் தனிப்பட்டால் சரணம் செய்வார்!
தாறுஆன சயனத்தில் பெண்தான் சொல்லில்,
சதாசிவனால் முடியாது; மற்றோர் ஏது?
(சட்டைமுனி முன்ஞானம் நூறு, 87)

'மருவு பெண் ஆசையை விட்டேன்' என்று சொல்கிறவர்களெல்லாம், தனியாக ஒரு பெண் எதிர்ப்பட்டு விருப்பமும் தெரிவித்தால், மண்டியிட்டுக் கும்பிட மாட்டார்களா? 'வேண்டாம்' என்று சொல்வதற்குச் சதாசிவனாலேயே முடியாதே, இவர்கள் என்ன?

போகத்தை ஓகமாக்கிய திருமூலர்

இங்கேயும் தலைகீழ்ப் புரட்டொன்றைச் செய்கிறார் திருமூலர். பெண்ணாசையின்மீது கண்டனங்களே நிறைந்திருக்கிற உயிர்த் தொழிற்களத்தில், பரியங்க யோகம் என்ற பெயரில் அதை அனுமதித்துக் கட்டுக்குள் வைத்துக்கொள்ள யோசனை சொல்கிறார். பரியங்கம் என்றால் கட்டில். பரியங்க யோகம் என்பது கட்டில்மேல் செய்கிற ஓகம். போகத்தை ஓகமாகவும் சிற்றின்பத்தைப் பேரின்பமாகவும் ஆக்குகிற முயற்சி.

பெற்ற சிற்றின்பமே பேரின்பமாய் அங்கே முற்ற வரும்பரிசு உந்தீபற.

பேரின்பம் ஆன பிரமக் கிழத்தியொடு
ஓர்இன்பத்து உள்ளான்என்று உந்தீபற.
(திருவுந்தியார், 33 மற்றும் 34)

- என்று பாடுகிறது சித்தாந்த சாத்திரங்களில் ஒன்றான திருவுந்தியார். பேரின்பத்தின் தொடக்கம் சிற்றின்பம்; சிற்றின்பம் முற்றினால் பேரின்பம். கடவுளே தனக்குரிய பெண்ணோடு கலந்து பேரின்பம் பெறுகிறான் என்று பேசுகிறது.

மண்ணில்நல் லவண்ணம் வாழலாம்; வைகலும்
எண்ணில்நல் லகதிக்கு யாதும்ஓர் குறைவுஇலை;
கண்ணில்நல் அஃதுஉறும் கழுமல வளநகர்ப்
பெண்ணில்நல் லாளொடும் பெருந்தகை இருந்ததே. (தேவாரம், 3:24:1)

- என்று சம்பந்தர் பாடும்போது தொனிப்பதும் அதுதான். விடுதலை வேண்டுமானால் புலன்களை ஒறுக்க வேண்டும், பெண்ணை மறுக்க

வேண்டும் என்று சிலரால் உங்களுக்குச் சொல்லப்பட்டது. ஆனால், நான் உங்களுக்குச் சொல்கிறேன்: இந்த மண்ணுக்கு உரிய விதத்தில் நலமான இன்ப வாழ்வை நீங்கள் வாழலாம்; அடைய விரும்புகிற விடுதலையும் உங்களுக்குக் கிடைக்கும். உங்கள் கடவுளைப் பாருங்கள்; அவரே பெண்ணோடுதான் இருக்கிறார். நாவுக்கரசர் இன்னும் பேசுகிறார்:

ஒருத்திதன் தலைச்சென் றாளைக் கரந்திட்டான்; உலகம் ஏத்த
ஒருத்திக்கு நல்லன் ஆகி மறுப்படுத்து ஒளித்து மீண்டே
ஒருத்தியைப் பாகம் வைத்தான்; உணர்வினால், ஐயம் உண்ணி,
ஒருத்திக்கும் நல்லன் அல்லன், ஒற்றியூர் உடைய கோவே! (தேவாரம், 4:45:6)

தன் தலையில் உட்கார்ந்த கங்கையிடம் அவள் ஒருத்திக்கு மட்டுமே நல்லவன்போல நாடகம் நடித்து, உமையாளுக்குத் தெரியாமல் கங்கையைச் சடையால் மூடி மறைத்தான்; மற்றொருத்தியாகிய உமையாளைக் கங்கைக்குத் தெரியாமல் தன் உடம்பின் ஒரு பாகத்திலேயே ஒளித்து வைத்தான். பிச்சை எடுத்துத் தின்கிறவன் செய்கிற சேட்டையைப் பார்த்தீர்களா? அவளுக்கு நல்லவன் என்று அவளிடமும் இவளுக்கு நல்லவன் என்று இவளிடமும் வேடம் போடுகிற இவன் எவளுக்குமே நல்லவன் இல்லை.

புலன்களை மறுதலிக்காமல் உடன்படுவது

எனவே புலன்களை, மாற்றுப் பாலினத்தை மறுதலிக்காமல் உடன்படுவதும், அவற்றில் தோய்ந்து கடப்பதும் சைவ மரபின் பொதுவான முன்வைப்பு.

அதனை மிகவும் ஊக்கமாக, போகமும் ஒருவகை ஓகமே என்றும் போகத்தின் வழி ஓகம் என்றும் அயராமல் முன்னெடுக்கிறவர் திருமூலர்.

பூசு வனஎல்லாம் பூசிப் புலர்த்திய
வாச நறுங்குழல் மாலையும் சாத்திக்
காசக் குழலி கலவி யொடும்கலந்து
ஊசித் துளைஉறத் தூங்காது போகமே (திருமந்திரம் 825)

ஒப்பனைக்கான உருப்படிகளைப் பூசி, தலைமுடியில் வாசனை நெய்கள் தடவி, சீவிச் சிங்காரித்து, நறுமணமுள்ள பூவையும் சூடி வரும் பெண்ணோடு கலக்கலாம்; கலக்கும்போது அவளிடத்தில் கவனம் வைக்காமல், உங்கள் மூச்சு மடங்கித் திரும்புகிற ஊசித் துளையில் கவனம் வைத்தால், உங்கள் போகம் ஓகமாக மடைமாறும்.

யோகம்அவ் விந்து ஒழியா வகைபுணர்ந்து
ஆகம் இரண்டும் கலந்தாலும் ஆங்குஉறாப்
போகம் சிவபோகம் போகிநல் போகமாம்
மோகம் கெடமுயங் கார்மூடர் மாதர்க்கே. (திருமந்திரம் 1960)

ஆண், பெண் இருவரின் தேகமும் கலந்து தழுவினாலும் அறிவு கலங்கி அழியாதிருக்க வேண்டும். மோகத்தோடு தழுவுவது கோளாறு. மோகம் அறிவைக் கலக்கி அழிக்கும். மோகம் கொள்ளாது தழுவினால் அங்கே விளைகிற போகம் சம்போகமில்லை; சிவபோகம். இவ்வாறு அறிவு அழியாமல் கலப்பதே ஓகம்.

பார்இல்லை நீர்இல்லை பங்கயம் ஒன்றுஉண்டு
தார்இல்லை வேர்இல்லை தாமரை பூத்தது
ஊரில்லை காணும் ஒளிஅது ஒன்றுஉண்டு
கீழ்இல்லை மேல்இல்லை கேள்வியில் பூவே (திருமந்திரம் 844)

ஒரு தாமரைப் பூக்க வேண்டுமானால் மண் வேண்டும்; நீர் வேண்டும்; வேர் வேண்டும்; தண்டு வேண்டும்; பூப்பதைக் காண்பதற்கு ஊர் வேண்டும்; காட்டும் ஒளி வேண்டும்; இவற்றில் ஒளியைத் தவிர எதுவுமே இல்லாத நிலையில் ஒரு பூப்பூத்தது என்று சொன்னால் நம்புவீர்களா? அதென்ன பூ அது, விண்ணிலும் மண்ணிலும் கேள்விப்படாத பூ என்பீர்கள். அது காட்சியில் விளைந்த பூ அன்று; கருத்தில் விளைந்த பூ. பரியங்க ஓகமும் அந்தப் பூவைப் போலத்தான். ஓகம் என்றால் ஆசனங்கள் செய்ய வேண்டும்; காடு, மலை போன்ற இடங்களில் தனித்திருக்க வேண்டும் என்பனவெல்லாம் இல்லாமல், கட்டிலில் துணையாளுடன் அறிவு சிதையாமல் கூடிக் கிடப்பதும் ஓகந்தான் என்று பேசுகிறார் திருமூலர்.

39

மங்கையோடு இருந்தே யோகம் செய்வானை

உயிர் வளர்க்க முனைபவர்கள் எப்போதும் பெண்ணைப் புறந்தள்ளிக்கொண்டே இருக்கிறார்கள்.

பெண்ணாகி வந்ததொரு மாயப்பிசாசம் பிடித்திட்டு, என்னைக்
கண்ணால் வெருட்டி, முலையால் மயக்கிக் கடிதடத்துப்
புண்ணாம் குழியிடைத் தள்ளி, என் போதப்பொருள் பறிக்க,
எண்ணாது உனைமறந் தேன்இறைவா! கச்சி ஏகம்பனே!

(பட்டினத்தார், திருஏகம்ப மாலை, 23)

பெண் ஒரு மாயப் பிசாசு. அது என்னைக் கண்ணால் மிரட்டுகிறது; மார்பால் மயக்குகிறது; தன்னால் என்னைப் புதைத்துக்கொள்கிறது; நான் தேடித் திரட்டி வைத்திருந்த அறிவெனும் பெரும்பொருளை ஒட்டுமொத்தமாகக் கொள்ளையடித்துச் செல்கிறது. அறிவு மொத்தமும் களவு போய்விட்டதால், ஐயோ, என் இறைவா, கச்சி ஏகம்பநாதனே! உன்னை எண்ணாமல் மறந்துவிட்டேனே கடவுளே! என்று புலம்புகிறார் பட்டினத்தார். புலம்புவது பட்டினத்தார் ஒருவர் மட்டுமல்லர். பலரும்.

மாணிக்கவாசகர் பாடுகிறார்:

பஞ்சாய அடிமடவார் கடைக்கண்ணால் இடர்ப்பட்டு
நெஞ்சாய துயர்கூர நிற்பேன்உன் அருள்பெற்றேன்
உய்ஞ்சேன்நான் உடையானே அடியேனை வருகஎன்று
அஞ்சேல்என்று அருளியவாறு ஆர்பெறுவார் அச்சோவே.

(திருவாசகம், அச்சோப் பதிகம், 5)

முதிய பெண்கள் பாடுபடுகிறவர்கள். ஏதேனும் ஒன்றின் பொருட்டு எப்போதும் நடந்துகொண்டே இருக்கிறவர்கள். நடந்து நடந்து பாதங்கள் தேய்ந்து போனவர்கள். காய்த்துப் போன கட்டைப் பாதங்கள் அவர்களுடையவை. ஆனால், இளம்பெண்களின் பாதங்களோ அப்படியல்ல. இன்னும் உலகியலில் நடந்து பழகாததால் தேய்ந்து போகாத, காய்த்துப்

போகாத பஞ்சுப் பாதங்கள். அத்தகைய பஞ்சுப் பாதங்களை உடைய இளம்பெண்கள் தங்கள் கடைக்கண்களை என்மேல் வீசினார்கள்; மனது பொறாமல் அவர்களின் பின்னே ஓடினேன்; அதுவரை நான் தேடியிருந்த முதல் அனைத்தும் அவர்களிடம் சேர வழங்கினேன். பின் ஒன்றும் அற்றவனாய் நிலைகுலைந்து கலங்கி நின்றேன். அந்தவேளையில் ஐயா, உன்னுடைய அருட்கண்களை என்மேல் வீசினாய். ஆடிய ஆட்டம் போதும், என்னிடம் வா என்றாய். அஞ்ச வேண்டாம் என்றாய். அருள் தந்தாய். நல்லவேளை, தப்பித்துப் பிழைத்தேன். நீ எனக்குத் தந்ததைப் போல யார் தருவார்கள் அப்பாவே?

காமம் பேயா, நோயா?

தன்னுடைய உயிர் வளர்ப்புக்கு இன்னோர் உயிரைத் தள்ளலாம் என்றால், இது தகுமோ? இது முறையோ? இது தருமம்தானோ என்று நமக்குத் தோன்றுகிறது. காமம் என்ன அவ்வளவு கடையழிந்ததா? காமம் என்ன பேயா, இல்லை நோயா?

காமம் காமம் என்ப; காமம்,
அணங்கும் பிணியும் அன்றே; நுணங்கிக்
கடுத்தலும் தணிதலும் இன்றே; யானை,
குளகு மென்று ஆள்மதம் போலப்
பாணியும் உடைத்துஅது காணுநர்ப் பெறினே (குறுந்தொகை, 136)

ஐயோ காமம், ஐயையோ காமம் என்கிறவர்களே! காமம் பேயும் அன்று, நோயும் அன்று. அது திடீரென்று பெருகுவதும் இல்லை; திடீரென்று தணிவதும் இல்லை. யானை எல்லாக் காலத்திலும் மதம் பிடித்துத் திரிவதில்லை; குளகு என்கிற தழையைத் தின்று திரிகிறபோது அதற்கு மதம் பிடிக்கிறது. அதைப் போலவே பார்க்க வேண்டியவர்களைப் பார்க்கும்போது காமம் ததும்பும்.

இந்தக் காமம் போதம் கெடுக்குமா? உயிரைச் சிதைக்குமா? என்றால், நிலை கொள்ளாமல் அங்குமிங்குமாக ஐந்து திசைவழிகளில் அலைந்து திரிகிற உயிரை ஒருங்கு திரட்டி ஒரு புள்ளியில் நிறுத்துவதில்லையா அது?

கண்டுகேட்டு உண்டுஉயிர்த்து உற்றுஅறியும் ஐம்புலனும்
ஒண்தொடி கண்ணே உள. (குறள், 1101)

கண் ஒன்றைக் காட்ட, காது ஒன்றைக் கேட்க, நாக்கு ஒன்றைச் சுவைக்க, மூக்கு ஒன்றை முகர, மெய் ஒன்றை உணர ஐந்து புலன்களும் அவையவற்றின் போக்கில் எது எதிலோ ஈடுபட்டு எங்கெங்கோ சுற்றித் திரிந்துகொண்டிருக்கும் நிலையில், ஐந்து புலன்களையும் ஒருங்கிணைத்து ஒன்றில் மட்டுமே திளைக்க வைக்கிற வல்லமை உள்ளதில்லையா காமம்? உயிர்கள் எல்லாவற்றுக்கும் இதுதானே பொது ஞாயம்?

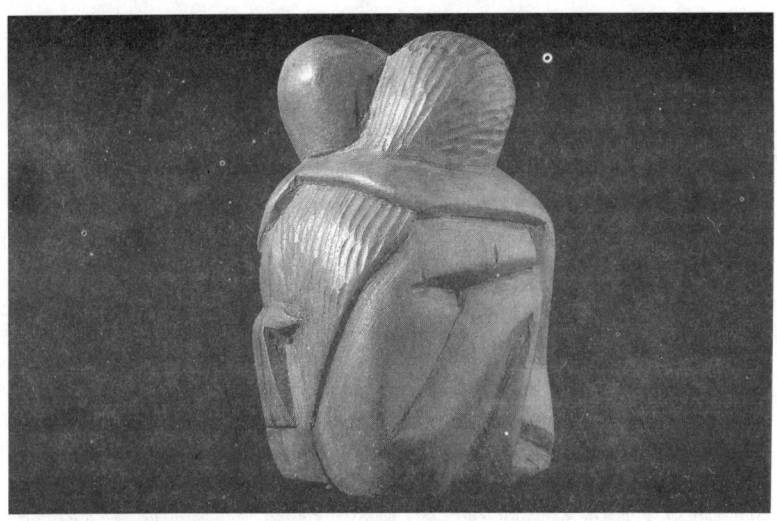

எல்லா உயிர்க்கும் இன்பம் என்பது
தான்அமர்ந்து வரூஉம் மேவற்று ஆகும்
(தொல்காப்பியம், பொருளியல், 219)

- என்கிறது தொல்காப்பியம். உள்ளமும் உடலும் ஒன்றாய்த் தோய்வதில் வரும் இன்பமே எல்லா உயிர்க்கும் இன்பம். உடலும் உள்ளமும் ஒன்றாய்த் தோயும் இன்பம் எது? மனிதர்களுக்குக் கல்வியில் தோயும்; தவத்தில் தோயும்; தானத்தில் தோயும்; மற்ற உயிர்களுக்கோ? காமத்தில் மட்டுமே தோயும். எனவே, எல்லா உயிர்களுக்கும் பொதுவான தோயும் இன்பம் காமமே.

பெண்ணையும் போற்றிய சமயம்

கடவுளில் பெறுகிற இன்பம் பேரின்பம்; காமத்தில் பெறுகிற இன்பம் சிற்றின்பம்; என்றால், காமம் கடவுளுக்காகக் காட்டப்படுகிற முன்னோட்டம் இல்லையா? நம்மைக் கொஞ்ச நேரத்துக்கேனும் ஒருங்கு திரட்டி வைக்கிற சிற்றின்பந்தானே நம்மை எவ்வெப்போதும் ஒருங்கு திரட்டி வைக்கிற பேரின்பத்துக்கு வழிகாட்டி? ஒரு புட்டித் தேனை வாங்கத் தூண்டுவது ஒரு துளித் தேனின் இன்பமே அல்லவா?

சைவம் பெண்ணைத் தள்ளிவைத்து வளர்ந்த சமயம் அல்ல. அது பெண்ணையும் தழுவி வளர்ந்த இயற்கைச் சமயம். இயற்கைக்கு முரணான எதையும் அது ஒழுக்கத்தின் பெயராலோ சமயத்தின் பெயராலோ வலிந்து திணிப்பதில்லை. காமத்தைச் சைவம் கண்டனம் செய்வதில்லை. காமம் பழகிப் பின் கடவுள் பழகவே அது தூண்டுகிறது. பெண்ணை இழிவு

செய்வது சைவத்துக்கு உகந்ததன்று. இறைவனுக்குச் செய்த உருவத்தின் ஒரு பாகத்தில் பெண்ணை வைத்து, 'மாது ஒரு கூறு உடைய பிரான்' என்று பக்தர்களைப் பழக்குகிற சமயம் பெண்ணைப் புறந்தள்ளுமா?

மாதர்ப் பிறைக் கண்ணியானை மலையான் மகளொடும் பாடிப்
போதொடு நீர் சுமந்து ஏத்திப் புகுவார் அவர்பின் புகுவேன்;
யாதும் சுவடு படாமல் ஐயாறு அடைகின்ற போது,
காதல் மடப் பிடியொடும் களிறு வருவன கண்டேன்;
கண்டேன் அவர் திருப்பாதம் கண்டு அறியாதன கண்டேன் (தேவாரம், 4:3:1)

பெண்கள் தலைச் சடையில் பூச்சரத்தின் கண்ணி ஒன்றைச் சூடிக்கொள்வது போலப் பிறைநிலாவைத் தன் சடையில் சூடிக்கொண்டவன். ஐயாறப்பன் கோவிலில் அவனைக் கண்டு வழிபாடு செய்வதற்காகப் பூவையும் நீரையும் எடுத்துக்கொண்டு, அவனையும் அவனில் ஒரு பாகமாகிய மலைமகளையும் வாழ்த்திப் பாடிக்கொண்டு போகிறார்கள் அடியார்கள். அவர்கள் பின்னால் நானும் பேசாமல் போகிறேன். அட, இதென்ன, தன் காதல் துணையோடு வருகிறதே இந்தக் களிற்று யானை? இவை என்ன அம்மையும் அப்பனுமா? இல்லாமல் வேறென்ன? காதல் கொண்டு கலந்து நிற்கிற உயிர்கள் எல்லாமே அம்மையும் அப்பனுந்தான். கடவுளைக் கண்டுகொள்வதற்காகக் கயிலைவரை சென்றேனே! அடக் கடவுளே! காதலைக் கண்டுகொண்ட போதல்லவா கடவுள் தெரிகிறார்? என்று சமணத்திலிருந்து சைவத்துக்கு வந்த துறவியான அப்பர் பாடுகிறார்.

தலைவனும் ஆயிடும் தன்வழி ஞானம்;
தலைவனும் ஆயிடும் தன்வழி போகம்;
தலைவனும் ஆயிடும் தன்வழி உள்ளே;
தலைவனும் ஆயிடும் தன்வழி அஞ்சே. (திருமந்திரம் 829)

- என்று காமத்தின் செவ்வி தலைப்படுகிறவனுக்குத் தலைமை தருகிறார் திருமூலர். பெண்ணோடு இருந்து போகம் செய்ய எண்ணாமல் பெண்ணோடு இருந்து யோகம் செய்யத் தலைப்பட்டால், அவன் தன் வழியில் தானே உருவாக்கிக்கொண்ட ஞானத்துக்குத் தலைவன்; தன் வழியில் தானே உருவாக்கிக்கொண்ட போகத்துக்குத் தலைவன்; தன்வழியில் தனக்குள்ளே போகும் தலைவன்; தன்வழியில் தன் பொறிகள் ஐந்தையும் ஆளும் தலைவன்.

'மங்கையோடு இருந்தே யோகு செய்வானை' என்று பாடுகிறார் திருமாளிகைத் தேவர் (9:13:11). பெண்ணை வேறாக்கிச் செய்கிற எதுவும் நிறைவுறாது. பெண்ணை ஆணும் ஆணைப் பெண்ணும் தனதாக்க வேண்டும்; தானாக்க வேண்டும். மாதொருபாகன் என்பவன் கும்பிடும் கடவுளாக அல்ல, குறிக்கோளைக் காட்டும் கடவுளாக முன்னிறுத்தப்பட்டவன்.

40

அடியேன் நடுவில் இருவரும்

இனிப்பு என்பது ஒரு சுவையுணர்ச்சி. அதைக் கடலை மிட்டாயின் வாயிலாகவும் பெறலாம்; கருப்பட்டியின் வாயிலாகவும் பெறலாம்; பலாப்பழப் பாயசத்தின் வாயிலாகவும் பெறலாம்; பாதாம் கீரின் வாயிலாகவும் பெறலாம். அவ்வாறு பெறும் முயற்சியில் அனுபவித்தது கடலை மிட்டாயை, கருப்பட்டியை, பலாப்பழப் பாயசத்தை, பாதாம் கீரை. சுவைத்து உணர்ந்ததோ இனிப்பை. அனுபவப் பொருட்கள் மாறும்; அனுபவங்கள் மாறும்; ஆனால், இந்த அனுபவங்களின் வழியாகச் சென்றடையும் ஆதாரச் சுவை உணர்ச்சி மாறுவதில்லை.

ராமகிருஷ்ண பரமஹம்சர் பல்வேறு அனுபவங்களுக்குத் தன்னை ஆட்படுத்திக்கொண்டவர். கடவுளைப் பல தினுசாகச் சொல்கிறார்கள் அடைவதற்குப் பல வழிமுறைகளைக் காட்டுகிறார்கள் என்றால், ஒவ்வோர் அனுபவத்திலும் கிடைக்கப்பெறும் கடவுள் ஒன்றுதானா இல்லை வேறு வேறா என்று கண்டுகொள்ள விரும்பியவர்.

கிறித்துவை அவருக்கு அறிமுகப்படுத்தியபோது, ஒரு தீவிரக் கிறித்தவனைப்போலக் கிறித்தவத்தில் தோய்ந்து மாதாவையும் மைந்தனையும் கண்டுகொண்டார். இஸ்லாத்தை அவருக்கு அறிமுகப்படுத்தியபோது ஒரு தீவிர இஸ்லாமியனைப்போல இஸ்லாத்தில் தோய்ந்து, ஒரு சூஃபி மெய்யுணர்வாளரைப்போல் இறைமையைச் சுவைத்துணர்ந்தார்.

நல்லது. இறைமையை ஆணும் பெண்ணும் என்று சொல்கிறார்கள். அதைச் சுவைத்துப் பார்க்க வேண்டுமென்றால் என்னவாக இருந்து சுவைக்க வேண்டும்? ஆணாக இருந்தா? அல்லது பெண்ணாகியா?

இறைவன் என்பவன் ஆண்மட்டுமே; ஆண் என்பவன் இறைவன்மட்டுமே என்று கொண்டது வைணவம். இறைவனை, 'மாலாய்ப் பிறந்த நம்பி; மாலே செய்யும் மணாளன்'—'கருப்பாய்ப் பிறந்தவன்; மயக்கம் செய்யும் மணாளன்' என்கிறாள் ஆண்டாள் (நாலாயிரத் திவ்வியப் பிரபந்தம், 639); ஆணாக இருக்கிற இறைவனைப் பெண்ணாக இருந்து பார்க்கிற ஆண்டாளுக்குச்

சிக்கல் ஏதுமில்லை. ஆனால் ஆணாக இருக்கிற இறைவனை ஆணாகவே இருக்கிறவர்கள் பார்த்தால் எப்படிப் பார்ப்பது என்ற அடையாளச் சிக்கல் வருகிறது. ஆண்கள் தங்களைப் பெண்ணாகப் பாவித்துக்கொண்டு பார்க்கலாம் என்று தீர்வு சொன்னது பக்தி மரபு.

தன்னைக் கண்ணன்மேல் மையல் கொண்ட ஒரு பெண்ணாக, பராங்குச நாயகியாகப் பாவித்துக்கொள்கிறார் நம்மாழ்வார். காம மயக்கத்தால் பித்தேறித் திரியும் பராங்குச நாயகியின் சேட்டைகளை அவளுடைய தாய் பாடுவதுபோலத் தானே பாடுகிறார்:

கோமள வான்கன்றைப் புல்கிக் கோவிந்தன் மேய்த்தன என்னும்;
போம்இள நாகத்தின் பின்போய், அவன்கிடக் கைஈது என்னும்;
ஆம்அளவு ஒன்றும் அறியேன்; அருவினை யாட்டியேன் பெற்ற
கோமள வல்லியை மாயோன் மால்செய்து செய்கின்ற கூத்தே.

(நாலாயிரத் திவ்வியப் பிரபந்தம், 3268)

கொழுகொழுத்த இளம் பசுங்கன்று ஒன்றைப் பிடித்து, 'இது என் கோவிந்தன் மேய்த்த கன்று' என்று அதன் கழுத்தைக் கட்டிக்கொண்டாள்; கால்மேல் ஏறி நெளிந்து ஓடிய ஓர் இளநாகப் பாம்பைப் பிடித்து வருடி, 'இது என் கோவிந்தன் படுத்த படுக்கை' என்று செல்லங் கொஞ்சினாள். ஐயோ என் செல்ல மகள் அந்தக் கோவிந்தக் களவாணிமேல் கிறுக்குப் பிடித்து அலைகிறாளே, என்ன செய்வேன்? கிறுக்குக்கும் ஓர் அளவில்லையா?

இறைவனை ஆண்மட்டுமே என்று வைணவம் வைத்திருக்க, இறைவனை 'ஆணாகிப் பெண்ணாகி அலியாகி' எல்லாமாகவும் நிற்பவன் என்று வைக்கிறது சைவம். ஆனாலும்கூட இறைவனை ஆணாகவே இருந்து உணராமல் பெண்ணாகி உணரத் தலைப்படுகிறார் அப்பர்.

முன்னம் அவனுடைய நாமம் கேட்டாள்;
மூர்த்தி அவனிருக்கும் வண்ணம் கேட்டாள்;
பின்னை அவனுடைய ஆரூர் கேட்டாள்;
பேர்த்தும் அவனுக்கே பிச்சி ஆனாள்;
அன்னையையும் அத்தனையும் அன்றே நீத்தாள்;
அகன்றாள் அகலிடத்தார் ஆசா ரத்தை;
தன்னை மறந்தாள்; தன்நாமம் கெட்டாள்;
தலைப்பட் டாள்நங்கை தலைவன் தாளே. (தேவாரம், 6:25:7)

முதலில் அவனுடைய பெயரைத் தான் கேட்டாள். பிறகு அவன் எப்படி இருப்பான் என்று கேட்டாள். மெல்ல எந்த ஊர் என்று கேட்டாள். அப்பனையும் அம்மையையும் கைவிட்டாள். அவனைச் சேரக் கிளம்பிவிட்டாள். 'ஐயோ, கடல்போன்று காமம் கலக்கினாலும் ஆணைப்

பெண்ணே தேடிப்போய்ப் பெறுவது மரபில்லையே' என்றார்கள். 'அது நீங்கள் கற்பித்துக்கொண்ட உலக ஆச்சாரம்; நீங்களே வைத்துக்கொள்ளுங்கள்; என்னை அது கட்டுப்படுத்தாது' என்று போய்விட்டாள் நங்கை. தன்னை மறந்தாள்; தன் பெயரை மறந்தாள். கிறுக்கச்சிக்குத் தலைவனின் திருவடிகளைத் தவிர வேறு நினைவே இப்போது இல்லை. வைணவத்துக்காக நம்மாழ்வார் பாடிய அதே பாவனையில் சைவத்துக்காகப் பாடுகிறார் அப்பர்.

இறைவனைத் தலைவனாகவும் தன்னைத் தலைவியாகவும் வைத்துப் பார்க்கும் இந்தப் பாவனைக்கு நாயக-நாயகி பாவனை, மதுர பாவனை என்றெல்லாம் பக்தி மரபில் பெயர்.

உண்மையில் உயிருக்குப் பாலின அடையாளம் கிடையாது. உயிர் என்பது ஆணும் அன்று; பெண்ணும் அன்று. உடல்தான் ஆணாகவும், பெண்ணாகவும், அதுவாகவும், பால் பிரிந்து மூன்றாக வகைப்படுகிறது. 'அவன், அவள், அது எனும் அவை' என்று சிவஞானபோதம் சுட்டும். உலகமாகிய இந்தச் சபை, அவன் என்ற ஆண்பால், அவள் என்கிற பெண்பால் ஆகிய உயர்திணைகளாலும், அது என்ற அஃறிணையாலும் கூட்டப்பட்டது.

பாலினம் என்பது உடம்பில் மட்டுமே உயிர்த்திருப்பது. உயிரை அறிய விரும்புகிறவர்கள் பாலின அடையாளங்களைத் தக்கவைத்துக்கொள்ள முடியாது. தக்க வைத்துக்கொண்டால் அது முரண். எனவே, ஆணாகப் பிறந்துவிட்ட நிலையில் ஆண் உணர்வைத் தூக்கி எறிய வேண்டும். ஆண் உணர்வைத் தூக்கி எறிய வேண்டுமானால் முதலில் எதிர் உணர்வைப் பெற்று, ஆணாக இருக்கிற அடையாளங்கள் அனைத்தையும் வேரோடும் வேரடி மண்ணோடும் அழிக்க வேண்டும்.

ராமகிருஷ்ண பரமஹம்சர் அதைச் செய்யும் முயற்சியில் தன்னைப் பெண்ணாகவே உருவகித்துக் கொண்டார். பெண்ணைப்போல உடுத்தினார்; பெண்ணைப்போலப் பேசினார்; பெண்ணைப்போலவே வாழ்ந்தார். தான் ஓர் ஆண் என்ற உணர்வை உள்ளம் விடும்வரையில், பாலின அடையாளங்களைத் தன் உயிர் முற்றாகத் துறக்கிறவரையில் அந்தப் பாவனையைப் பயின்றார்.

பெண்தான் ஆதாரம்

சரி, ஆண் தன்னுடைய பாலின உணர்ச்சியைத் தாண்டத் தன்னைப் பெண்ணாகப் பாவித்துக்கொள்ளலாம்; பெண் தன்னுடைய பாலின உணர்ச்சியைத் தாண்டத் தன்னை ஆணாகப் பாவித்துக்கொள்ள வேண்டுமா? தேவையில்லை. ஏனென்றால் உண்மையில் பெண்தான் எல்லாவற்றுக்கும் ஆதாரம் என்கிறார் திருமூலர்.

ஆதாரம், ஆதேயம் என்று இரண்டு பேசுகிறார் திருமூலர். ஆதாரம் என்பது தாங்குவது; ஆதேயம் என்பது ஆதாரத்தால் தாங்கப்படுவது. பெண்தான் ஆதாரம்; எல்லாவற்றையும் தாங்குகிறவள். ஆண் சும்மா அவளில் தங்குகிறவன். அவளிலிருந்தே வெளிப்படுகிறவன்.

பெண்ஒரு பெண்ணைப் புணர்ந்திடும் பேதைமை;
பெண்இடை ஆணும் பிறந்து கிடந்தது;
பெண்இடை ஆண்என் பிறப்புஅறிந்து ஈர்க்கின்ற
பெண்ணுடை ஆண்இடைப் பேச்சுஅற்ற வாறே. (திருமந்திரம், 1159)

ஆதியிலே பெண் இருந்தாள்; பெண் மட்டுந்தான் இருந்தாள்; எல்லாவற்றையும் பிறப்பித்த பெண். அவளுக்குள்ளிருந்துதான் ஆண் பிறந்தான். ஆணுக்கு உரிய அடையாளங்களோடு பிறந்தாலும், ஆண் கலவாமல் பிறந்ததனால் அவனும் பெண்ணே அல்லவா—பிராய்லர் கோழி முட்டைபோல? ஆண் பெண்ணைக் கலக்கிறான் என்கிறார்கள்; இதென்ன பேதைமை? ஆணும் பெண்ணின் கூறுதான் என்றால், பெண்ணேயல்லவா பெண்ணைக் கலக்கிறாள்? எண்ணிப் பார்த்தால், பெண்ணுக்கு நடுவில் ஆண்; அவள் ஈர்க்கும்போது ராணித் தேனீயால் ஈர்க்கப்பட்ட வேலைக்காரத் தேனீபோலப் பெண்ணுக்கு உரியவன் ஆண். முற்றிவிட்டபிறகு இனிப் பேச்சென்ன வேண்டியிருக்கிறது?

மாணிக்கவாசகர், 'உடையாள் உன்தன் நடு இருக்கும்; உடையாள் நடுவுள் நீ இருத்தி. அடியேன் நடுவுள் இருவீரும் இருப்பீர்கள்' என்று திருவாசகம் பாடுகிறார்.

41

அவளைத் துணை கொள்ளுங்கள்

ஈன்றாள், மகள், தம் உடன்பிறந்தாள் ஆயினும்
சான்றார் தமித்தா உறையற்க – ஐம்புலனும்
தாங்கற்கு அரிதுஆக லான். (ஆசாரக்கோவை, 65)

என்கிறது பதினெண் கீழ்க்கணக்கு நூல்களில் ஒன்றான ஆசாரக்கோவை. தன்னைப் பெற்றவள், தான் பெற்றவள், தன்னோடு பிறந்தவள் என்றாலும் அவர்களோடு சான்றோர் தனித்து இருக்க மாட்டார்கள். ஏனென்றால், ஐம்புலன்களையும் அடக்கி அமைதியாக இருப்பது சான்றோருக்குமேகூடக் கடினமான வேலைதான்.

சான்றோரின் நிலையே இது என்றால், சாதாரணர்களின் நிலை? பெயர்த்தியின் வயதுள்ள சிறு பெண்ணொருத்தியைப் பெயரன் பெயர்த்தி எடுத்துக் கிழண்டுபோன சில காமுகர்கள் சிதைத்துவிட்டார்கள். பேதை, பெதும்பை, மங்கை, மடந்தை, அரிவை, தெரிவை, பேரிளம்பெண் என்று பெண்ணை எந்தப் பருவத்தில் பார்த்தாலும் துய்க்கும் பொருள் என்றே பார்ப்பார்கள்போலும். அலுத்துப் போவார்கள் பெண்கள். அவ்வாறு அலுத்துப்போன ஒருத்தி, கிழவியாக மாறும் வரம் கேட்டு ஔவை ஆனாள் என்று ஒரு தமிழ்த் தொன்மம்.

அவ்வாறு கேட்டுப் பெற்றுக்கொண்டவள் ஔவை ஒருத்தி மட்டுமே அல்லள். காரைக்கால் அம்மையும் இருக்கிறாள். அவள் ஔவையைக் காட்டிலும் இன்னும் ஒரு படி கூடுதல். நரை திரை வந்து கிழவியாகிப் போனாலும்கூட, பேய் உருவத்தை வேண்டிப் பெற்றுக்கொண்டாள். அவள் பாடுகிறாள்:

கொங்கை திரங்கி, நரம்பு எழுந்து, குண்டுகண், வெண்பல், குழிவ யிற்றுப்
பங்கி சிவந்து, இரு பற்கள் நீண்டு, பரடுஉயர் நீள்கணைக் கால்ஓர் வெண்பேய்,
தங்கி, அலறி, உலறு காட்டில், தாழ்சடை எட்டுத் திக்கும் வீசி,
அங்கம் குளிர்ந்துஅனல் ஆடும் எங்கள் அப்பன் இடம்திரு ஆலங் காடே.*

(காரைக்கால் அம்மையார், மூத்த திருப்பதிகம், 11:02:1)

திரக்குதல் என்றால் வற்றிச் சுருங்கச் செய்தல். சமைப்பதற்காகக் கத்தரிக்காயைத் திரக்குவார்கள். யாரேனும் சமைந்து திரண்டிருக்கும் கொங்கைகளைத் திரக்குவார்களோ? திரக்குவார்கள். திரக்கியிருந்தது ஒரு சுடுகாட்டுப் பேய். பேயின் தோற்றத்தைக் கேளுங்கள்:

திரங்கிய கொங்கைகள்; புடைத்து எழுந்த நரம்புகள்; குழிக்கண்கள்; சாணை பிடித்ததுபோலப் பளிச்சிடும் கூரிய பற்கள்; அதில் கோரைப் பற்கள் இரண்டு கடைவாயில் நீண்டு தெரிந்து அச்சுறுத்துகின்றன; குழி விழுந்த வயிறு; சிவந்திருக்கிற மயிர்; புடைத்துக்கொண்டு தெரிகிற புறங்கால்; இந்தத் தோற்றத்தில், ரத்தம் சுண்டி வெளுத்துப்போன ஒரு வெள்ளைப் பேய். மற்ற பேய்கள் பசிக்குப் பிணம் மேயப் போயிருக்க, அந்த ஆலமரச் சுடுகாட்டில் இந்த ஒற்றைப் பேய் மட்டும் ஆட்டம் பார்த்துக் கொண்டிருக்கிறது. மொட்டைச் சுடுகாட்டில் யார் ஆடுகிறார்கள்? அப்பன் சடையன்.

வெண்சாம்பல் புழுதி பறக்க அனலில் ஆடினாலும் அங்கம் குளிர்ந்து ஆடுகிறான். எட்டுத் திக்கும் சடைவீசி ஆடுகிறான். பார்த்துக்கொண்டிருக்கும் காரைக்கால் பேயோ ஆனந்தத்தில் பாடுவதாக நினைத்துக்கொண்டு அலறுகிறது.

எது பேய்?

பேய்மை என்பது இயல்பை மீறியது. இயல்புக்குப் பகையாய் இருப்ப தெல்லாம் பேய். பேய்ச் சுரைக்காய், பேய் முருங்கை, பேய்ப் புடலை, பேய்ச் சுண்டை, பேய்க் கரும்பு என்று இவை எல்லாம் இயல்பு மீறியவை; இயல்பான சுவை கூட்டாமல் கசப்புச் சுவை கூட்டுபவை.

குணம்அற்ற பேய்முருங் கைத்தழை தழைத்துஎன்ன?
குட்டநோய் கொண்டும் என்ன?...
உணவுஅற்ற பேய்ச்சுரை படர்ந்துஎன்ன படராது
உலர்ந்துதான் போகில் என்ன?...

(அறப்பளீசுர சதகம், 22)

மனித உணவுக்குப் பயன்படாத பேய் முருங்கையும் பேய்ச் சுரையும் தழைத்தால் என்ன? வெம்பிச் செத்தால்தான் என்ன? என்று வம்பு பேசுகிறது அறப்பளீசுர சதகம். ‘உலகம் பிறந்தது எனக்காக! எனக்குப் பயன்படாத உலகம் எதற்காக?’ என்ற தன்-மையப் பார்வை அதற்கு. போகட்டும். ‘ஏழு மணிக்கு மேலே இன்பலட்சுமிகளாக’ இருக்கவென்று கற்பிதம் செய்யப்பட்ட பெண்கள், விடுதலை விரும்பிகளாகி, சிற்றின்ப உலகுக்கு அப்பாலே சென்றுவிட்டார்கள் என்றால், அவர்கள் இயல்பு மீறியவர்கள்தாமே? பேய்ப்பெண்கள்தாமே?

சிவனுக்கு வரித்துக்கொண்ட அக்கமாதேவி

சிற்றின்பம் விட்டு மற்றின்பம் விரும்புகிற பெண் கொங்கை திரங்கிப் பேயாகித்தான் அதைப் பெற்றுக்கொள்ள முடியுமா? கொங்கை திரங்கிப் பேயாகாமல், நரைகூடிக் கிழப்பருவம் எய்தாமல், இருக்கும்நிலையில்

இருந்தே அதைப் பெற்றுக்கொள்ள முடியாதா? முடியும். அவ்வண்ணம் பெற்றுக்கொண்டவர் அக்கமாதேவி.

ஆண்டாள் பெருமாளுக்குத் தன்னை வரித்துக்கொண்டதைப்போல சிவனுக்குத் தன்னை வரித்துக் கொண்டவர் அக்கமாதேவி. ஓர் ஆண் சிவனுக்கு அடியான் ஆனால், அவனைச் சிவனடியான் என்று அழைத்துப் பெருமைப்படுத்தும் உலகம், ஒரு பெண் சிவனுக்கு அடியாள் ஆனால், அவளைத் தேவரடியாள் என்று அழைத்துத் தன் தேவைகளுக்குப் பயன்படுத்த நினைக்கிறது. ஆனால், அக்கமாதேவி என்ற மாதேவி அக்காவோ ஆண்கள் அனைவருக்கும் அக்கா ஆனவர்.

வயிற்றுக்குப் பிச்சை; தவிப்புக்குத் தண்ணீர்;
தூங்கிக் கிடக்க இடிந்த கோவில்; உயிருக்காக
வாங்கிக் கிடக்க, சென்ன மல்லிகார்ச்சுனா! நீ!
ஏது குறை எனக்கு?

- என்று அக்கா இறைவனைக் கேட்கும்போது ‘உடை கோவணம் உண்டு; உறங்கப் புறந் திண்ணை உண்டு’ என்று பாடிய பட்டினத்தார் நினைவில் வருகிறார். ஆணாகிய பட்டினத்தார்கூட உடையாகக் கோவணம் கேட்கிறார்; பெண்ணாகிய அக்காவோ தன் தலைமயிர்க் கற்றைகளையே உடையாக்கிப் போனாள். பேய்ப் பெண்தானோ?

அறிவுப் பெருவெளியை அடையும் மார்க்கம்

இறைவனை ஆண் என்று கற்பித்து, தம்மையும் ஆணாக வைத்துக்கொண்டவர்கள், தம்மை அடையாள மாற்றுச் செய்து, பெண்ணாகப் பாவித்துக்கொண்டு, இறைவனோடு தங்களைச் சேர்த்துக்கொள்கிறார்கள்.

ஆனால் பெண்களோ இந்த அற்ப அடையாளச் சிக்கலுக்கு ஆட்படாமல் பெண்களாக இருந்தே இறைவனைத் தங்களுக்குள் சேர்த்துக்கொள்கிறார்கள். தன்னோடு சேர்ந்துகொண்டாலும் சரி, தங்களோடு சேர்த்துக்கொண்டாலும் சரி, இறைமைக்கு உடன்பாடுதான். இந்த அடையாளச் சிக்கலைப் பாடுகிறார் திருமூலர்:

மாதுநல் லாளும் மணாளன் இருந்திடப்
பாதிநல் லாளும் பகவனும் ஆனது;
சோதிநல் லாளைத் துணைப்பெய்ய வல்லிரேல்,
வேதனை தீர்தரும் வெள்ளடை ஆமே. (திருமந்திரம் 1157)

மாது நல்லாளும் மணாளனும் ஒரே உருவத்தில் பாதிப் பாதியாக இருக்கிறார்கள். மாதுநல்லாள் இடங் கொடுத்ததால் மணாளன் வந்து ஏறிக்கொண்டானா? அல்லது மணாளன் இடங் கொடுத்ததால் மாதுநல்லாள் வந்து அடைந்துகொண்டாளா? ஊசி இடங்கொடுக்காமல் நூல் நுழையுமா? மாது கொடுத்ததால் பாதி பெற்றவன் பகவன். கொடுத்ததைக்கூடப் பேசிக்காட்டாத சோதி நல்லாள் அவள். நீங்களும் அவனைப்போலவே அவளைத் துணைக்கு வைத்துக்கொள்ளுங்கள். அறிவுப் பெருவெளியை அடைவீர்கள்.

வெள்அடை யான்இரு மாமிகு மாமலர்க்
கள்அடை யார்அக் கமழ்குழ லார்மன
அள்ளடை யான்ஆம் வகைத்திறம் ஆய்நின்ற
பெண்ஒரு பாகம் பிறவிபெண் ஆமே. (திருமந்திரம் 1158)

அறிவுப் பெருவெளியாய் விரிந்து கிடப்பவன், கள் உடைய மலர்களைச் சூடி மணக்கும் கூந்தல் உடைய பிராட்டியின் மனத்தில் அடைபட்டுக் கிடக்கிறான். அவன் இருக்கும் வகை என்ன என்று பார்த்தால், ஆணாகவும் இருக்கிறான்; பாதிப் பெண்ணாகவும் இருக்கிறான்; பெண்ணாகவும் இருக்கிறான்.

அன்னே அனேஎனும் சிலசமயம்; நின்னையே
ஐயாஐயா என்னவே அலறிடும் சிலசமயம்...
என்னே எனேகருணை விளையாட்டு இருந்தவாறு...

(தாயுமானவர், எங்கும் நிறைகின்ற பொருள், 1)

- என்று பாடுகிறார் தாயுமானவர். அம்மா, அம்மா என்று அழைத்திருக்கிறேன் சில நேரம்; ஐயா, அப்பா என்று அலறியிருக்கிறேன் சில நேரம். நீ அம்மையா இல்லை அப்பனா? நான் எவ்வண்ணம் பார்க்கத் துணிகிறேனோ அவ்வண்ணம் காட்டுகிறாயே அருளனே!

மதங்களைக் கடந்து நிற்பதைப்போலவே ஆண்மையையும் பெண்மையையும் ஆண்மைப் பெண்மையையும் கடந்து நிற்கிறது இறைமை.

42

மனத்தில் எழுந்தது மாயக் கண்ணாடி

'**யோ**கம் சித்த விருத்தி நிரோதம்' என்று யோகத்தை வரையறுத்துக் கொள்கிறது பதஞ்சலியின் யோக சூத்திரம். யோகம் என்பது சித்த விருத்திகளைத் தடை செய்தல். சித்தம் என்பது என்ன? மனிதர்கள் மெய், வாய், கண், மூக்கு, செவி என்ற ஐந்து புலன்கள் வழியாகவே எதையும் அறிகிறார்கள். இந்த ஐம்புலன்களும் புறக் கருவிகள் என்று சொல்லப்படுகின்றன.

இந்த ஐம்புலன்களும் கொண்டுவந்து சேர்க்கும் செய்திகளை வாங்கி, வந்த செய்தி இன்னதென்று துணிந்து, அதை வகை பிரித்து, பதிவுசெய்து, பொதிந்து வைத்துக்கொள்வன அகக் கருவிகள் என்று சொல்லப்படுகின்றன. புறக் கருவிகள் ஐந்து என்பதுபோல அகக் கருவிகள் நான்கு: மனம், புத்தி, அகங்காரம், சித்தம் ஆகியன.

இவற்றில் மனம் என்பது ஒரு பாத்திரம்போல. அது புறக்கருவிகள் கொண்டுவந்து கொட்டும் செய்திகளை வாங்கிக்கொள்ளும். மனம் வாங்கி வைத்த செய்திகளை ஒருங்கிணைத்து ஒற்றைப்படுத்திப் புத்தி அதனை வகை பிரிக்கும். எடுத்துக்காட்டாக, ஒரு பாம்பைப் பார்க்கிறீர்கள் என்று வைத்துக்கொள்ளுங்கள். உங்களது புலன்கள் அந்தப் பாம்பைப்பற்றித் தனித்தனியாகச் செய்திகள் கொண்டு தரும்.

கண், அதன் உருவம் பற்றிய செய்தியைக் கொண்டு தரும்; காது, அதன் சீற்ற ஒலியைக் கொண்டு தரும்; மூக்கு, அதற்கு மணம் ஏதேனும் இருந்தால் அதனைக் கொண்டு தரும்; அது நம் காலின்மீது ஏறி ஓடியிருந்தால் அதன் வழவழப்பை நம்முடைய மெய் கொண்டு தரும். இவ்வாறு பாம்பைப்பற்றி வெவ்வேறு புலன்கள், தனித்தனியாகக் கொண்டு தரும் நான்கு செய்திகளை மனம் வாங்கிப் போட்டுக்கொள்ள, புத்தி அவை நான்கும் பாம்பைப்பற்றி செய்திகள் என்று ஒன்றாக்கித் தொகுக்கும். பிறகு அது என்ன பாம்பு, அதன் குணம் என்ன, அது என்ன செய்யும் என்பதைப் பதிவெடுக்கும்.

ஒருவேளை புலன்கள் கொண்டு வந்த செய்திகளில் தோற்றப்பிழைகள் ஏதேனும் இருந்து குழப்பம் ஏற்பட்டால், அகங்காரம் சரியாகவோ தவறாகவோ, அது இன்னதென்று முடிவு செய்யும். எடுத்துக்காட்டாக, பார்த்த நேரம் பார்வை மயங்கும் அரை இருள் நேரம். பார்த்த பொருள் பாம்பா கயிறா என்று குழப்பம். அப்போது அகங்காரம் முன்கை எடுத்து அதைப் பாம்பென்றோ, அல்லது கயிறென்றோ முடிவு செய்யும். இவ்வாறு மனத்தால் வாங்கப்பட்டு, புத்தியால் வகை பிரிக்கப்பட்டு, அகங்காரத்தால் தீர்மானிக்கப்பட்டு இறுதி செய்யப்பட்ட செய்திகளையெல்லாம் சித்தம் தன்னுடைய அடுக்குகளுக்குள் பொதிந்து வைத்துக்கொள்ளும்.

சித்தத்தின் செயலறுப்பது யோகம்

பணம், காசு, நகைகளை வகை பிரித்து அடுக்கடுக்காகச் சேகரித்து வைத்துக்கொள்வது தன பண்டாரம் என்றால், செய்திகளை வகைபிரித்து அடுக்கடுக்காகச் சேகரித்து வைத்துக்கொள்ளும் இது, மன பண்டாரம். மனிதர்கள் ஆற்றுகின்ற வினைகளும் மறிவினைகளும் எதிர்வினைகளும் சித்தத்தின் சேகரத்தை அடிப்படையாகக் கொண்டே நிகழ்த்தப்பெறுகின்றன.

நல்ல பாம்பைப் பார்த்தால் பயந்து ஓடுவது அல்லது அதைத் தடியால் அடிப்பது, தண்ணீர்ப் பாம்பைப் பார்த்தால் அஞ்சாமல் அதைக் கையிலெடுத்துச் சுழற்றுவது அல்லது அதை லட்சியமே செய்யாமல் இருப்பது என்று நாம் ஆற்றுகிற எதிர்வினைகள் எல்லாமே பாம்புகளைப் பற்றி நம் சித்தத்தில் சேகரிக்கப்பட்டிருக்கிற தகவல்களின் அடிப்படையில், சித்தத்தின் தூண்டுதலால் செய்யப்படுபவை.

பிறக்கும்போது எந்தச் சேகரமும் இல்லாமல் வெண்ணிலையாக இருக்கிற சித்தம் போகப்போக எது கிடைத்தாலும் வாங்கிச் சேகரித்து விரிந்துகொண்டே போகிறது. தன்னுடைய சேகரத்தின் தன்மைக்கு ஏற்ப, நம்மை ஆசைப்படச் செய்கிறது; வருத்தப்படச் செய்கிறது; கோபப்படச் செய்கிறது; வெறி கொள்ளச் செய்கிறது. நம்மை நாமாக இல்லாமல் செய்கிறது.

நம்மிலிருந்து விரிகிற சித்தம், நம்மைக் காட்டிலும் பெரிதாக விரிந்து, கடைசியில் நம்மையே விழுங்கிச் செரித்துச் சக்கையாக்கி விடுகிறது. அதன்பிறகு நாம் என்ற ஒன்று இல்லை; சித்தம் என்கிற மனப்பண்டாரம் உருவாக்கிக் காட்டுகிற மாயப் பிம்பம் மட்டுமே இருக்கிறது. நம்மை நாம் சித்தத்தில் தொலைத்துவிட்டோம். நம்மை மீளவும் கண்டுகொண்டு, மீள் உருவாக்கம் செய்துகொண்டு, சித்தத்தின் சக்கையாக இல்லாமல், நம்முடைய சாரமாகவே நாம் ஆகவேண்டுமானால், சித்தத்தின் அளப்பற்ற விரிவை, அது செய்கிற அலைக்கழிப்பை, அதன் மாயத்தை நாம் அறியவேண்டும்.

அறிந்தால் நம்மைத் தின்று செரிக்க முயலும் சித்தத்தின் செயல்பாடு நின்று போகும். சித்தத்தின் மாயப் பிம்பமாக ஆகிவிடாமல், சித்தத்தால்

தின்று செரிக்கப்பட்டுவிடாமல், சலனமின்றி, நாம் நாமாகவே இருப்பது யோகம். சித்தத்தின் செயலறுப்பது யோகம்.

எதையேனும் ஒன்றை அறுக்க வேண்டும் என்று நினைத்தால் அதன் வேரைத் தேடிப் போங்கள் என்கிறது பௌத்தம். காரியத்தை ஒழிக்க வேண்டுமானால் முதலில் காரணத்தைக் கண்டுபிடிக்க வேண்டும். பிறகு அதை ஒழிக்க வேண்டும். துக்கத்தை அறுப்பதற்காகத் துக்கத்தின் வேரைத் தேடிப் போகிறது அது.

சித்தத்தின் வேர் தேடிப்போ

சித்தத்தை அறுக்க வேண்டும் என்றால் சித்தத்தின் வேர் தேடியாக வேண்டும். ஆனால் வேர் காட்டாமல் மயக்குகிறது சித்தம்; நம்மைப் பேதைமைப்படுத்துகிறது. திருமூலர் சொல்கிறார்:

மனத்தில் எழுந்ததுஓர் மாயக் கண்ணாடி;
நினைப்பின் அதனின் நிழலையும் காணார்;
வினைப்பயன் போக விளக்கியும் கொள்ளார்;
புறக்கடை இச்சித்துப் போகின்ற வாறே. (திருமந்திரம் 1681)

தன்னை அறியக் கிளம்பியவர்கள் தன்னுடைய மூலை முடுக்குகளிலெல்லாம் தன்னைத் தேடினார்கள்; மன பண்டாரம் எதிர்ப்பட்டது; அங்கும் தேடினார்கள்; அது ஒரு மாயப் பிம்பத்தை எழுப்பிக் காட்டியது. அடிமுடி தேடிய படலத்தில், முடி தேடிப் போன பிரம்மன், முடியைக் காணாமல் அன்னப் பறவையைக் கண்டு திரும்பி விட்டதைப்போல, தன்னையே தேடிப் போனவர்கள், தன்னைக் காணாமல் ஏதோ ஒரு மாயப் பிம்பத்தைக் கண்டு அதுவே தான் என்று எண்ணித் திரும்பி விட்டார்கள். விளங்காதவர்கள்; விளக்கிச் சொன்னாலும் விளங்கிக் கொள்ளத் தெரியாதவர்கள். தலைவாயில் அடைத்திருப்பதாக எண்ணி ஏமாந்து பின்னால் சென்று புறக்கடை வாசலைத் தட்டிக்கொண்டு நிற்கிறார்கள். தன்னை அல்ல, தன்னுடைய நிழலைக்கூட இவர்களால் கண்டுகொள்ள முடியாது.

மனமாயை மாயை; இம் மாயை மயக்க;
மனமாயை தான்மாய, மற்றொன்றும் இல்லை;
பினைமாய்வது இல்லை; பிதற்றவும் வேண்டா;
தனைஆய்ந்து இருப்பது தத்துவம் தானே. (திருமந்திரம் 2956)

உங்களைப் பேதைமைப்படுத்துவதும் மயக்குவதும் நீங்களே உருவாக்கிச் செல்லங் கொஞ்சிப் பேணி வளர்த்து வைத்திருக்கிற மனம்தான். மனம் உங்களை மயக்குவதை நிறுத்துங்கள்; மனத்தை நீங்கள் மயக்குங்கள். மனம் என்கிற மாயை ஒழிந்துவிட்டால், பிறகு உங்களை மயக்கத்தக்கது வேறு ஒன்றும் இல்லை. ஒழித்துக்கட்ட வேண்டியதும் வேறு ஒன்றும் இல்லை. மனத்தின் தூண்டுதலுக்கு ஆட்பட்டுத் தாறுமாறாக நடந்துகொள்ளவும் தேவையில்லை. தன்னையே தான் ஆராய்ந்து, தானே தானாக இருப்பதுதான் யோகம். தன்னையே தான் ஆராய்தல் எப்படி? மாணிக்கவாசகர் சொல்கிறார்:

நான்ஆர்? என் உள்ளம்ஆர்? ஞானங்கள் ஆர்? என்னை யார்அறிவார்?
வானோர் பிரான்என்னை ஆண்டுஇலனேல் மதிமயங்கி
ஊனார் உடைதலையில் உண்பலிதேர் அம்பலவன்
தேன்ஆர் கமலமே சென்றுஊதாய் கோத்தும்பீ (திருவாசகம், திருக்கோத்தும்பி, 2)

நான் யார், என் உள்ளம் எது, ஞானங்கள் எவை என்று அறிய வேண்டும்; என்னை அறிகிறவர் யார் என்றும் பார்க்க வேண்டும். எல்லாமே வானோர் பிரானாகிய சிவன்தான் என்று தன்னை அறிவிக்கும் பொறுப்பையும் அறியும் பொறுப்பையும் இறைவனிடம் ஒப்படைக்கிறார் பக்தியின் வழிவந்த மாணிக்கவாசகர். யோகத்தின் வழிவந்த திருமூலரோ அந்தப் பொறுப்பைத் தன் வசமே வைத்துக்கொள்கிறார்.

43

உழவை மறந்தான் உலகத்தில் விழுந்தான்

கொடுப்பதைத் தமிழ் அறநெறி மரபு முதன்மைப்படுத்தியிருக்கிறது. தமிழ்நாட்டில் நிறையக் கொடைஞர்கள் இருந்திருக்கிறார்கள். கணக்குப் பார்க்காமல் கொடுத்திருக்கிறார்கள். இன்னார், இனியார் என்று பார்க்காமல் கொடுத்திருக்கிறார்கள். சில நேரத்தில் மடத்தனமாகக்கூடக் கொடுத்திருக்கிறார்கள். மடத்தனமாகக் கொடுப்பதைத் தமிழ் மரபு 'கொடை மடம்' எனும். கொடுப்பதில் உண்டாகும் மடம்.

மடம் என்பது, ஒருவர் தன்னுடைய அறிகருவிகளால் ஆராய்ந்து, தனக்கான கருத்தாக, கொள்கையாக ஏற்றுக்கொண்ட ஒன்றை, எத்தனை இடையூறுகள் வந்தாலும், எவ்வளவு சங்கடங்கள் நேர்ந்தாலும், சாவே வந்து அணைந்தாலும், கொண்டதைக் கைவிடாமல் கடைசிவரை இறுகப் பற்றிக்கொள்ளுதல்.

சாவே வந்தாலும் கைவிடாமல் பற்றிக்கொள்வது என்பதென்ன எளிதான செயலா? அரிதான செயல் இல்லையா? அரிதான செயல்தான். ஆனால், அறிவான செயலா? இல்லைதான். ஆகவேதான் அது மடம் எனப்பட்டது. ஆராய்ந்து ஏற்றுக்கொண்ட கொள்கைதான் என்றாலும், தேவையான இடத்தில் சீர்தூக்கிப் பார்க்க வேண்டுந்தானே? மடம் என்பது பெண்ணின் குணம் என்று வகைப்படுத்தி வைத்திருக்கிறார்கள். அது ஆணின் குணமும்தான். சில கட்சிகளில் தங்களைப் பூட்டிக்கொண்டவர்கள், அந்தக் கட்சி எத்தனை கோளாறுகள் செய்தாலும் சீர்தூக்கிப் பார்க்காமல், திசை மாற்றிக்கொள்ளாமல், நிலை மாறாமல் மடம் கொண்டு நிற்பார்கள்.

கொடைமடையனாக இருக்கலாம்

இந்த மடமையும்கூட ஒரு புகழைக் கொடுக்கும். மயிலுக்குப் போர்வை கொடுத்த கொடைஞன் அப்படித்தான் புகழ்பெற்றான். அவன் பெயர் பேகன். தமிழ் மரபு கொண்டாடுகிற வள்ளல்களில் ஒருவன். பொதினி மலைக்குத் தலைவன். ஒரு குளிர்காலத்தின் அதிகாலையில் போர்வையைப் போர்த்திக்கொண்டு நடை பழகிக்கொண்டிருந்தான்.

மயில் ஒன்று உடல் சிலிர்த்து அகவியது. குளிரில் நடுங்கித்தான் மயில் அகவுகிறது என்று எண்ணித் தான் போர்த்தியிருந்த போர்வையை மயிலுக்குப் போர்த்திவிட்டானாம் பேகன். அவன் செயலைக் கேட்டவர்கள், 'அட அறிவுக் களஞ்சியமே! இப்படியா இருப்பான் ஒருவன்? இவ்வளவு மடையனாகவா? தலைவனாக இருக்கத் தகுந்தவன்தானா இவன்?' என்று பகடி பேசினார்கள். மறுதலையாகப் பரணர் பாடுகிறார்:

அறுகுளத்து உகுத்தும் அகல்வயல் பொழிந்தும்
உறும்இடத்து உதவாது உவர்நிலம் ஊட்டியும்
வரையா மரபின் மாரி போலக்
கடாஅ யானைக் கழல்கால் பேகன்
கொடைமடம் படுதல் அல்லது
படைமடம் படான்பிறர் படைமயக்கு உறினே. (புறநானூறு 142)

மழை இருக்கிறதே, அது காய்ந்துபோன குளத்திலும் பெய்யும்; வறண்டு வெடித்துக் கிடக்கிற வயலிலும் பெய்யும்; சில சமயங்களில் தேவைப்படும் இடங்களில் பெய்யாமல், உழவுக்குப் பயன்படாத உவர்நிலத்தில் பெய்து வீணாகியும் போகும். மழையின் போக்குக்கு வரைமுறை கிடையாது; இன்னார் இனியார் என்ற கணக்குக் கிடையாது. அதைப்போலத்தான் இந்தப் பேகன். வேண்டியவர்களுக்கும் கொடுப்பான்; வேண்டாதவர்களுக்கும் கொடுப்பான்; பயன்படுமா என்று பார்த்தும் கொடுப்பான்; மயிலுக்குக் கொடுத்ததுபோல வீணாகவும் கொடுப்பான். அதனால் அவனைக் கொடை மடையன் என்று சொல்லலாம். அவன் கொடை மடையனே தவிரப் படை மடையன் அல்லன். போர் என்று வரும்போது, இன்னாரையும் இனியாரையும் அவனால் வேறுபடுத்தி அறிய முடியும். எதிர்த்து நின்றவர்களை வெட்டுவான்; தஞ்சமென்று வந்தவர்களைத் தழுவுவான். தகுதி தெரிந்து சண்டை இட வேண்டும் என்ற அறம் தெரிந்தவன் அவன்.

புகழைப் புகழும் வள்ளுவர்

போர்வை கொடுத்த பேகன் ஒருவன்தான் கொடைமடையன் என்றில்லை. அவனுக்குப் போட்டியாகத் தேர் கொடுத்த பாரி, தலை கொடுத்த குமணன், சதை கொடுத்த சிபி ஆகியோரும் இருக்கிறார்கள்.

போர்வை கொடுத்ததும் தேரைக் கொடுத்ததுமே மடத்தனம் என்றால் தன்னையே கொடுக்கத் துணிவது முழு மூடத்தனம் இல்லையா? இல்லை; 'புகழ் எனின் உயிரும் கொடுக்குவர்' என்கிறது புறநானூறு (182). புகழைப் புகழ்கிற வள்ளுவர்,

நத்தம்போல் கேடும் உளதுஆகும்; சாக்காடும்
வித்தகர்க்கு அல்லால் அரிது. (குறள் 235)

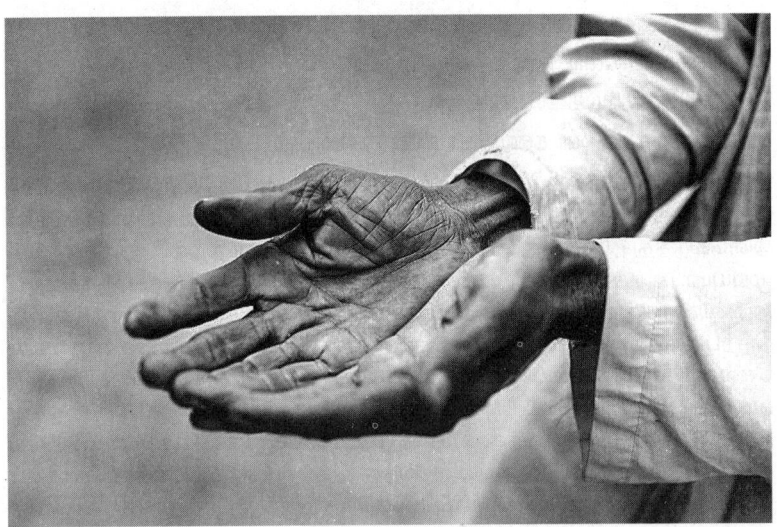

நத்தை இருக்கிறதே, அது தன்னைச் சுற்றிச் சங்கு என்னும் உறையை உருவாக்கிக்கொள்கிறது. பிறகு அதைப் பிறர் கொள்ளக் கொடுத்துவிட்டுத் தான் சாகிறது. கொடுக்கிறவர்கள், செத்தாலும் புகழ் விளங்குமாறு சாகிறார்கள். நிலையில்லாத பூத உடலைக் கொடுத்து, அழியாத புகழ் உடலைப் பெற்றுவிடுகிறார்களே, இவர்கள் வித்தகர்கள் இல்லையா?

திருவள்ளுவரே சொல்கிறார்தான்; என்றாலும் ஒரு கேள்வி வருகிறது. செத்துப்போன பிறகு வருகிற இந்தப் புகழை வைத்துக்கொண்டு என்ன செய்ய? ஏதும் செய்வதற்காக அல்ல புகழ். எந்தப் பயனும் இல்லாத நம்முடைய நிழல்போலப் புகழ் சில சமயம் தானாகவே நம்மோடு வருகிறது; பின் தானாகவே காணாமல் போகிறது. புகழைக் கருதி யார் செய்தார்கள்? ‘நல்லன செய்தால் நல்லன விளையும்; ஆகவே நல்லது செய்க’ என்று மெய்ம்மை பயிற்றும் மரபுகளைப் புறத்தமிழ் மரபு புறந்தள்ளுகிறது. நல்லனவே விளையாவிட்டாலும் நல்லன செய்க. விளைவுக்காக அல்ல, அறத்துக்காகவே அறம்.

...எத்துணை ஆயினும் ஈத்தல் நன்றுஎன
மறுமை நோக்கின்றோ? அன்றே!
பிறர் வறுமை நோக்கின்று அவன்கை வண்மையே! (புறநானூறு 141)

அடுத்த பிறப்பில் யாராகப் பிறப்பேன்? செத்துப்போன பிறகு அவ்வுலகில் எனக்கு என்ன கிடைக்கும்? என்று மறுமை பார்த்தா கொடுத்தான் பேகன்? பிறர் வறுமை பார்த்தல்லவா கொடுத்தான்? ‘மேல் உலகம் இல்லெனினும் ஈதலே நன்று’ என்று இதை வள்ளுவரும் ஆமோதித்து விடுகிறார். திருமூலர் சும்மா இருப்பாரா?

தன்னது சாயை தனக்குஉத வாதுகண்டு
என்னது மாடுஎன்று இருப்பர்கள் ஏழைகள்;
உன்உயிர் போம்;உடல் ஒக்கப் பிறந்தது;
கண்அது காண்ஒளி கண்டுகொ ளீரே (திருமந்திரம் 170)

வெயிலில் போகும்போது ஒதுங்குவதற்கு நிழல் தேடுகிறீர்கள்; அதுவோ ஒன்றுமில்லாத மொட்டைவெளி; உங்கள் காலடியிலோ உங்களுக்கென்றே அளவெடுத்துச் செய்ததுபோலக் கச்சிதமாய் உங்கள் நிழல். அதில் ஒதுங்க முடியுமா? உங்களது நிழல் உங்களுக்கு என்றைக்காவது உதவியிருக்கிறதா? அவ்வாறே உங்களுடைய செல்வமும் உங்களுக்கு உதவாது என்று நிழற்பாடம் படித்த பிறகுமா உங்களுக்குப் புரியவில்லை? என்னுடைய செல்வம் என்னுடைய துன்பத்தைப் போக்கும் என்று சுவிட்சர்லாந்து வங்கிகளில் வைத்துப் பூட்டிச் செல்வத்தைக் காக்கும் ஏழைகளே! உங்கள் உடம்போடு கூடவே வந்த உயிரே உடம்பைக் காக்காமல் கைவிட்டுப் போகும் நிலையில், இடையில் வந்த செல்வமா உங்களைக் காக்கப் போகிறது? உங்களுக்கெல்லாம் காட்டுவதற்குக் கண்ணும் இருக்கிறது. காண்பதற்கு அறிவும் இருக்கிறது. காணக்கூடாதா?

அறிவைத் தொகுத்தலே இன்பம்

மனிதருக்குத் துன்பம் எது? செல்வ வறுமையா? புகழ் வறுமையா? அறியாமையே துன்பம். நிலையானது எது, நிலையில்லாதது எது என்று வேறுபடுத்தி அறியத் தெரியாத மெய்ம்மடமே துன்பம். செல்வத்தைத் தொகுத்தலும் புகழைத் தொகுத்தலும் அல்ல, அறியாமை நீங்க அறிவைத் தொகுத்தலே இன்பம். அறிவைத் தொகுக்கவிடாமல் உலகியல் கவ்வி இழுக்கிறது.

உழவன் உழவுஉழ, வானம் வழங்க,
உழவன் உழவில் பூத்த குவளை,
உழவன் உழத்தியர் கண்ஒக்கும் என்றிட்டு
உழவன் அதனை உழவுஒழிந் தானே. (திருமந்திரம் 1619)

உழவன் உழுதான். மழையும் பெய்தது. உழுத நிலத்தில் குவளைப்பூப் பூத்தது. உழவு நிலத்தில் குவளை களை இல்லையோ? களைவதற்காகக் கிட்டத்தில் வந்தபோது, உழத்தியின் கண்போலத் தோன்றியது குவளை. அதன்பின் களைவானா? உழவை மறந்தான்; உலகத்தில் விழுந்தான்.

உலகியல் தன்னுடைய கற்பிதங்களால் தொடர்ந்து மடமைப்படுத்திக் கொண்டே இருக்கிறது. களைத்துப் போகாமல் அறிவைத் தொகுத்துக் கொண்டே இருக்க வேண்டும்—பாரஞ் சுமக்கிற காளைகள் முக்கி மேடேறுவதைப்போல.

44

ஞான விளக்கைத் தேடிப்போவோம்

அறிவூட்டுகிற பேச்சுகளையும் அவற்றைப் பேசும் ஆட்களையும் எப்போதும் அரசாங்கங்கள் விரும்புவதில்லை. முன் ஆடு போன தடத்திலேயே போகும் பிற ஆடுகளைப்போலவும், வானத்தை நோக்கிச் சுட்டால்கூடத் தன்னைத்தான் சுட்டுவிட்டதாகவும் தான் செத்துவிட்டதாகவும் நினைத்து நெஞ்சடைத்து விழுந்துவிடுகிற வாத்துக்களைப்போலவும் மக்கள் இருப்பதுதான் ஆள்வதற்கு வசதியானது என்று அவை கருதுகின்றன. ஆகவே, அறிவூட்டும் வேலையை அரசாங்கங்கள் செய்வதில்லை என்பதோடு அந்த வேலையைச் செய்கிறவர்களைத் தடைப்படுத்தியும் தளைப்படுத்தியும் தேவைப்பட்டால் இல்லாமலே செய்தும் வந்திருக்கின்றன. சான்று கிரேக்க மெய்யியல் அறிஞன் சாக்ரடீஸ்.

சாக்ரடீஸின் கேள்விகள்:

'உங்களுடைய செருப்பைச் செப்பனிட வேண்டுமென்றால் யாரிடம் போவீர்கள்?' 'இதென்ன கேள்வி? ஒரு தொழிலில் எவர் தேர்ச்சியுடையவரோ அவரிடந்தான் போவோம்; செருப்பைச் செப்பனிடுவதில் தேர்ச்சியுடையவர் செருப்புத் தைக்கிறவர்; அவரிடந்தான் போக வேண்டும்.'

'உங்களுடைய மர நாற்காலி பழுதடைந்துவிட்டதென்றால், யாரிடம் போவீர்கள்?'

'தச்சரிடந்தான். அவர்தானே மர வேலைகளில் தேர்ச்சி மிக்கவர்?'

'உங்களுடைய பொன்நகை இற்றுப் போய்விட்டதென்றால் பற்ற வைத்துக்கொள்வதற்கு யாரிடம் போவீர்கள்?'

'ஐயமென்ன? பொற்கொல்லரிடம்!'

'நல்லது. உங்களுடைய அரசாங்கம் பாழ்பட்டுப் போய்விட்டதென்றால், அதைச் சீர்செய்ய யாரிடம் போவீர்கள்?'

எளிய காரியங்களுக்கெல்லாம் அவற்றில் தேர்ச்சியுள்ளவர்களிடம் தெளிவாகப் போகிறவர்கள், வலிய காரியமாகிய அரசு நடத்துதலுக்கும் அதேபோலத் தேர்ச்சியுள்ளவர்களிடம், அறிவுள்ளவர்களிடம் போக

வேண்டாமா? ராமன் ஆண்டாலும் ராவணன் ஆண்டாலும் எனக்கொரு கவலையில்லை என்பது அரசியற் சமூகத்தில் வாழ்கிற ஒரு மனிதனின் கருத்தாக இருக்கலாமா?

மக்களுக்கு அறிவுகொடுக்க முயன்ற இந்தக் கேள்விதான் சாக்ரடீஸுக்கு நஞ்சைக் கொடுத்தது: சாக்ரடீஸ் ஒரு தேசத் துரோகி; தீமையின் கனியைச் சுவைக்கும் சாத்தான்; வேண்டாதவற்றை வேண்டுகிறவன்; பூமிக்கு அடியிலேயும் வானத்துக்கு அப்பாலேயும் இருப்பவற்றை ஆராய்கிற அறிவீனன்; சிறந்ததையெல்லாம் மோசமானதாகவும், மோசமானதை எல்லாம் சிறந்ததாகவும் ஆக்கிக்காட்ட முனைகிறவன்; அவற்றையெல்லாம் மற்றவர்களுக்கும் போதித்து அவர்களையும் பேதைப்படுத்துகிறவன்; அரசாங்கம் கும்பிடச் சொல்கிற தெய்வங்களைக் கும்பிடாமல் புதிய கருத்துநிலைத் தெய்வங்களைக் கற்பிக்கிறவன்; அவ்வாறு கற்பிப்பதன்மூலம் இளைஞர்களின் மூளைகளைக் குற்றப்படுத்துகிறவன்—என்றெல்லாம் சாக்ரடீஸைக் குற்றம் சாட்டினார்கள். சாக்ரடீஸ் மன்னிப்புக் கேட்டால் எளிய தண்டனையோடு விட்டுவிடுவதாகச் சொன்னார்கள்.

பிளேட்டோவின் குகை

மரணத்துக்கு அஞ்சி மன்னிப்புக் கேட்பது அறிவுடைமை ஆகாது; மரணத்தைப் பார்த்து ஏன் அஞ்ச வேண்டும்? மரணம் நல்லதாகக்கூட இருக்கலாம்; அது கனவுகளற்ற உறக்கம் ஆகலாம்; நல்லதுதானே? பரவலாக நம்பப்படுவதைப்போல என்னை அது மறுஉலகுக்குக் கொண்டு போகலாம்; ஏற்கெனவே மரணமடைந்து, மறு உலகில் தங்கியிருப்பதாக நம்பப்படுகிற ஆர்பியசையும் எசியோதையும் ஓமரையும் கண்டு அளவளாவும் வாய்ப்பை உண்டாக்கித் தரலாம்; நல்லதுதானே?

எனவே மன்னிப்புக் கேட்டு, என்மீது சாட்டப்பட்ட குற்றங்களுக்கு மறைமுக ஒப்புதல் வழங்கி வாழ்வைப் பெறுவதைவிட, மரணத்தையே அடைந்துகொள்கிறேன் என்றான் சாக்ரடீஸ். நஞ்சைக் கொடுத்தார்கள். வாங்கிக் குடித்தான்; செத்தான்.

சாக்ரட்டீஸின் மாணவன் பிளேட்டோ. அறிவுக் கனியைப் பறித்துத் தின்னச் சொன்னவனுக்கு சாவா பரிசு என நொந்தான். உருவகக் கதை ஒன்று செய்தான். பிளேட்டோவின் குகை உருவகக் கதை என்று அது புகழ் பெற்றது.

ஓர் இருட்குகை. குகையின் வாயிலுக்கும் உட்சுவருக்கும் நடுவில் ஒரு கட்டைச் சுவர். அந்தக் கட்டைச் சுவரில் சங்கிலியால் பிணைக்கப்பட்ட சில மனிதர்கள். பிறந்த நாள் முதலே அவர்கள் அந்த இருட்குகையின் கட்டைச் சுவரில் கட்டி வைக்கப்பட்டிருக்கிறார்கள். அவர்களால் குகையின் வாயிலை, புற உலக நிகழ்வுகளைப் பார்க்க முடியாது. பக்கத்தில் கட்டப்பட்டிருக்கிற மனிதரைக்கூடப் பார்க்க முடியாது. தங்களைத் தாங்களேகூடப் பார்த்துக்கொள்ள முடியாது. அவர்களால் பார்க்க முடிந்ததெல்லாம் தங்களுக்கு எதிரில் தெரிகிற குகையின் உட்சுவரை மட்டுமே.

இந்த மனிதர்களைக் கட்டி வைத்திருக்கிற கட்டைச் சுவருக்குப் பின்னால் வெளிச்சத்துக்காக ஒரு தீக்குண்டம். அந்தத் தீக்குண்டத்துக்கும் கட்டைச் சுவருக்கும் நடுவில் ஒரு நடைபாதை. அந்த நடைபாதையில் சில மனிதர்கள் போகிறார்கள், வருகிறார்கள். சில நேரத்தில் கழுதைகள், குதிரைகள், நாய்கள் ஆகியவற்றில் பொம்மைகளை உயரத் தூக்கிப் பிடித்துக்கொண்டு போகிறார்கள். இவர்களுடைய நிழல்கள் குகையின் உட்சுவரில் பூதாகரமாக விழுகின்றன. கட்டுண்ட மனிதர்கள் அவற்றைப் பார்க்கிறார்கள். இந்தப் பூதாகரமான நிழல்களையே உண்மை என்று அவர்கள் நம்புகிறார்கள். ஏனென்றால் பிறந்தது முதல் அவர்கள் நிழல்களைத் தவிர வேறு எதையும் கண்டறிந்தவர்கள் இல்லை.

பின்னால் தலை திருப்பிப் பார்க்கிற வாய்ப்பும் அவர்களுக்கு இல்லை. பார்ப்பதற்கு நிழலன்றி ஏதும் அற்றவர்கள் அவர்கள். பாதையில் மனிதர்கள் பேசிக்கொண்டே நடக்கும்போது ஒலிகள் எழுகின்றன. அந்த ஒலிகள் குகையில் எதிரொலித்துத் தெளிவற்ற கூவொலியாகக் கேட்கின்றன. அந்தக் கூவொலிகள் எல்லாம் பூதாகரமான நிழல்கள் எழுப்புகிற ஓசைகள் என்று கட்டுண்ட மனிதர்கள் நம்புகிறார்கள்.

விடுதலை வெளிச்சம்

இந்த நிலையில் கட்டுண்டு கிடந்த மனிதர்களில் ஒருவன் எப்படியோ தப்பித்து விடுகிறான் என்று வைத்துக்கொள்ளுங்கள். என்ன நிகழும்? விடுவித்துக்கொண்டவன் அங்குமிங்கும் அலைவான். கட்டைச் சுவரின் பின்னால் உள்ள குண்டத்தில் எரிந்துகொண்டிருக்கும் தீயைப் பார்ப்பான். வெளிச்சத்தை நேராகப் பார்த்துப் பழக்கமில்லாததால் அவனுடைய கண்கள் கூசும். மெல்லப் பார்வையைச் சரி செய்வான். தீயை நேராகப் பார்க்கும்

திறன் பெறுவான். தீயின் வெளிச்சத்தில் குகையின் பரிமாணங்களை அளந்து அறிவான். குகையின் வாயிலைக் காண்பான். வெளியேறுவான்.

வெளியில் சூரியன் தகித்துக்கொண்டிருக்கும். அவ்வளவு வெளிச்சத்துக்கு அவன் கண்கள் பழகியதேயில்லை. தடுமாறிக் கண்களைச் சுருக்கிக் கொள்வான். மேலே பார்க்காமல் கீழே பார்ப்பான். புறப் பொருட்களின் நிழல்கள் தெரியும். பின் மெல்லத் தலைநிமிர்த்தி புறப்பொருள்களையே நேரடியாகப் பார்ப்பான். பிறகு இன்னும் தலை நிமிர்த்தி இவற்றையெல்லாம் காட்டுகின்ற ஒளி எது என்று பார்ப்பான். கண்டுகொண்டேன் கண்டுகொண்டேன் என்று கூத்தாடிப் போய்விடுவானா? பொறுப்புள்ளவன் போக மாட்டான்.

மீண்டும் குகைக்குத் திரும்புவான். வெளிச்சத்திலிருந்து இருளுக்கு வந்ததால் கண் தெரியாமல் தடுமாறுவான். கட்டப்பட்டிருப்பவர்களோ, கடவுளின் கட்டளையை மீறி வெளியே போனதால் அவன் கண்களை இழந்துவிட்டதாக இகழ்வார்கள். நிழல்களையே பார்த்துப் புத்தி பேதலித்துக் கிடக்கும் அவர்களுக்கு இவன் உண்மையைச் சொல்வான். அவர்களை விடுவிக்க முயல்வான். அவர்களோ இவனைப் பைத்தியம் என்று சொல்லி அடித்துக் கொல்வார்கள். அம்மணர்களின் ஊரில் கோவணம் கட்டியவன் பைத்தியக்காரன்.

வேண்டாத உண்மையறிவு

அறிவைப் பெறுவதும் அதை அடையாளம் காட்டுவதும், முயல்கிறவர்களுக்கு அரியதாகவும் அரசாங்கத்துக்கும் மற்றவர்களுக்கும் வேண்டாததாகவும் இருக்கிறது. திருமூலர் சொல்கிறார்:

மாய விளக்குஅது நின்று மறைந்திடும்;
தூய விளக்குஅது நின்று சுடர்விடும்;
காய விளக்குஅது நின்று கனன்றிடும்;
சேய விளக்கினைத் தேடுகின் றேனே. (திருமந்திரம் 2367)

அறியாமை என்ற இருட்குகையில் அகப்பட்டவர்களுக்கு நிழல்களைக் காட்டி மறைகின்றன சில விளக்குகள். நின்றெரியும் தூங்காமணி விளக்குகளோ நிலையாகக் காட்டினாலும்கூட, நிழல்களையே காட்டுகின்றன. உடம்பு அகலுக்குள் அறிவு விளக்கு ஏற்றினால் அது மெய் காட்டும். அதற்குத் தீயைத் தூண்டிவிடும் ஞான விளக்கைத் தேடிப் போங்கள். அறிவைத் தேடுவது ஏன் அவ்வளவு முதன்மையானது என்றால்,

அறிவுஉடை யார்நெஞ்சு அகலிடம் ஆவது;
அறிவுஉடை யார்நெஞ்சு அருமருந்து ஆவது;
அறிவுஉடை யார்நெஞ்சொடு ஆதிப் பிரானும்
அறிவுஉடை யார்நெஞ்சத்து அங்குநின் றானே. (திருமந்திரம் 2364)

பொருளா சொல்லவேண்டும்?

45

உடம்புள்ளே உத்தமன் கோயில் கொண்டான்

ஐவர்க்கு ஒருசெய் விளைந்து கிடந்தது;
ஐவரும் அச்செய்யைக் காத்து வருவர்கள்;
ஐவர்க்கு நாயகன் ஓலை வருதலால்,
ஐவரும் அச்செய்யைக் காவல் விட்டாரே. (திருமந்திரம் 188)

உடையவன் ஒருவன், தன்னுடைய நிலம் ஒன்றை, ஐவருக்குக் குத்தகை உரிமையாக வழங்கினான். ஐவரும் தங்கள் திறனால் அதை நன்றாகப் பேணி வந்தார்கள். நிலமும் பொன்னாக விளைந்து கொடுத்தது. ஒருகட்டத்தில் நிலத்துக்கு உடையவன் குத்தகையை மாற்றக் கருதி அவர்கள் ஐவரையும் நிலப் பொறுப்பிலிருந்து விலகுமாறு ஓலை விட்டான். ஐவரும் அந்த நிலத்தைக் கைவிட்டு விலகினார்கள்.

இங்கே ஐவர் என்றது ஐம்புலன்களை; நிலம் என்றது உயிரை; விளைதல் என்பது, அறிந்தும் உணர்ந்தும் உயிர் தன்னை மெருகேற்றிக்கொள்ளும் தொழிற்பாட்டை; நாயகன் என்றது இறைவனை; ஓலை என்றது சாவின் அழைப்பை; காவல் விடுதல் என்றது சாவை.

உயிர் ஓர் அறிவுப் பொருள். மேசை, நாற்காலிபோல எதையும் அறியவொண்ணாத சடமாக இல்லாமல், எல்லாவற்றையும் அறிகின்ற இயல்புடையது. ஆனால், எதையும் அது தானாக அறியாது. அறிவிக்க அறியும். அழுந்தி அறியும். அதாவது, எதையும் தோய்ந்து அனுபவித்தே அறியும். உயிரை உலகப் பொருள்களில் தோயச் செய்து, அதற்கு உண்மை பொய்ம்மைகளை அறிவிப்பதற்குப் புலன்கள் தேவை. புலன்கள் இல்லாமல் உயிரின் அறிவு நிகழ்வதில்லை. உழுநிலத்துக்கு உழுவான் தேவை என்பதைப்போல; உழுகிறவன் கைவிட்ட நிலம் கரம்பையாய்ப் போவதைப்போல.

பொறிஇன்றி ஒன்றும் புணராத புந்திக்கு
அறிவுஎன்ற பெயர்நன்று அற. (திருவருட்பயன், 15)

- என்று உயிரின் நிலை சொல்கிறது, உமாபதி சிவம் எழுதிய சித்தாந்த

சாத்திர நூல்களில் ஒன்றான திருவருட்பயன். அறிவதுதான் உயிரின் இயல்பு என்கிறீர்கள்; உயிருக்குப் பெயரே அறிவுதான் (சித்து) என்கிறீர்கள்; ஐந்து பொறிகளின் துணை இல்லாமல் எந்த ஒன்றையும் அறிய முடியாமல் தடுமாறுகிற உயிருக்கு அறிவு என்ற பெயரா? நன்றாகத்தான் இருக்கிறது.

புலன் சார்பற்ற அறிவு?

எனவே, உயிர் அறிய வேண்டுமானால், அறிவிப்பதற்குப் புலன்கள் வேண்டும். புலன்கள் எல்லாவற்றையுமே அறிவிக்குமா? உலகியலுக்கு அப்பால் உள்ள பாதாள, பரலோகங்களை அறிவிக்குமா என்றால், வாய்ப்பில்லை. அவை கருத்தால் மட்டுமே சென்றடையக்கூடிய இடங்கள்; புலன்களால் அவற்றுக்கு வழிநடத்த முடியாது. ஆனால், உலகியலுக்கு அப்பால் ஏதேனும் இருக்கின்றனவா என்ற கருத்துலக ஆய்வுக்குள் நுழைய வேண்டுமானால், முதலில் பருவுலகில் இருப்பவற்றை அறிய வேண்டாமா?

புலன்சார்பற்ற அறிவு (a priori) என்று ஒன்று இருப்பதாகச் சொல்கிறார்கள். அதாவது புலன்களைப் பயன்படுத்தாமல், வெறும் சிந்தனையின் வழியாகவே நாம் சிலவற்றை அறிய முடியும் என்கிறார்கள். அதற்கு எடுத்துக்காட்டாகக் கணக்கியலைக் காட்டுகிறார்கள். நாம் எப்படிக் கணக்கிடுகிறோம்? என்னிடம் இரண்டு மாம்பழங்கள் இருக்கின்றன; நண்பர் மூன்று மாம்பழங்கள் கொண்டு வந்தார். எடுத்துவைத்து எண்ணினால், என்னிடம் கையில் இருப்பவை மொத்தம் ஐந்து. ஐந்துமே புலன்களால் கண்டவை. இது எளிய கணக்கிடும் முறை.

இதைக் கொஞ்சம் மாற்றிக் கருதிப் பார்க்கலாம்: என்னிடம் இரண்டு மாம்பழங்கள் இருக்கின்றன; இன்னும் மூன்று மாம்பழங்களைச் சேர்க்க வேண்டும் என்று ஆசைப்படுகிறேன். அவற்றையும் சேர்த்தால் என்னிடம் இருக்கக்கூடிய மாம்பழங்கள் மொத்தம் ஐந்து. இந்த முறை, கையில் இருப்பவை இரண்டு; கருத்தில் இருப்பவை மூன்று. அதாவது புலன்களால் கண்டவை இரண்டு; காணாதவை மூன்று.

இன்னும் கொஞ்சம் மாற்றிக் கருதிப் பார்க்கலாம்: என்னிடம் எதுவுமே இல்லை. உடன் பணியாற்றுகிறவர்களில் ஒருவர், மாம்பழம் வாங்கினேன்; நாளை வரும்போது இரண்டு கொண்டு வருகிறேன் என்கிறார். மற்றொருவர், நானும் வாங்கினேன்; மூன்று கொண்டு வருகிறேன் என்கிறார். இரண்டும் மூன்றும் ஐந்து என்று கணக்கிடுகிறேன் நான். இந்த முறை, கையில் எதுவுமே இல்லை; ஐந்தும் கருத்தில். அதாவது, புலன்களால் கண்டவை ஒன்றுமில்லை; காணாதவை ஐந்து.

எனவே, கணக்கியலுக்குப் புலன்களால் காண வேண்டும் என்ற அவசியமில்லை; கணக்கியல் புலன் சார்பற்றது என்று சொல்லப்படுகிறது. இரண்டும் மூன்றும் ஐந்து என்று கண்களால் பார்க்காமல் கருத்தாலேயே கணக்கிட்டீர்கள்; சரி. ஆனால் இரண்டையும் மூன்றையும் எப்படி அறிந்தீர்கள்?

இரண்டு மாம்பழம், மூன்று நெல்லிக் காய்கள் என்று கண்டும் கையால் தொட்டு எடுத்து வைத்து எண்ணியும்தானே அறிந்தீர்கள்?

புலன்களால் அறியப்படக்கூடிய எதுவுமே இல்லாமல், இது ஒன்று, இவை இரண்டு, மூன்று என்று எப்படி எண்ணுவீர்கள்? எண்ணி அறிந்த பிறகு அவை கருத்துருவம் ஆகிவிட்ட எண்கள் என்பது சரி; ஆனால், எண்ணிக் கருத்துருவம் ஆகும்வரை அவை பருண்மையான பொருட்கள்தாமே? பொருட்களே இல்லாமல் எண்கள் எப்படி உங்கள் மண்டைக்குள் வந்தன? பொருட்களே இல்லாமல் நம்முடைய எண்ணத்துக்குள் எண்கள் வரலாம் என்றால், எதுவும் வரலாந்தானே? பிறகு ஏன் நாம் பார்க்க வேண்டும்? கேட்க வேண்டும்? சுவைக்க வேண்டும்?

எல்லாம் மனக்கணக்குத்தான்

எண்ணிப் பார்த்தால், கருத்துருவங்களை உருவாக்குவதும் காட்சி உருவங்களே அல்லவா? கருத்துருவமான கடவுளுக்கு நாம் வடிவம் கொடுத்ததுங்கூடக் காட்சி உருவங்களைப் பார்த்தே அல்லவா? மகனுக்குப் பெண் பார்த்துவிட்டு வந்து, மருமகள் மகாலட்சுமியைப்போல் இருக்கிறாள் என்னும் தாய்மார்களில் எவர் மகாலட்சுமியைப் பார்த்திருக்கிறார்கள்? மண்ணில் கண்டவளின் வடிவந்தான் விண்ணில் வாழ்பவளுக்கும் என்றொரு மனக்கணக்குத்தான்.

ஆக, ஐந்து புலன்கள் உருவாக்கித் தரும் அடிப்படை இல்லாமல் அறிவு இயல்வதில்லை; புலன்களோ உடம்பின் வழியில் வருபவை. எனவே, அறிவைப் பெறுவதற்கு ஆதாரமாக இருப்பது உடம்பு. அதை இழிவென்றும்

பொய்யென்றும் கருத வேண்டாம்; ஊத்தைச் சடலம் என்றும் உப்பிருந்த பாண்டம் என்றும் இகழ வேண்டாம் என்று துந்துபி முழங்குகிறார் திருமூலர்:

உடம்பார் அழியில் உயிரார் அழிவர்;
திடம்பட மெய்ஞ்ஞானம் சேரவும் மாட்டார்;
உடம்பை வளர்க்கும் உபாயம் அறிந்தே,
உடம்பை வளர்த்தேன்; உயிர்வளர்த் தேனே. (திருமந்திரம் 724)

உடம்பு இருந்தால்தானே அதில் குடியிருக்கும் உயிர் அறிவைச் சேகரிக்க முடியும்? உடம்பு அழிந்தால், அறிவைச் சேகரிக்கும் உயிரின் பணி பாதியிலேயே தொங்கிப் போய்விடாதோ? அது முற்றுப் பெற வேண்டாமோ? ஆகவே உடம்பை வளர்த்தேன்; உயிர் வளர்த்தேன்.

உடம்பினை முன்னம் இழுக்குஎன்று இருந்தேன்;
உடம்பினுக்கு உள்ளே உறுபொருள் கண்டேன்;
உடம்புளே உத்தமன் கோயில்கொண் டான்என்று
உடம்பினை யான்இருந்து ஓம்புகின் றேனே. (திருமந்திரம் 725)

சில மரபுகள் சொல்வதைப்போல உடம்பு அழுக்கும் இழுக்கும் என்றுதான் நானும் எண்ணியிருந்தேன்; ஆனால், இறைவனையே அறிவதென்றால்கூட, உடம்பில்லாமல் எப்படி அறிய? உடம்பில்லாமல் இறைவனை அறிய முடியாதென்றால், இறைவன் இருப்பிடமும் உடம்பே அல்லவா? ஆகவே, உடம்பையே கோவிலாகக் கருதிக் காக்கும் வகையெல்லாம் காக்கின்றேன்.

ஊழிப் பெருவெள்ளம் சூழ்கிறது. ஓடிப் பிழைக்க வேண்டுமென்றால் ஓடம் வேண்டாமா? திருமூலரின் பெயரன் சிவவாக்கியர் சொல்கிறார்:

ஓடம் உள்ளபோதலோ ஓடியே உலாவலாம்?
ஓடம் உள்ளபோதலோ உறுதிபண்ணிக் கொள்ளலாம்?
(சித்தர் பாடல்கள், சிவவாக்கியர், 23)

ஊழிப் பெருவெள்ளத்தால் சூழப்பட்டவர்களே! ஓடத்தை உறுதி செய்துகொள்க!

46

திருமூலர் காட்டும் கடவுள்

பெரியவற்றை வாழ்த்துதல் என்பது ஒரு மரபு. இப்போதெல்லாம் எல்லாவற்றையும் வாழ்த்துகிறார்கள். ஏனென்றால், வாழ்த்துகிறவர்கள் மட்டும்தான் வாழ்வு பெறமுடியும் என்று சரியாகவோ பிழையாகவோ ஒரு மனப்பதிவு உருவாகியிருக்கிறது. ஆகையால், வாழ்வு பெற நினைக்கிறவர்கள், அதை வழங்குகிற இடத்தில் இருக்கிற எல்லோரையும் வரிசைமுறை பார்த்து வாழ்த்துகிறார்கள்.

எளிய மனிதர்களை வாழ்த்துவதற்கே என்ன சொல்லி வாழ்த்துவது என்ற நெருக்கடி ஏற்படும் என்றால், இறைவனை வாழ்த்துகிறவர்கள் என்ன சொல்லி வாழ்த்துவார்கள்? 'நான் செய்தேன், நான் செய்தேன்' என்று பட்டயம் கட்டிக்கொண்டு மனிதர்கள் செய்த எல்லாமே இறைவன் செய்தவை என்று நம்புகிறது பக்தி மார்க்கம்.

வாழ்த்துகிறவன், வாழ்த்து உட்பட எல்லாமே இறைவன் செயல் என்றால், அவனை என்ன சொல்லி வாழ்த்த? மலைப்பாகத்தான் இருக்கிறது. ஆனாலுங்கூட இறைவனை வாழ்த்தியவர்கள் யாரும் 'வாழ்த்த வயதில்லை; வணங்குகிறேன்' என்று கும்பிட்டுக் கதையை முடித்துக்கொள்வதே இல்லை. எதையாவது சொல்லி வாழ்த்தவே விழைகிறார்கள்.

அரியானை, அந்தணர்தம் சிந்தை யானை,
அருமறையின் அகத்தானை, அணுவை, யார்க்கும்
தெரியாத தத்துவனைத் தேனைப் பாலைத்
திகழ்ஒளியைத் தேவர்கள்தம் கோனை, மற்றைக்
கரியானை, நான்முகனைக் கனலைக் காற்றைக்
கனைகடலைக் குலவரையைக் கலந்து நின்ற
பெரியானைப் பெரும்பற்றப் புலியூ ரானைப்
பேசாத நாள்எல்லாம் பிறவா நாளே (தேவாரம், 6:1:1)

- என்று வாழ்த்துகிறார் அப்பர். அவன் அரியவன், ஏனென்றால், அவனைப் போல அவன் ஒருவன்தான் உண்டு; உயிர்கள் அனைத்துக்கும் அந்தண்மை

பூண்டு ஒழுகும் சீலர்களின் உள்ளங்களில் குடியிருப்பவன்; மறைகளின் மடிப்புகளால் மறைத்து வைக்கப்பட்டிருப்பவன்; அணுப்போல நுண்ணியவன்;

யாருக்கும் தெரியாத உண்மை அவன்; கேட்டால் தேன்; சுவைத்தால் பால்; பார்த்தால் ஒளி; தேவர்களின் அரசன்; கரியனாகிய திருமால், நான்முகனாகிய பிரம்மன், கனல், காற்று, கடல், மலை என்று எல்லாவற்றிலும் கலந்து நிற்கும் பெரியான்; பெரும்பற்றப்புலியூர்க்காரன்; அவன் புகழைப் பேசவில்லை என்றால் அந்த நாள் வாழாத நாளே. மாணிக்கவாசகரும் வாழ்த்துகிறார்:

வான்ஆகி, மண்ஆகி, வளிஆகி, ஒளிஆகி,
ஊன்ஆகி, உயிர்ஆகி, உண்மையும்ஆய், இன்மையும்ஆய்க்
கோன்ஆகி, யான்எனதுஎன்று அவரவரைக் கூத்தாட்டு
வான்ஆகி நின்றாயை என்சொல்லி வாழ்த்துவனே (திருவாசகம், திருச்சதகம், 15)

வான் ஆனான்; மண் ஆனான்; வளி ஆனான்; ஒளி ஆனான்; கோன் ஆனான்; ஊன் ஆனான்; உயிர் ஆனான்; உண்மை ஆனான்; இன்மை ஆனான்; அவரவரைக் கூத்தாட்டுவானும் ஆனான். அவனை என்னவென்று சொல்லி வாழ்த்த என்று மறுகி நிற்கிறார் மாணிக்கவாசகர்.

விடுதலை பெற வாழ்த்து

வாழ்த்துகிறவர்கள் எல்லாரும் தங்கள் வாழ்வுயரவே வாழ்த்துகிறார்கள். பார்க்கிறவர்கள், தான் வாழ்த்துவதையும் அப்படி நினைத்துவிடக் கூடாதே என்று கருதும் மாணிக்கவாசகர் தன் வாழ்த்துக்கு நியாயம் கற்பிக்கிறார்:

வாழ்த்துவதும் வானவர்கள் தாம்வாழ்வான் மனம்நின்பால்
தாழ்த்துவதும் தாம்உயர்ந்து தம்மைஎல்லாம் தொழவேண்டிச்
சூழ்த்துமது கரம்முரலும் தாரோயை நாய்அடியேன்
பாழ்த்தபிறப்பு அறுத்திடுவான் யானும்உன்னைப் பரவுவனே.

(திருவாசகம், திருச்சதகம், 16)

வானவர்களுந்தான் உன்னை வாழ்த்துகிறார்கள். எதற்காக என்றால், தங்களுடைய நிலை மேலும் உயர வேண்டி. அது எதற்காக என்றால், தாம் உயர்நிலை பெற்றால்தான் மற்றவர்கள் எல்லோரும் தம்மைத் தொழுவார்கள் என்பதற்காக. நாய்ப் பயலாகிய நானும்தான் உன்னை வாழ்த்துகிறேன். எதற்காக என்றால், இந்த அற்பப் பெருமிதங்களில் என்னைப் பற்றுவித்து என்னை உழட்டும் பிறப்பை அறுத்து விடுதலை பெறுவதற்காக.

நல்லது. இறைவனை வாழ்த்துகிறவர்கள் எதற்காக வாழ்த்துகிறார்கள் என்பது ஒருபுறம் இருக்கட்டும். எதைச் சொல்லி வாழ்த்துகிறார்கள் என்று பார்த்தால், இறைவனின் இயல்பைச் சொல்லி வாழ்த்துவதைக் காட்டிலும், இறைவனின் இருப்பைச் சொல்லியும் இருப்பிடத்தைச் சொல்லியுமே வாழ்த்துகிறார்கள். ஏனென்றால், இறைவனை விசாரிக்கிறவர்கள் அவனது

இயல்பை விசாரிப்பதைக் காட்டிலும் இருப்பையே விசாரிக்கிறார்கள்; இருக்கிறான் என்றாலோ இருப்பிடம் விசாரிக்கிறார்கள்.

திருமூலர் அளிக்கும் பதில்

அங்கிருக்கிறான், இங்கிருக்கிறான் என்று சுட்டிக்கொண்டே வந்த பக்திப் பதில்சொல்லிகள் ஒரு கட்டத்தில் 'பார்க்கும் இடம் எங்கும் ஒரு நீக்கம் அற நிறைந்திருக்கும் பரிபூரண ஆனந்தம்' கடவுள் என்று கைதூக்கிவிடுகிறார்கள்.

திருமூலர் பதில் சொல்ல வேண்டிய முறை வருகிறது. மலக் குதத்துக்கும் பால் காட்டும் குறிக்கும் பக்கத்தில் கூடாரம் அடித்துக் குடியிருக்கிறான் இறைவன் என்று இறைவனின் இருப்பிடத்தை அடையாளம் காட்டுகிறார் திருமூலர். இதென்ன கருமம்? தொடர்வண்டிகளின் இரண்டாம் வகுப்பில் ஒரு நாளிரவு பயணம் போகிற மனிதர்கள்கூடக் கழிவறைக்குப் பக்கத்துப் படுக்கையை வேண்டாம் என்று தள்ளுகிற நிலையில், உடம்புக்குள்

குடியிருக்கவே வந்த இறைவனார் மலக்குதத்துக்கும் பாற்குறிக்கும் பக்கத்திலா கூடாரம் அடித்துக் குடியிருப்பார்? அப்படித்தான் சொல்கிறார் திருமூலர்:

மாறா மலக்குதம் தன்மேல் இருவிரல்
கூறா இலிங்கத்தின் கீழே குறிக்கொண்மின்;
ஆறா உடம்புஇடை அண்ணலும் அங்குஉளன்;
கூறா உபதேசம் கொண்டுஅது காணுமே. (திருமந்திரம் 733)

மாறாமல் எப்போதும் மலம் கழிப்பதை மட்டுமே தன் வேலையாகக் கொண்டிருக்கிற குதத்துக்கு இரண்டு விரற்கடை மேலேயும், நேரடியாகக் குறித்துச் சொல்லக் கூசி இடக்கரடக்கிச் சொல்கிற 'இலிங்கம்' என்கிற பால் அடையாளக் குறிக்கு இரு விரற்கடை கீழேயும் கவனத்தை நிறுத்துங்கள். ஏனென்றால், சூடு ஆறாமல் உயிர் தங்கியிருக்கும் நம் உடம்பில் இறைவன் தங்கியிருக்கும் இடம் அது. உபதேசிகள் உபதேசிக்காத உபதேசம் இது. கண்டுகொள்க.

'இதய அம்புயனே'—இதயமாகிய தாமரையில் வீற்றிருப்பவனே—என்று இறைவனின் இருப்பிடமாக இதயத்தைத்தானே வள்ளலார் சுட்டுகிறார்? (திருவருட்பா, 6:35:6). திருமூலர்மட்டும் ஏன் இப்படிச் சொல்கிறார்? ஒருவேளை பிழையாகச் சொல்லிவிட்டாரா? இல்லை. வேறு பாட்டாலும் தெளிவுபடுத்துகிறார்:

எருஇடும் வாசற்கு இருவிரல் மேலே
கருஇடும் வாசற்கு இருவிரல் கீழே
உருஇடும் சோதியை உள்கவல் லார்க்குக்
கருஇடும் சோதி கலந்துநின் றானே. (திருமந்திரம் 584)

எரு இடும் வாசல் என்பது மலக் குதம். கருவிடும் வாசல் என்பது பிறப்பிக்கும் குறி. முன்னதற்கு இருவிரல் மேலே, பின்னதற்கு இருவிரல் கீழே இருக்கிறது சோதி. கண்டுகொள்க.

இவை இரண்டால் மட்டும் அல்லாது இன்னும் சில பாடல்கள்வழியும் செய்தியைச் செறிவாக அழுத்துகிறார். என்ன கருத்து திருமூலருக்கு? இறைவனை வெளியில் சுட்டிக்காட்டி மாளாது. ஆகவே உடம்புக்குள்ளேயே சுட்டிவிடுவோம் என்பதா? உடம்புக்குள் என்றாலும் ஏன் இந்த இடம்? எதற்காக எல்லாவற்றையும் மடக்கி மடக்கி உடம்புக்குள்ளேயே கொண்டு வருகிறார் திருமூலர்? விசாரிக்கத்தான் வேண்டும்.

47

தெளிந்தார்க்குச் சீவன் சிவலிங்கம்

நம்முடைய கடவுள் மரபில் ஒரு சிக்கல் இருக்கிறது. கடவுளை யார் அறியலாம்? யார் அணுகலாம்? யார் அணையலாம்? இதென்ன கேள்வி? யாரும் அறியலாம்; யாரும் அணுகலாம்; யாரும் அணையலாந்தானே?

ஆர்வம் உடையவர் காண்பர் அரன்தன்னை;
ஈரம் உடையவர் காண்பார் இணைஅடி... (திருமந்திரம் 273)

யார் ஆர்வம் உடையவர்களோ அவர்கள் காண்பார்கள்; யார் அன்பு உடையவர்களோ அவர்கள் பெறுவார்கள் என்றுதானே வாக்களிக்கப்பட்டிருக்கிறது? ஆனால் நடைமுறையில் அது நிகழ்கிறதா என்றால், இல்லை. ஏன் நிகழவில்லை என்றால், கடவுள் சமயங்களுக்குள் அடைக்கப்பட்டுவிட்டார்; நிறுவனமயம் ஆக்கப்பட்டுவிட்டார். நிறுவனங்களுக்குள்ளே நுழைவதற்கான தகுதிப்பாடுகளும், கடைப்பிடிக்க வேண்டிய விதிமுறைகளும், நிகழ்த்தவேண்டிய சடங்குமுறைகளும், ஆற்றவேண்டிய கடமைகளும், அடையவேண்டிய இலக்குகளும் கற்பிக்கப்பட்டுவிட்டன.

இனி விதிமுறைகளுக்குப் பொருத்தப்பாடு உடையவர் காண்பர்; தகுதிப்பாடு உடையவர் அணுகுவர்; அணைவர். இந்த அமைப்புமுறையில், சிலர் உள்ளே அனுமதிக்கப்படுகிறார்கள்; சிலர் வெளியே நிறுத்தப்படுகிறார்கள். எல்லோரும் ஒரு தன்மையில் தழுவத் தக்கவராக இறைவனார் இல்லை.

ஏன் இவ்வாறு நிகழ்கிறது என்றால், கருத்துக்குள் இருந்த கடவுள் புறத்துக்கு வந்துவிட்டார். வழிபாட்டுக்கு வசதியாக அவரைக் கழுவ வேண்டியிருக்கிறது; வழிபடுவோரிடமிருந்து அவரைப் பாதுகாக்கவும் வேண்டியிருக்கிறது. கருத்துமேட்டில் இருந்தது வரையில் களவாட முடியாதவராக இருந்த கடவுள், களத்துமேட்டுக்கு வந்ததற்குப் பிறகு களவுக்குப் பொருளானார். 'வேப்பமரம் நோயிலே; வைத்தியனும் பாயிலே; காவல் காக்கும் ஐயனாரும் களவு போனாரே' என்றொரு திரைப்படப் பாட்டு.

அகப்பொருளாக, அறிவுப்பொருளாக இருக்கின்ற ஒன்று, புறப்பொருளாக ஆனாலே இப்படித்தான்—ஆட்டை போடப்படும் அல்லது அணுக இயலாதபடிக் கட்டை போடப்படும்—கடவுளாக இருந்தாலும் சரி, கல்வியாக இருந்தாலும் சரி.

வெள்ளத்தால் அழியாது; வெந்தழலால் வேகாது; வேந்த ராலும்
கொள்ளத்தான் இயலாது; கொடுத்தாலும் நிறைவுஒழியக் குறைப டாது;
கள்ளத்தால் எவரும் களவாட முடியாது; கல்வி என்னும்
உள்ளத்தே பொருள்இருக்க உலகுஎங்கும் பொருள்தேடி உழல்வது என்னே?

- என்று கல்வியைப்பற்றி ஒரு பழம்பாட்டு. கல்வியை வெள்ளம் கொண்டு போய்விடாது; நெருப்பு எரித்துவிடாது; வேந்தர்கள் அதைப் பறிமுதல் செய்துவிட முடியாது; அள்ளி அள்ளிக் கொடுத்தாலும் நிறையுமே ஒழியக் குறையாது; யாரும் அதைக் களவாட முடியாது. ஏன்? அது உள்ளத்தில் இருக்கும் பொருள் என்பதால்.

உள்ளத்துப் பொருளாக இருந்ததுவரை களவாடப்பட முடியாத செல்வமாக இருந்த கல்வி, வெள்ளைக்காரர் காலத்தில் புறத்திறங்கிச் சான்றிதழ் வடிவாகிப் பின் அதுதான் கல்வி என்றான பிறகு, கல்வியைப் பலரும் களவாண்டுவிடவில்லையா?

புறநிலைப்படுத்தப்படும் பொருள் அனைவரும் அணுகிவிட முடியாதபடிக் காவல் செய்யப்படும்; காவல் செய்யப்படும் பொருள் களவாடப்படும். களவாடல் தவிர்க்கப்பட வேண்டுமானால் காவல் கைவிடப்பட வேண்டும். காவல் கைவிடப்பட வேண்டுமானால் களத்துமேட்டில் இருக்கும் பொருள் மீண்டும் கருத்துமேட்டுக்கு ஏற வேண்டும்.

களத்துமேட்டில் தடுப்புக் காவலில் வைக்கப்பட்டிருக்கும் கடவுளை விடுதலை செய்கிறார் திருமூலர். சிலர் மட்டுமே அணுகுமாறும் அணையுமாறும் வேலி கட்டி வெளியில் அமைக்கப்பட்டிருக்கும் கடவுளை, அனைவரும் அணுகுமாறும் அணையுமாறும் வேலியை வெட்டி உள்ளுக்குள் கொண்டு வந்துவிடுகிறார்.

உள்ளம் பெருங்கோயில்; ஊன்உடம்பு ஆலயம்;
வள்ளல் பிரானார்க்கு வாய்கோ புரவாசல்;
தெள்ளத் தெளிந்தார்க்குச் சீவன் சிவலிங்கம்;
கள்ளப் புலன்ஐந்தும் காளா மணிவிளக்கே. (திருமந்திரம் 1823)

கோவில் என்பது இதுவரை நீங்கள் ஊற்றைச் சடலம் என்று எண்ணியிருந்த ஊன் உடம்பு. உள்ளந்தான் கருவறை. வாய்தான் கோபுர வாசல். இறைவனின் அடையாளக் குறி எது என்றால் உங்கள் சீவன்தான். கள்ளத்தனம் செய்வதாக நீங்கள் கருதியிருந்த ஐந்து புலன்கள்தாம் உங்கள் இறைவனார்க்கு நீங்கள் ஏற்றி வைத்திருக்கும் விளக்குகள்.

திருமூலர் புறக் கோவிலை ஆதரிக்காதவர் இல்லை. ஆனால் கோவில்கள் சிறைகள் ஆகுமென்றால் ஞானவாள் கொண்டு எறிந்து இறைவனைச் சிறை மீட்கத் துணிந்தவர். கொள்கைகள் மக்களுக்கானவை. மக்களால் கொள்ளமுடியாத கொள்கைகளைத் தள்ளத் தயங்காதவர் அவர்.

வேட்டவி உண்ணும் விரிசடை நந்திக்குக்
காட்டவும் யாம்இலம் காலையும் மாலையும்
ஊட்டுஅவி ஆவன; உள்ளம் குளிர்விக்கும்
பாட்டுஅவி காட்டுதும் பால்அவி ஆமே. (திருமந்திரம் 1824)

வேள்வித் தீயில் இறைவனை வழிபடுகிறவர்களோ, இறைவனுக்கு அளிக்கவேண்டிய உணவை அவிப் பொருளாகத் தீயில் இடுகிறார்கள். உருவத் திருமேனியில் இறைவனை வழிபடுகிறவர்களோ, காலையும் மாலையும் பூசனை நேரங்களில் உணவை இறைவன் திருவுருவத்துக்கு முன்பாகப் படைத்துக் காட்டுகிறார்கள். இறைவனை உள்ளுக்குள் வழிபடும் நாம் என்ன செய்ய என்றால், உள்ளம் குளிருமாறு உங்கள் மொழியில் ஒரு பாட்டைக் காட்டுங்கள். அது பால் ஊற்றிப் படைத்ததற்குச் சமானம் என்று எல்லோர்க்கும் எட்டுகிற எளிய பூசனைக்குப் பரிந்துரை செய்கிறார் திருமூலர்.

இறைவனைப் புறநிலைப்படுத்தி, அவனுக்கு ஒரு வடிவம் கொடுத்து வழிபடுவது எளியது. அகநிலைப்படுத்தி வழிபடுவது எளியதா? எளியதில்லைதான்.

கண்டுகண்டு உள்ளே கருத்துஉற வாங்கிடில்
கொண்டுகொண்டு உள்ளே குணம்பல காணலாம்;
பண்டுஉகந்து எங்கும் பழமறை தேடியை
இன்றுகண்டு இங்கே இருக்கலும் ஆமே. (திருமந்திரம் 578)

வெளியே காண்பதுபோல உள்ளே காண்பது கடினந்தான். கருத்தைச் செலுத்திப் பழகினால் கைவசப்பட்டுவிடும். இறைவன் எங்கே இருக்கிறான் என்று வேதங்கள் தேடித் தேடிக் களைக்கின்றன; வேதங்களால் கண்டுகொள்ள முடியாதவனை எங்கேயோ எப்போதோ அல்ல, இன்றே, இங்கேயே, இப்போதே கண்டு கொள்ளலாம். இது நல்லதில்லையா?

இறைவனை உடம்புக்குள் கொண்டு வந்து குடியிருத்துவது என்பது என்ன திருமூலரின் விருப்பமா என்றால், அது வழிபடுகிறவரின் விருப்பம். வழிபடுகிறவர் இறைவனாரை எங்கே எழுந்தருள வேண்டுகிறாரோ அங்கே எழுந்தருள்வார் இறைவனார்—புறமாக இருந்தாலும் சரி, அகமாக இருந்தாலும் சரி.

தங்கச்சி மீனாளுக்குத் திருமணம் செய்விக்கத் திருமாலிருஞ்சோலையில் இருந்து கிளம்பித் தல்லாகுளம் வந்து வைகையில் இறங்கும் கள்ளழகரை 'இன்னின்ன இடங்களில் எழுந்தருள்க' என்று மண்டகப்படிக்காரர்கள் வேண்டினால் வேண்டியவண்ணம் எழுந்தருள்வதில்லையா கள்ளழகர்? சாணியையோ சந்தனத்தையோ கூம்பாகப் பிடித்து 'இதிலே எழுந்தருள்க' என்றால் அங்கே எழுந்தருள்வதில்லையா கடவுள்? எல்லா இடத்திலும் எழுந்தருளும் கடவுள் உடம்புக்குள் எழுந்தருள மாட்டானா?

'மணிவண்ணா, நான் போகின்றேன், நீயும் கிளம்பு' என்று திருமழிசை ஆழ்வார் அழைத்தபோது பாம்புப்பாயைச் சுருட்டிக்கொண்டு கிளம்பியும், 'போகவில்லை, படுத்துக் கொள்' என்றபோது பாம்புப்பாயை விரித்துப் படுத்துக்கொண்டும், 'சொன்ன வண்ணம் செய்த பெருமாள்' என்று பெயர் வாங்கிய கடவுள், 'வா, வந்து எனக்குள் குடியிரு' என்று அழைத்தால் வந்திருக்க மாட்டானா?

நாபிக்குக் கீழே பன்னிரண்டு அங்குலம்
தாபிக்கும் மந்திரம் தன்னை அறிகிலர்;
தாபிக்கும் மந்திரம் தன்னை அறிந்தபின்
கூவிக்கொண்டு ஈசன் குடிஇருந் தானே. (திருமந்திரம் 579)

மேலே இருந்து கண்காணிக்கிறவன் இறைவன் என்று கருதுகிறார்கள். ஆனால் அவன் அனைத்துக்கும் அடிநிலை ஆதாரமாகக் கீழே இருந்து தாங்குகிறவன். உந்திச்சுழிக்குக் கீழே பன்னிரண்டு அங்குலத்தில் இருக்கிறது உடம்பின் அடிநிலையாகிய மூலாதாரம். அங்கே அவனை எழுந்தருளச் செய்யும் வகை தெரியாமல் திகைக்கிறார்கள். வகை தெரிந்து எழுந்தருளச் சொன்னால் கூவிக்கொண்டு வந்து அங்கே குடியிருப்பான் கடவுள்.

48

உள்ளம்தான் அறத்தின் நிகழ்களம்

'இருக்கவா? இறக்கவா? அதுதான் கேள்வி இப்போது' என்று தன் நெஞ்சொடு கிளக்கிறான் ஷேக்ஸ்பியரின் ஹாம்லெட் (*Hamlet*). கலந்துரையாட ஆளில்லாமல் ஒற்றையாகிப் போகும்போது, அல்லது தான் கருதும் கனத்த பொருளைத் தன்னோடு கலந்துரையாடித் தனக்கு விளக்கத் தகுதியான ஆள் அமையாதபோது, 'நெஞ்சே நெஞ்சே' என்று தம் நெஞ்சத்தோடு தாமே தமக்கு எட்டியவாறு மனிதர்கள் பேசிக்கொள்வது நெஞ்சொடு கிளத்தல் (*soliloquy*).

சில சமயங்களில் சிலவற்றைச் செய்தாக வேண்டிய அழுத்தம் மேலே விழுகிறது. அவற்றைச் செய்வதில் உள்ள அறம் சார்ந்த நெருக்கடி உணரப்பட்டு, நெஞ்சம் மறுகி நிற்கும்போது கேள்வி வருகிறது: 'செய்து இருக்கவா? செய்யாமல் இறக்கவா?'

வேலையில் ஆட்களை நியமிப்பதற்குக் கையூட்டுப் பெற்றுத் தரவேண்டும் என்று ஓர் அதிகாரி கட்டாயப்படுத்தப்படுகிறார்; அவருக்கு விருப்பமில்லை; அறமில்லை என்று கருதுகிறார். பணிந்தால், உள்ளம் பழிக்கும். பணியாவிட்டால் வாழ்வியல் நெருக்கடிகள் வரும். நெருக்கப்பட்ட அதிகாரி, இந்தக் கேள்வியை எண்ணிப் பார்த்தோ என்னவோ, தொடர்வண்டிக்கு முன்னால் பாய்ந்து தன்னை மாய்த்துக் கொள்கிறார்.

இல்லாத இருமை

இந்தக் கேள்வி முறையான கேள்வியா? பிழையான கேள்வியா? விடைகளைப் பிழை என்று சொல்லலாம்; கேள்விகளையே பிழை என்று சொல்லலாகுமோ? சொல்லலாகும். அப்பக்கம் இப்பக்கம் அசைய விடாமல், 'இரண்டில் ஒன்று சொல்க' என்று விடையை அடைத்து வைத்துக்கொண்டு கேட்கும் கேள்வி பிழையான கேள்வி இல்லையோ? 'ஆம், இல்லை' என்ற இரண்டு வாய்ப்புகளை மட்டுமே நம் முன் நிறுத்தும் கேள்வி பிழையான கேள்வி இல்லையோ? இவ்வகைக் கேள்விகள் பொய்-இருமைக் கேள்விகள் (*false dilemma*). இல்லாத இருமையைக் கட்டமைக்கின்றன இவை.

இரண்டிலிருந்தும் விலகிய மூன்றாவது கூறு ஒன்று இருப்பதை அடியோடு மறைக்கின்றன இவை.

'இருக்கவா? இறக்கவா?' என்ற இக்கேள்வி, நெருக்கடிக்குப் பணிந்துகொடுத்து, இப்போதிருக்கும் அதே நிலையில் தொடர்ந்து இருக்கவா? அல்லது பணிய மறுத்து, இப்போதிருக்கும் அதே நிலையில் இறக்கவா என்ற இருமைகளைக் கட்டமைக்கிறது. உடைத்துப் பார்த்தால், கேள்வி இருத்தலையும் இறத்தலையும்பற்றியதில்லை; இப்போதிருக்கும் நிலையைப்பற்றியது; இல்லையா? அதைத் தக்கவைத்துக் கொள்வதா அல்லது அதிலிருந்து தள்ளப்படுவதா என்பதைப்பற்றியது; இல்லையா?

தக்கவைத்துக்கொள்ளப் போராடுவது அல்லது தாக்குப்பிடிக்க முடியாமல் தள்ளிவிடப்படுவது என்ற இந்த இரண்டு வாய்ப்புகள்தாமா? வேறு இல்லையா என்றால், ஏன் இல்லை? தக்கவைக்கப் போராடாமல், தள்ளியும் விடப்படாமல், இப்போதிருக்கும் நிலையை நாமாகவே துறந்துவிட்டால்? துறந்து வெளியேறுதல் என்பது இந்த இருமைகளுக்கு இடையில் நிற்கும் மூன்றாவது வாய்ப்பில்லையா? அந்த வாய்ப்பைக் கண்டுகொள்ளத் தெரிந்திருந்தால், 'இருக்கவா? இறக்கவா?' என்ற கேள்வியே எழாதில்லையா? புத்தருக்கு எழவில்லையே?

'இப்போதிருக்கும் நிலை பொருட்டே இல்லை; பிறக்கும்போது இந்த நிலையில் இல்லை; இறக்கும்போதும் இந்த நிலையில் இருக்கப்போவதில்லை; இடையில் வந்தது இடையிலேயே போகிறது; போகட்டும்' என்று சிக்க வைக்கும் விவகாரத்திலிருந்து தன்னை விலகிக்கொள்ளத் தெரிந்தவர், நோகாமல் வாழ்வார் இல்லையா?

அறம் என்பது என்ன?

சரியான விடைகள் தேவையில்லை என்று கருதப்படும் இடங்களில் கேள்விகளே பிழையாக எழுப்பப்படுகின்றன. கேள்விகள் பிழையாக எழுப்பப்பட்டால் விடைகளும் பிழையாகவே எழுகின்றன. கேள்விகள் திருத்தப்பட்டாலோ உண்மைகள் தாமாகவே கிளம்புகின்றன.

'இருக்கவா? இறக்கவா?' என்ற கேள்வியின் அடியாதாரம் அற உணர்ச்சியே அல்லவா? அப்படி என்றால், 'அறத்தோடு இருக்கவா? அறம் இழந்து சிறக்கவா?' என்று கேட்பது சரியாக இருக்கும் அல்லவா?

அறம் என்பதென்ன? இந்தக் கேள்வி எழுந்தபோது சாக்ரட்டீசின் நண்பர்கள் சில விடைகளைச் சொன்னார்கள். செபலசு என்பவன் சொன்னான்: அறம் என்பது உண்மை சொல்லுதலும் வாங்கியதைத் திருப்பிக்கொடுத்தலும். சாக்ரட்டீசு கேட்டான்: கத்தியைக் கடன் வாங்கினேன்; கடனைத் திருப்பிக் கொடுக்கச் சென்றபோது கொடுத்தவனின் மனம் பிறழ்ந்திருப்பதைக் கண்டேன். இப்போது எது அறம்? அவனது மனப் பிறழ்வைப் பொருட்படுத்தாமல் உண்மை சொல்லிக் கத்தியைத் திருப்பிக்கொடுப்பதா?

அல்லது கமுக்கமாகத் திரும்பி வந்துவிடுவதா? கமுக்கமாகத் திரும்பி வந்துவிடுவதுதான். அப்படியென்றால் உண்மை சொல்வதும் வாங்கியதைத் திருப்பிக் கொடுப்பதும் எப்படி அறமாகும்? அறம் இடம், பொருள், ஏவல் சார்ந்ததில்லையா?

பொய்ம்மையும் வாய்மை இடத்த புரைதீர்ந்த

நன்மை பயக்கும் எனின். (குறள் 292)

- குற்றமில்லாத நன்மை தரும் என்றால், பொய்யும் மெய்யை ஒத்ததுதான் என்று நமக்குப் பாடம் இல்லையா?

பாலிமாக்கசு என்பவன் சொன்னான்: அறம் என்பது நண்பர்களுக்கு நல்லது செய்வதும் எதிரிகளுக்குத் தீங்கு செய்வதும். சாக்ரட்டீசு கேட்டான்: நண்பர்கள் என்று கருதப்படுகிறவர்கள் புறத்தில் நண்பர்களாகவும் அகத்தில் எதிரிகளாகவும் இருந்தால்? எந்தக் காரணமும் இல்லாமல், ஒருவன் எதிர்த் தரப்பினன் என்பதற்காகவே அவனுக்குத் தீங்கு செய்ய முடியுமா? செய்யலாம் என்றால் அது எப்படி அறமாகும்? முகத்துக்கு எதிராகவே முழங்கினாலும் தண்டித்து மகிழ்வது எப்படிச் சால்பாகும்?

இன்னாசெய் தார்க்கும் இனியவே செய்யாக்கால்

என்ன பயத்ததோ சால்பு. (குறள் 987)

- தாம் விரும்பாததை ஒருவர் தனக்குச் செய்தாலும் பொறுத்துக்கொண்டு அவருக்கு நல்லதையே செய்யாவிட்டால் தாம் தலைமைப் பண்புள்ளவர் என்பதற்கு என்ன பொருள் என்று நமக்குப் பாடம் இல்லையா?

திரசீமாக்கசு என்பவன் சொன்னான்: வலிமையும் அதிகாரமும் உள்ளவன் என்ன சொல்கிறானோ அதுதான் அறம். சாக்ரட்டீசு சொன்னான்: அறம் என்பது அறிவின் விளைபொருள். அதிகாரம் என்பது அறிவீனத்தின் விளைபொருள். அறிவீனம் தன் வலிமையைப் பயன்படுத்தி அறிவை எப்போதும் ஆளமுடியாது. வலிமையும் அதிகாரமும் முரண்பாடுகளையும் பகைமைகளையும் உருவாக்கும்; இறுதியாக அவற்றிலேயே சிக்கி அழியும். அறம் என்பது அறிவினால் ஆளப்படும் உள்ள ஒழுங்கு.

தன்நெஞ்சு அறிவது பொய்யற்க; பொய்த்தபின்
தன்நெஞ்சே தன்னைச் சுடும். (குறள் 293)

தன் நெஞ்சு அறிந்த ஒன்றைப் பிறர் அறியமாட்டார்கள் என்று பொய்யாகச் சொல்ல வேண்டாம்; சொன்னால் தன் நெஞ்சே அந்தப் பாவத்துக்குச் சான்றாக நின்று தன்னை வருத்தும் என்று நமக்குப் பாடம் இல்லையா?

கண்காணி இல்என்று கள்ளம் பலசெய்வார்
கண்காணி இல்லா இடம்இல்லை காணுங்கால்;
கண்காணி யாகக் கலந்துஎங்கும் நின்றானைக்
கண்காணி கண்டார் களவுஒழிந் தாரே. (திருமந்திரம் 2067)

கடவுள் பெயரைச் சொல்கிறவர்கள்கூடக் கண்காணிக்க ஆளில்லை என்று துணிந்து களவாணித்தனம் செய்கிறார்கள். கண்காணி இல்லாத இடம் என்று ஒன்றா இருக்கிறது? கண்காணி எங்கும் கலந்து நின்றவன் இல்லையா? கண்ணாகவே நின்று அனைத்தும் காட்டுகிற கண்காணி தன்னைக் காட்ட மாட்டானா? அவனைக் கண்டுகொண்டவர்கள் இனிக் கள்ளத்தனம் செய்வார்களா?

கண்காணி யாகவே கையகத் தேஎழும்;
கண்காணி யாகக் கருத்துள் இருந்திடும்;
கண்காணி யாகக் கலந்து வழிசெய்யும்;
கண்காணி ஆகிய காதலன் தானே. (திருமந்திரம் 2072)

கண்காணும் உருவமாக எழுந்து நிற்பான்; கண்காணிக்கிறவனாகக் கருத்துக்குள் உறைந்திருப்பான்; காணும் கண்ணாக நின்று காண்பிப்பான்; காவல் செய்யும் கண்காணி என்றாலும் அந்தக் காவல் என்மேல் கொண்ட காதல் அல்லவோ?

உள்ளந்தான் அறத்தின் நிகழ்களம். உள்ளத்தில் அவரவரை வைக்கும் வள்ளுவர் ‘தன் நெஞ்சு அறிவது பொய்யற்க’ என்கிறார். உள்ளத்தில் கடவுளை வைக்கும் திருமூலர் ‘கடவுள் அறிவது பொய்யற்க’ என்கிறார். சொற்கள்தாம் வேறு. இலக்கு ஒன்றுதான். பொய்யற்றுக் களவொழிந்து இறவாது இருந்திடுக.

49

மன்மனத்து உள்ளே மனோலயம்

வணிகம் செய்கிறவர்கள் வரவுசெலவுகளைக் கணக்கிட்டு, ஆகமொத்தம் இந்த வணிகத்தால் நமக்கு வந்த ஊதியம் அல்லது இழப்பு இவ்வளவு என்று மதிப்பிட்டுக் கொள்வதைப்போல, வாழ்வின் வரவுசெலவுகளைக் கணக்கிட்டு இந்த முறையிலான வாழ்வினால் நமக்கு வந்த ஊதியம் அல்லது இழப்பு இவ்வளவு என்று மதிப்பிட்டுக்கொள்ள முடியுமா? தாயுமானவர் ஒரு கணக்கெடுக்கிறார்:

...யோசிக்கும் வேளையில் பசிதீர உண்பதும் உறங்குவதும் ஆகமுடியும்;
உள்ளதே போதும்நான் நான்எனக் குளறியே ஒன்றைவிட்டு ஒன்றுபற்றிப்
பாசக் கடற்குளே வீழாமல் மனதுஅற்ற பரிசுத்த நிலையைஅருள்வாய்,
பார்க்கும்இடம் எங்கும்ஒரு நீக்கம்அற நிறைகின்ற பரிபூரணானந்தமே.

(தாயுமானவர், பரிபூரணானந்தம், 10)

கணக்கெடுத்துப் பார்த்தால், பசி தீரச் சாப்பிட்டிருக்கிறோம்; படுத்து உறங்கியிருக்கிறோம். அல்லாமல் வேறென்ன? உள்ளதே போதும் என்று ஒரு பொழுதேனும் தோன்றியிருக்கிறதா? 'நான், நான்' என்னும் அறிவற்ற குளறல் என்றைக்காவது அற்றுப் போயிருக்கிறதா? அதை விடுவோம், தாவி இதைப் பிடிப்போம்; இதை விடுவோம், தாவி வேறொன்றைப் பிடிப்போம்; தாவித் தாவிப் பிடித்துக் கடைசியில் பிடிமானமில்லாமல் பற்றாகிய பழங்கடலுக்குள் விழுந்து அமிழ்வோம். அல்லாமல் வேறென்ன? அவ்வாறெல்லாம் ஆகிவிடாமல், இனி என்னைப் புதிய உயிர் ஆக்கி, மனம் தன்னை மிகத் தெளிவு செய்து, என்றும் ஆனந்தம் கொண்டிருக்கச் செய்வாய் என்று பரிபூரண ஆனந்தத்தை வேண்டுகிறார் தாயுமானவர்.

முற்றத் துறக்கும் முன் அரசக் கணக்கெழுதியவர் தாயுமானவர். பட்டினத்தாரும் அவ்வாறே. முற்றத் துறக்கும் முன் வணிகக் கணக்கெழுதியவர். தாயுமானவரைப்போலவே பட்டினத்தாரும் வாழ்க்கைக் கணக்கெடுக்கிறார்:

உண்டதே உண்டும், உடுத்ததே உடுத்தும், அடுத்து அடுத்து உரைத்ததே உரைத்தும்,
கண்டதே கண்டும், கேட்டதே கேட்டும் கழிந்தன கடவுள் நாள் எல்லாம்;

விண்டதா மரைமேல் அன்னம்வீற்று இருக்கும் விழவுஅறா வீதிவெண் காடா,
அண்டரே போற்ற அம்பலத்து ஆடும் ஐயனே, உய்யுமாறு அருளே.

(பட்டினத்தார், திருவெண்காட்டுத் திருவிசைப்பா)

உண்டதைத்தான் உண்கிறோம்; உடுத்ததைத்தான் உடுக்கிறோம்; பேசியதையே திரும்பத் திரும்பப் பேசுகிறோம்; பார்த்ததையே பார்க்கிறோம்; கேட்டதையே கேட்கிறோம். திரும்பிப் பார்த்தால், ஐயோ, கடவுளைக் கண்டுகொள்வதற்காக வழங்கப்பட்ட நாட்களை அல்லவா வீணாக்கியிருக்கிறோம்? திருவெண்காட்டு ஈசா, இவ்வாறு உழற்றாமல், என்னைச் சரியான திசைக்குத் திருப்பி ஆட்கொள்ள மாட்டாயா?

அறிந்ததைக் கணக்கெடுக்கும் திருமூலர்

தாயுமானவரைப் போலவும் பட்டினத்தாரைப் போலவும் கணக்கெழுதும் பயிற்சி உள்ளவரா திருமூலர் என்று தெரியவில்லை. என்றாலும் அவரும் கணக்கெடுக்கிறார். ஆனால், இவர் போடும் கணக்கு கொஞ்சம் வேறாக இருக்கிறது. தாயுமானவரும் பட்டினத்தாரும் உண்டதை, உடுத்தியதைக் கணக்கெடுக்கிறார்கள். திருமூலர் அறிந்ததைக் கணக்கெடுக்கிறார்:

உற்றுஅறிவு ஐந்தும், உணர்ந்துஅறிவு ஆறுஏழும்,
கற்றுஅறிவு எட்டும், கலந்துஅறிவு ஒன்பதும்,
பற்றிய பத்தும், பலவகை நாழிகை
அற்றது அறியாது அழிகின்ற வாறே. (திருமந்திரம் 741)

மெய், வாய், கண், மூக்கு, செவி என்று புலன்களின் வழியாக உற்று அறிந்த வகையில் அறிவு ஐந்து; புலன்களால் உற்று அறிந்தவற்றையெல்லாம் மனத்தினுள் வாங்கிக் கொண்ட வகையில் அறிவு ஆறு; வாங்கிக் கொண்டவற்றையெல்லாம் வகைப்படுத்தித் தொகுத்து, உணர்ந்துகொண்ட வகையில் அறிவு ஏழு; முற்றறிவு பெறுவதற்கு, உற்றும் உணர்ந்தும் அறிந்தவை போதாதென்று, அறிஞர் பெருமக்கள் உணர்ந்து சொன்னவற்றைக் கசடறக் கற்று அறிந்த வகையில் அறிவு எட்டு; கசடறக் கற்று, அறிந்தவற்றுக்குத் தக நின்று, தானே பட்டும் அறிந்த வகையில் அறிவு ஒன்பது; பட்டு அறிந்தவற்றையெல்லாம் 'தனது' என்று பற்றிக்கொண்ட வகையில் அறிவு பத்து. அறிந்தாலும் என்ன, அறியாவிட்டாலுந்தான் என்ன என்று கருதத்தக்க அற்பங்களையெல்லாம் அறிவதிலேயும் அவற்றைத் தனதாக்கிப் பற்றிக்கொள்வதிலேயும் காலம் கழிகிறது. காலம் கழிகிறது என்பதையே அறியாமல், ஐயோ, வாழ்வு அழிகிறதே?

தளைப்படுத்துவது எது?

அறிவுதான் விடுதலை செய்யும். விடுதலை செய்ததா என்று கணக்குப் பார்த்தால் செய்யவில்லை. என்றால் என்ன கோளாறு? விடுதலை தருவது எதுவோ அதை அறிந்து அதில் ஈடுபடாமல், தளைப்படுத்துவது எதுவோ அதை அறிந்து அதில் ஈடுபட்டது.

கொங்குபுக் காரொடு வாணிபம் செய்தது
அங்குபுக் கால்அன்றி ஆய்ந்துஅறி வார்இல்லை;
திங்கள்புக் கால்இருள் ஆவது அறிந்திலர்;
தங்குபுக் கார்சிலர் தாபதர் ஆமே. (திருமந்திரம் 2930)

கொங்கு எனப்படும் மேற்குத் தொடர்ச்சி மலையின் காடும் காடு சார்ந்த நாடுமாகிய பகுதியில் அகிலும் சந்தனமும் மிளகும் கிராம்பும் ஏலமும் பெரும் வருவாயை ஈட்டித்தரும் வணிகப் பொருள்கள். அவை எந்த வகையில் கொள்முதல் செய்யப்படுகின்றன, என்ன விலைக்கு விற்கப்படுகின்றன என்னும் வணிக விவரங்களை வேறு பகுதியில் வாழ்கிறவர் ஒருவர் அறிய வேண்டுமானால் அவர் கொங்குப் பகுதிக்குப் போய்த்தான் அறிய வேண்டும். என் இடத்திலிருந்தே அறிவேன் என்றால் கதை நடக்காது. நீச்சல் கற்றுக்கொள்ள விரும்புகிறவர் குளத்தில் இறங்குவது கட்டாயம் இல்லையா?

மாலை மயங்கி நிலா வரும்வரையில் இருள்தான்; நிலா வந்துவிட்டால் இருள் ஒடுக்கப்பட்டுவிடுகிறது இல்லையா? அவ்வாறே ஒன்றை அறியப் புகுந்துவிட்டால் அறியாமை நீங்குகிறது. ஆனால் அறியப் புகுந்தது

எதுவோ அதை அறியாமல் விடுவதில்லை என்ற விடாமுயற்சியும் அங்குமிங்கும் விலகாத நேர்க்கோட்டு நினைவும் உள்ளவர்கள் மட்டுமே அதை அறிகிறார்கள். விடுதலை விளையுமிடத்தைக் கண்டறியவும் விலகாத நேர்க்கோட்டு நினைவு, விடாமுயற்சி வேண்டும். அக்கா வந்து கொடுக்கச் சுக்கா மிளகா சுதந்திரம்?

அங்குமிங்குமாக அலைக்கழிக்கும் மனம் என்னும் மாடு அடங்கினால் நேர்க்கோட்டு நினைவு இயல்வதாகும். மனம் என்கிற மாட்டை அடக்கும் வகை என்ன? கொம்பைப் பிடித்து மடக்க வேண்டும். மன மாட்டின் கொம்புகள் எங்கே இருக்கின்றன? அவை நம் மூக்கிலிருந்து மூச்சாக நீள்கின்றன. மூச்சைப் பிடித்தால் மாட்டை மடக்கலாம். கூற்றை உதைக்கலாம்.

மன்மனம் எங்குஉண்டு வாயுவும் அங்குஉண்டு;
மன்மனம் எங்குஇல்லை வாயுவும் அங்குஇல்லை;
மன்மனத்து உள்ளே மகிழ்ந்துஇருப் பார்க்கு
மன்மனத்து உள்ளே மனோலயம் ஆமே. (திருமந்திரம் 620)

மனம் புறப்பொருள்களை நத்தித் திரியும்போது, உயிர்க் காற்று அலைகிறது. மனம் ஒடுங்குகிறபோது, உயிர்க் காற்று தன் அலைச்சல் மாறிக் கட்டுப்பட்டு ஒழுங்குக்கு வருகிறது. புறப்பொருள்களைப் பற்றித் திரிகிற மனத்தையே பற்றித் திரிக. மனம் மனத்துக்குள்ளேயே ஒடுங்கும். நஞ்சுக்கு நஞ்சே மருந்தாவதுபோல, மனத்தை மனமே வசப்படுத்தும் என்ற பாட்டால் மனத்துக்கும் உயிர்க் காற்றுக்கும் உள்ள நேரடித் தொடர்பு சொன்ன திருமூலர் மற்றொரு பாட்டால் அதை உறுதிப்படுத்துகிறார்:

பிராணன் மனத்தொடும் பேராது அடங்கிப்
பிராணன் இருக்கில் பிறப்புஇறப்பு இல்லை;
பிராணன் மடைமாறிப் பேச்சுஅறி வித்துப்
பிராணன் நடைபேறு பெற்றுஉண்டீர் நீரே. (திருமந்திரம் 567)

பிராணன் என்கிற உயிர்க்காற்றும் மனமும் நேர்த் தொடர்புள்ளவை. உயிர்க்காற்றுப் பெயர்ந்தால் மனம் பெயரும்; மனம் பெயர்ந்தால் உயிர்க்காற்றின் நடை மாறும். உயிர்க்காற்று நடைமாறாமல் நிலைகுத்திவிட்டால் பிறப்பு இறப்பு அச்சத்திலிருந்து விடுதலை கிடைக்கும். உயிர்க்காற்றை நிலைநிறுத்துக. பேச்சுப் பேச்சென்றும் உங்கள் பெரும்பேச்சின் பயனின்மையை உங்களுக்கு நீங்களே அறிவித்துக்கொண்டு பேச்சடக்குக. உயிர்க்காற்று கதி மாறாமல் நடைபழகும். அந்தச் சிதறா நடையின் பேறாக விடுதலை வந்து முன்னிற்கும்.

காற்று மெலிய தீயை அவித்துவிடும்; வலிய தீயை வளர்க்கும். காற்றின் தோழமை நன்று. காற்றை நித்தமும் வாழ்த்துக (பாரதி, வசன கவிதை, காற்று). வாழ்வைக் கணக்கெடுக்க விரும்புகிறவர்கள் காற்றைக் கணக்கெடுங்கள். காற்றில் இருக்கிறது வாழ்வு.

50

விண்ணரசு அவர்களுக்கு

களர்உழு வார்கள் கருத்தை அறியோம்;
களர்உழு வார்கள் கருதலும் இல்லை;
களர்உழு வார்கள் களரின் முளைத்த
வளர்இள வஞ்சியின் மாய்தலும் ஆமே. (திருமந்திரம் 2880)

ஒன்றுக்கும் உதவாத களர்நிலத்தை உழுகிறார்கள் சிலர். களர்நிலத்தை உழுவதன் கருத்து என்ன? நல்லது; களர்நிலத்தை உழுகிறவர்கள் கருதிப் பார்த்து உழுகிறவர்கள் என்றா கருதுகிறீர்கள்? இல்லை. நிலம் ஒன்று இருந்தால் அது களரோ கரடோ உழுதல் உழவனின் கடமை என்ற கண்மூடி வழக்கத்தின்பேரில் உழுகிறார்கள். களர்நிலத்தை உழுவதால் விளைவது என்ன என்ற கருத்தே இல்லாமல் உழுகிறார்கள். அவர்களுக்குக் கடமை மட்டுமே தெரியும்; கருதத் தெரியாது. ஏன்? களர் நிலத்தை உழுதால் ஒன்றுமே நிகழாதா? உழுதாலும் உழாவிட்டாலும் களர்நிலத்தில் களைக்கொடிகள் வளரும்; களைக்கொடிகளையே தங்கள் உழவின் விளைவு என்று கருதிக் களித்திருந்தவர்கள் அறுவடைக்கு ஒன்றுமில்லாமல் அயர்ந்து போவார்கள்.

என்ன சொல்கிறார் திருமூலர்?

‘களர்நிலத்தை உழ வேண்டாம்; விளைநிலத்தை உழுக’ என்கிறார். பயிர்ப் புழக்கத்தில் எது களர்நிலம், எது விளைநிலம் என்று அறிவோம். ஆனால், உயிர் ஒழுக்கத்தில் எது களர்நிலம்? எது விளைநிலம்? புறத்தில் இருப்பது களர்நிலம்; அகத்தில் இருப்பது விளைநிலம். உயிர் ஒழுக்கத்தில் ஈடுபடுவோர் தாங்கள் கருதுவதைப் புறத்தே தேடித் திரிவதும், கருத்தூன்ற முடியாமல் கண் மூடித் தொழுவதும், கடமை என்று கருதிச் சடங்காற்றுவதும் வீண்வேலை. உழாத உழவெல்லாம் உழுதாலும் களர்நிலத்தில் பயிர் வளராததுபோலவே, ஆற்றாத சடங்கெல்லாம் ஆற்றினாலும் புறத்தில் உயிர் வளராது. உயிர் ஓர் அகக் குருத்து. உயிர் ஊன்றிய இடம் அகம்; வளரும் இடமும் அதுதான். எனவே, உயிர் வளர்க்க விரும்புகிறவர்கள் புறத்தில் உழவு செய்வதைவிட்டு அகத்தில் உழவு செய்யுங்கள் என்கிறார்.

உயிர் ஒழுக்கத்துக்கு நான்கு வழிகள்

உயிர் ஒழுக்கத்துக்கு நான்கு வழிகள் சொல்லப்படுகின்றன: கருமம், பக்தி, ஓகம், ஞானம். கடமையைப் பற்றிக்கொள்ளுதல், தலைமையைப் பற்றிக்கொள்ளுதல், தன்னையே பற்றிக்கொள்ளுதல், அறிவைப் பற்றிக்கொள்ளுதல் என்று விளக்கலாம். இவற்றில் முன் இரண்டு நெறிகள்தாம் மிகவும் எளிதான நெறிகள் என்று சமயங்களால் சிறப்பிக்கப்படுகின்றன. ஏன்? அவற்றைப் பின்பற்றுவதற்குப் பெரிய அறிவொன்றும் தேவையில்லை; பற்றியதை விடுவதில்லை என்ற முரட்டுத்தனம் இருந்தாலே போதுமானது என்று கருதப்படுவதால்.

இந்த முன் இரண்டு நெறிகளையும் திருமூலர் பெரிதாகச் சிறப்பித்தவர் அல்லர். ஏன்? கருதியே பார்க்காமல், முரட்டுத்தனமாக ஒன்றைப் பற்றிக்கொள்வது மூடத்தனம் என்று அவர் கருதியதால். ஆராய்ச்சியே இல்லாமல் ஒன்றைச் செய்வதென்பது களர்நிலத்தை உழுத கதைதான். உயிர் முளைக்காது.

கடமையைப் பற்றிக்கொள்வது குற்றமா? அல்ல. தனக்கான கடமை எது, அதைக் கருத்தறிந்து செய்யும் வழி எது என்று தானே, தன் அறிவால் உணர்ந்து, தனக்கான கடமையைத் தேர்ந்துகொண்டு, அதைப் போற்றிப் பின்பற்றலாம்; 'நீ வந்த வழி இது; எனவே நீ ஆற்ற வேண்டிய கடமை இது, அதை நீ செய்ய வேண்டிய முறை இது' என்று பிறர் விதிக்கக் கடமையைப் பின்பற்றக் கூடாது. பிறர் விதித்த கடமையைப் பின்பற்றுவதாக இருந்திருந்தால் குந்தி மகன் கருணன் பாரதப் போர்க்களத்துக்குத் தேரோட்டத்தான் வந்திருப்பானே ஒழியப் போராட வந்திருப்பானா?

தலைமையைப் பற்றிக்கொள்வது குற்றமா? அல்ல. தனக்கான கொள்கை எது, அதற்கேற்ப வழிநடத்தும் தலைமை எது என்று தானே, தன் அறிவால் அடையாளம் கண்டு, தனக்கான தலைமையைத் தேர்ந்துகொண்டு, அதைப் போற்றிப் பின்பற்றலாம். 'உன் வகை இது; எனவே நீ பற்ற வேண்டிய தலைமை இது' என்று பிறர் திணிக்கத் தலைமையைப் பின்பற்றக் கூடாது. வழிநடத்தும் தலைமை பின்னடைந்தால், அதை ஆராயும் அறிவோடும், தவறும் தலைமையை இடித்துரைக்கும் துணிவோடும் தலைமையைப் பின்பற்றலாம். அறிவுடைமை தலைவனுக்குமட்டும் உரிய தனி உடைமை அன்று; தொண்டர்களுக்கும் உரிய பொது உடைமை. 'பங்கம் உறச் சொன்னால் பழுதாமோ?' என்று சிவனாரை இடிக்கவில்லையா நக்கீரர்?

அறிவைப் பற்றச் சொல்லும் திருமூலர்

திருமூலர் ஆதரிப்பது, பின் இரண்டாகிய தன்னையே பற்றிக்கொள்ளுதல், தன் அறிவைப் பற்றிக்கொள்ளுதல் என்பவற்றைத்தான். ஏன்? கடமையைப் பற்றுதலும் தலைமையைப் பற்றுதலும் புறத்தைச் சார்ந்து நிற்பவை. எனவே, அவற்றில் ஏமாற்றின் விழுக்காடு கூடுதல். தன்னைப் பற்றுதலும்

தன் அறிவைப் பற்றுதலும் தன் அகத்தையே சார்ந்து நிற்பவை. எனவே, இவற்றில் ஏமாற்றின் விழுக்காடு குறைச்சல்.

அகத்தைச் சார்ந்து நிற்பதிலும் ஒரு குற்றம் உண்டு. அகச் செயல்பாடுகளை அலைய வைக்கிறது மனம். மாடு நுகத்துக்குக் கட்டுப்பட்டால்தான் உழவோட்ட முடியும். மனம் வசப்பட்டால்தான் உயிராக்கம் நிறையும்.

கூப்பிடு கொள்ளாக் குறுநரிக் கொட்டகத்து
ஆப்புஇடு பாசத்தை அங்கியுள் வைத்திட்டு
நாள்பட நின்று நலம்புகுந்து ஆயிழை
ஏற்பட இல்லத்து இனிது இருந் தானே. (திருமந்திரம் 2881)

நிலைகொள்ளாமல் உழன்றுகொண்டே இருப்பது குள்ளநரி. அதைக் கூகூவென்று கூவி அழைத்தாலும் வருமா? நாய் வரும்; நரி வருமா? வராது. கைக்கு வசப்படாத குள்ளநரி சுதந்திரமாகச் சுற்றித் திரிகிற கொட்டகை ஒன்றில் உங்களைக் கட்டி வைத்துவிட்டால் என்னவாகும்? குள்ளநரி உங்களைக் கொஞ்சம் கொஞ்சமாகப் பிறாண்டித் தின்றுவிடும். குள்ளநரியிடமிருந்து பிழைக்க வேண்டுமானால் கட்டவிழ்க்க வேண்டும். மெல்ல உருண்டு கொட்டகையில் எரியும் விளக்கிடம் போங்கள்; கட்டியிருக்கும் கயிற்றை விளக்கின் நெருப்பில் காட்டுங்கள்; கயிறு பொசுங்கும்; கட்டவிழும். வீட்டுக்குப் போங்கள். தொழில்நிமித்தமாகப் பிரிந்துபோன நீங்கள் பத்திரமாகத் திரும்பி வந்ததற்காக உங்கள் மனைவி மகிழ்வாள். மனைவியோடு இனிது இருங்கள்.

இறைமையோடு கலந்திருங்கள்

குள்ளநரி என்பது மனம். உழன்றுகொண்டே இருக்கிறது. வருந்தி அழைத்தாலும் வர மறுக்கிறது. கொட்டகை என்பது உடல். கொட்டகையாகிய உடலுக்குள் பற்றுதல் என்னும் கயிற்றால் கட்டப்பட்டுக் கிடக்கிறது உயிர். மனம் என்னும் குள்ளநரியும் உள்ளேதான் திரிகிறது. உயிரைக் கட்டி வைத்திருக்கும் பற்றுதல் என்னும் கயிற்றைப் பொசுக்கி உங்களை விடுவிக்கும் நெருப்பு அறிவு. விடுபட்டு வீட்டுக்குப் போகும் கணவனாகிய உயிரை வரவேற்கக் காத்திருக்கும் மனைவி இறைமை. அவளோடு கலந்திருங்கள்; மகிழ்ந்திருங்கள்.

இறைமையோடு ஒன்றிக் கலக்கும் நிலையைப் புலப்படுத்துவதற்குப் பொதுவாகச் சமயங்கள் முன்வைக்கும் எடுத்துக்காட்டு நாயக-நாயகி பாவனை. நாயகனும் நாயகியும் ஒன்றிக் கலப்பதுபோல இறையும் உயிரும் கலக்கின்றன என்பது. இதில் நாயகன் இறைவன். நாயகி உயிர். ஏன் மாற்றி நிகழக் கூடாது? இறை பெண்ணாகவும் உயிர் ஆணாகவும் ஏன் இருக்கக்கூடாது? யார் ஆணாக இருந்தால் என்ன? யார் பெண்ணாக இருந்தால் என்ன? காணப்பட வேண்டியது கலப்புத்தானே? 'பெண்ணாகி ஆணாய் அலியாய்ப்' பால்வேறுபாடற்ற இறைமையை ஆணாக, புருடோத்தமனாக மட்டுமே ஏன் கற்பிக்க வேண்டும்? நாயகனாகக் கற்பிக்காமல் நாயகியாக, மனைவியாகக் கற்பித்தால் என்ன? அயராமல் கற்பிக்கிறார் திருமூலர்.

என்னைவிட்டால் மாப்பிள்ளைமார் எத்தனையோ உன்றனுக்கே;
உன்னைவிட்டால் பெண்ணெனக்கும் உண்டோ மனோன்மணியே?

(குணங்குடியார் பாடற்கோவை, மனோன்மணிக் கண்ணி, 73)

- என்று அடியொற்றிப் பாடுகிறார் குணங்குடி மஸ்தான் சாகிபு. ஆண்பாலுக்குள் அடைத்து வைக்கப்பட்டிருக்கும் பால்வேறுபாடற்ற கடவுளைப் பெண்பாலாகவும் இருக்க வாய்ப்பாய் விடுவித்த அறிவர்கள் பேறு பெற்றவர்கள்; விண்ணரசு அவர்களுடையது.